AF657781

பாராட்டுரைகள்!

"இந்நூல், பரிணாம வளர்ச்சி எவ்வாறு வேலை செய்கிறது என்பதை சுவாரசியமாக விவரிப்பதோடு, அது குறித்து நிலவுகின்ற தவறான புரிதல்களைப் பற்றியும் எடுத்துரைக்கிறது. இனப்பாகுபாடு என்பது மனிதனால் உருவாக்கப்பட்ட ஒன்றே தவிர, உயிரியல்ரீதியானதல்ல என்பதையும் இது நமக்குப் புரிய வைக்கிறது. இது கோவிட்-19 பெருந்தொற்றுவரை பல விஷயங்களை அலசுகிறது."

– **முகம்மது நூர்**

டார்வின்-வாலஸ் பதக்கம் பெற்றவர்,
இயற்கை அறிவியல் துறைத் தலைவர்,
டியூக் பல்கலைக்கழகம்

"இந்நூலில், புரோசாந்தா சக்கரவர்த்தி, பரிணாம விருட்சத்தின் ஊடாக நம்மை ஏற்றி, பரிணாமத்தைப் பற்றி நமக்குப் புரிய வைக்கிறார். கல்வியாளரான அவர், முக்கியமாக நம்முடைய சிந்தனையைத் தூண்டுகிறார். எது பரிணாம வளர்ச்சி, எது பரிணாம வளர்ச்சி இல்லை, அது எவ்வாறு செயல்படுகிறது, அதைத் தெரிந்து கொள்வது ஏன் இன்றியமையாதது, குறிப்பாக இன்றைய பிளவுபட்டுள்ள சூழலில் அது ஏன் முக்கியமானது என்பதை அவர் வெளிச்சம் போட்டுக் காட்டுகிறார். இந்த உலகில் உயிரினங்கள் எவ்வாறு தோன்றின, வாழ்க்கை எப்படி மலர்ந்தது என்பதைத் தெரிந்து கொள்ள விரும்பும் எவரொருவரும் இதை அவசியம் படிக்க வேண்டும்."

– **ஹெலன் ஸ்கேல்ஸ்**

பிரபல நூலாசிரியர்

“சக்கரவர்த்தி, பரிணாம வளர்ச்சி குறித்த உரையாடலோடு, தன்னுடைய சுவாரசியமான வாழ்க்கை அனுபவங்களையும் பிணைத்து இதில் கொடுத்துள்ளார். இயற்கை தேர்ந்தெடுப்பு குறித்தக் கருத்தாடலுக்கு இது வலு சேர்க்கும். சமுதாயத்தால் செயற்கையாக உருவாக்கப்பட்டுள்ள பாலின பேதம் போன்றவற்றை நியாயப்படுத்த இத்துறை எவ்வாறு தவறாகப் பயன்படுத்தப்படுகிறது என்பதை அவர் தோலுரித்துக் காட்டுகிறார். சமூக மாற்றத்தை உள்ளடக்கிய ஒரு வளமான உலகை வளர்த்தெடுப்பதற்கான முயற்சியில் ஈடுபட்டுள்ளவர்களுக்கான வழிகாட்டியாக இந்நூல் திகழும் என்பது நிச்சயம்.”

– ஜெசிக்கா வேர்

உதவிக் காப்பாளர், அமெரிக்க
இயற்கை வரலாற்று அருங்காட்சியகம்

“பரிணாம வளர்ச்சி குறித்து நான் படித்துள்ளதிலேயே மிக எளிதாகப் புரிந்துகொள்ளக்கூடிய ஒருநூலைஇந்நூலாசிரியர் நமக்கு வழங்கியுள்ளார். நீங்கள் ஒரு கல்வியாளராக இருந்தாலும் சரி, அல்லது ஓர் அறிவியலறிஞராக அல்லது ஆர்வக் குறுகுறுப்புள்ள ஒரு வாசகராக இருந்தாலும் சரி, தரமான அறிவியல் ஆய்வுகளோடு நகைச்சுவையும் கலந்து கொடுக்கப்பட்டுள்ள இந்நூலை நீங்கள் கண்டிப்பாக இரசித்துப் படிப்பீர்கள், ஏராளமான புதிய விஷயங்களைக் கற்றுக் கொள்வீர்கள். இந்நூல் சாமானியர்களும் புரிந்து கொள்கின்ற நிலைக்கு அறிவியலை எளிமையாக்கித் தந்துள்ளது. பிறருக்குப் பரிணாம வளர்ச்சியைக் கற்றுக் கொடுக்க இந்நூல் எனக்கு வெகுவாக உதவுகிறது.”

– பெக்கி ஷ்னெக்சர்

கல்வியாளர், ஆய்வாளர்,
மற்றும் நூலாசிரியர்

பரிணாமத்தின் ஊடாக வாழ்க்கையின் விளக்கம்

புரோசாந்தா சக்கரவர்த்தி

தமிழில்: PSV குமாரசாமி

MANJUL

மஞ்சுள் பப்ளிஷிங் ஹவுஸ்

First published in India by

MANJUL

Manjul Publishing House
Corporate and Editorial Office
•2nd Floor, Usha Preet Complex, 42 Malviya Nagar, Bhopal 462 003 – India
Sales and Marketing Office
•C-16, Sector 3, Noida, Uttar Pradesh 201301 – India
Website: www.manjulindia.com
Distribution Centres
Ahmedabad, Bengaluru, Bhopal, Kolkata, Chennai,
Hyderabad, Mumbai, New Delhi, Pune

Tamil translation of *Explaining Life Through Evolution*
by *Prosanta Chakrabarty*

English edition first published by Penguin Random House India in 2022

Tamil edition first published in 2023

ISBN 978-93-5543-853-9

Translated by: PSV Kumarasamy
Editing by: Nagalakshmi Shanmugam
Layout by: Manoranjan Kumar

Cover images by Rawpixel
Cover design by Akangksha Sarmah

Printed and bound in India by Nutech Print Services – India

கற்பித்தலுக்குத் தங்களை
அர்ப்பணித்துக் கொண்டுள்ள
ஆசிரியப் பெருமக்களுக்கு
இந்நூல் சமர்ப்பணம்.

உள்ளடக்கம்

இந்தியப் பதிப்பிற்கான முன்னுரை 9

பகுதி 1: தனிப்பட்ட முகவுரை

செயல்நடவடிக்கைக்கான அழைப்பு 15

குஸ்தியில் குதிக்க வலுக்கட்டாயமாக இழுப்பு 25

நம்பிக்கை குறித்து 31

தகவல்களும் உண்மையும் 35

பகுதி 2: பரிணாமப் புரட்சி

பரிணாம வளர்ச்சி: ஓர் அறிமுகம் 43

அரிஸ்டாட்டிலின் பரிணாம ஏணி 53

பரிணாம வளர்ச்சிக் கோட்பாடுகள் 61

சித்திரக்கதை வடிவில் டார்வினின் சுருக்கமான வாழ்க்கை வரலாறு 67

இயற்கை தேர்ந்தெடுப்பில் தேர்ந்தெடுப்பு எப்படி நேர்கிறது 77

கிரெகர் மென்டெலும் மரபியல் மாறுபாடும் 85

மரபணுச் சடுதிமாற்றமும் புதிய உயிரினங்களும் 91

புதிய இனங்கள் உருவாதல் 101

புதைபடிமங்களும் ஜீவ நூலும் 109

பகுதி 3: வினாக்களும் தவறான புரிதல்களும்

முதிர்ச்சியற்றது என்றால் என்ன? 121

நாம் மீனோரா? 127

பரிணாம விருட்சம் 133

உயிரினத்தின் தோற்றம் 141

உயிரினத்தின் வரலாறு 149

பகுதி 4: பரிணாம வளர்ச்சியைப் புரிந்து கொள்வது ஏன் முக்கியம்

ஆந்த்ரோபொசீன் யுகத்தில் பரிணாம வளர்ச்சி 157

இயற்கை வரலாறு 169

பரம்பரையியலும் வம்சாவளியும் 177

பால் பிரிவு, பாலினம், மற்றும் பாலியல்பு 189

நம்பிக்கையைக் கொண்டு பின்-எதார்த்தவாதத்தை எதிர்கொள்ளுதல் 203

படைப்புவாதக் கண்ணோட்ட நம்பிக்கையாளர் ஒருவருடன் ஓர் உரையாடல் 209

முடிவுரை 217

நன்றியுரை 223

புகைப்பட உதவி 225

கலைச்சொல் பட்டியல் 227

மொழிபெயர்ப்பாளரைப் பற்றி 233

நூலாசிரியரைப் பற்றி 234

இந்தியப் பதிப்பிற்கான முன்னுரை

சொற்களும் சொற்றொடர்களும்கூடப் பரிணாம வளர்ச்சி அடைகின்றன. சார்லஸ் டார்வினின் காலகட்டத்தில், டார்வினும் பிறரும், இப்போது வழக்கொழிந்து போய்விட்ட 'உருமாற்றம்' என்ற சொல்லைத்தான் பரிணாம வளர்ச்சியைக் குறிக்கப் பயன்படுத்தினர். காலப்போக்கில் சொற்களின் அர்த்தங்கள் மாறக்கூடும். ஆனால், இனங்கள் எவ்வாறு தம்முடைய மூதாதையரின் வரலாற்றுரீதியான அம்சங்களைத் தக்கவைத்துக் கொள்கின்றனவோ, அதுபோலவே, சொற்களின் முந்தைய பயன்பாடுகள் அவற்றினுடைய வரலாற்றின் ஒரு பகுதியாக நிலைத்துவிடுகின்றன.

இந்நூலைப் 'பெங்குயின் ரேன்டம் ஹவுஸ் இந்தியா' பதிப்பகத்தின் ஒரு வெளியீடாகக் கொண்டுவர தான் விரும்பியதாகப் பிரேமங்கா கோஸ்வாமி என்னிடம் கூறியபோது, நான் சிறிது பதற்றமடைந்தேன். நான் வட அமெரிக்காவில் பிறந்து வளர்ந்தவன். என்னுடைய பெற்றோரும், என்னுடைய தாத்தா, பாட்டி மற்றும் அவர்களுக்கு முன்பாகப் பல தலைமுறையினரும் இந்தியாவில் பிறந்து வளர்ந்திருந்தனர் என்றாலும், நான் இந்தியாவை ஓர் அந்நியரின் கண்ணாடி அணிந்தே பார்க்கிறேன். நான் இந்தியாவிலிருந்து புலம் பெயர்ந்து அமெரிக்காவில் குடியேறிய சமூகத்தைச் சேர்ந்தவன் என்றாலும், எப்போதோ அதிலிருந்து விலகி, தொடர்பற்றுப் போயிருந்த ஒரு குழுவைச் சேர்ந்தவனாக ஆகியிருந்தேன்.

என்னுடைய பெயர், என்னுடைய முக அடையாளங்கள், என் தோலின் நிறம் போன்றவை நான் இந்திய வம்சாவளியைச் சேர்ந்தவன் என்று வட அமெரிக்கர்களுக்குக் கட்டியம் கூறின. ஆனால், என்னுடைய ஆங்கில உச்சரிப்பு, என் நடையுடை பாவனைகள், என் அனுபவங்கள் போன்ற அனைத்து விஷயங்களிலும் நான் ஓர் அமெரிக்கன்தான். நான் இந்த இருமையை என் தோளில் சுமந்து திரிகிறேன் (சமோசாவை பார்பிகியூ சாஸைத் தொட்டுக் கொண்டு முட்கரண்டியால் சாப்பிடுவது அதற்கான ஓர் எடுத்துக்காட்டு!). என்னுடைய இந்த இரண்டு பக்கங்களையும் இந்த இந்தியப் பதிப்பு முழுவதும் நீங்கள் எதிர்கொள்வீர்கள். ஆனால், என்னுடைய அறிவியல் கண்ணோட்டங்கள் இவற்றைத் தாண்டி இருப்பதை நீங்கள் ஒப்புக் கொள்வீர்கள் என்று நான் நம்புகிறேன். உயிரியல்ரீதியாகப் பார்க்கின்றபோது, 'இந்தியன்' என்றால் என்ன? தொடர்ந்து படியுங்கள். அதையும் நாம் தொடுவோம் (1-வது படத்தைப் பார்க்கவும்). இந்த அர்த்தத்தில் நீங்கள் 'இந்தியராக' இல்லாதிருந்தாலும் சரி, கவலைப்படாதீர்கள். இப்புத்தகம் பரிணாம வளர்ச்சியைப் பற்றியது. அதைப் புரிந்து கொள்வதற்கு நீங்கள் ஓர் இந்தியராக இருக்க வேண்டிய அவசியமில்லை.

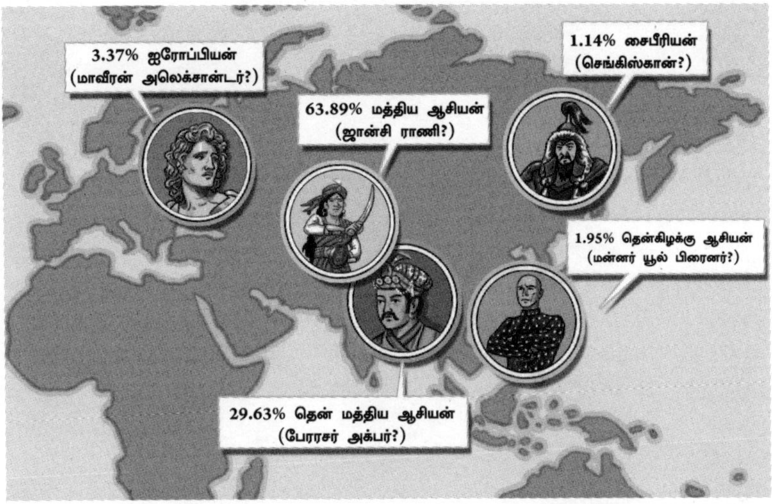

படம் 1: மேலே உள்ளது என்னுடைய வம்சாவளிச் சோதனையின் முடிவுகள். அதில் குறிப்பிடப்பட்டுள்ள சதவீதங்கள் நிஜமானவை. நான் குறிப்பிட்டுள்ள வரலாற்று நாயகர்கள், நான் யாருடைய வம்சாவளியாக இருக்க விரும்புகிறேன் என்ற என்னுடைய விருப்பத்தைக் குறிக்கின்ற ஒரு கற்பனைதாம். அலெக்சான்டரின் வம்சாவளி அவருடைய மகனோடு நின்றுவிட்டது (அவருடைய மகன் தனக்கென்று ஒரு வாரிசை உருவாக்குவதற்கு முன்பாக இளவயதிலேயே இறந்துவிட்டான்). தங்களுக்குள் ஒரு செங்கிஸ்கான் இருப்பதாக ஒவ்வோர் ஆசியனும் நினைத்துக் கொள்கிறான். ஆனால், அவருடைய உண்மையான வம்சாவளியினரின் டிஎன்ஏயைப் பெறாமல் அதை நம்மால் உறுதி செய்ய முடியாது (அத்தகைய டிஎன்ஏ இன்னும் நமக்குக் கிடைக்கவில்லை). யூல் பிரைனர் ஒரு திரைப்படத்தில் தாய்லாந்து மன்னராக நடித்திருப்பார், அவ்வளவுதான் (பெரும்பாலும் இரஷ்ய வம்சாவளியைச் சேர்ந்தவர் அவர்).

பகுதி 1

தனிப்பட்ட முகவுரை

செயல்நடவடிக்கைக்கான அழைப்பு

நான் 2008 ஆம் ஆண்டு, கனடாவிலிருந்து, அமெரிக்காவிலுள்ள லூயிசியானா மாநிலத்திற்குக் குடிபெயர்ந்தேன். அதே ஆண்டு, அந்த மாநிலம், அதன் ஆளுநர் பாபி ஜின்டாலின் ஆதரவுடன் 'லூயிசியானா அறிவியல் கல்விச் சட்டம்' என்ற ஒரு சட்டத்தை இயற்றியது. இச்சட்டத்தின் பெயர் சுத்தமாகப் பொருத்தமற்றது. ஏனெனில், இச்சட்டம், அந்த மாநிலத்திலுள்ள பள்ளிகளின் அறிவியல் வகுப்புகளில், பரிணாம வளர்ச்சிக் கோட்பாட்டுக்கு மாற்றாக, பைபிள் முன்மொழிகின்ற படைப்புவாதக் கண்ணோட்டத்தைக் கற்றுக் கொடுக்க அனுமதித்தது. தங்களுடைய வகுப்புகளில் அறிவியல் எவ்வாறு கற்றுக் கொடுக்கப்பட வேண்டும் என்பதை உள்ளூர் பள்ளிகளே தீர்மானித்துக் கொள்ள வேண்டும் என்று கூறுமளவுக்கு பாபி ஜின்டால் சென்றுவிட்டார். எடுத்துக்காட்டாக, அந்த மாநிலத்திலுள்ள ஓர் அரசுப் பள்ளியின் அறிவியல் ஆசிரியர், இப்போது இந்த உலகில் இருக்கின்ற அனைத்து நில விலங்குகளும் பைபிளில் கூறப்பட்டுள்ள 'நோவாவின் கப்பலிலிருந்து' வந்திறங்கிய விலங்குகளின் வழித்தோன்றல்களே என்று தன் மாணவர்களுக்குக் கற்றுக் கொடுக்க விரும்பினால், அது பாபி ஜின்டாலுக்கும் அந்தச் சட்டத்தைத் தூக்கிப் பிடித்தவர்களுக்கும் உடன்பாடே என்பது அதன் அர்த்தம்.

அக்கட்டத்தில், பாபி ஜின்டால் (அவருடைய இயற்பெயர் பியூஷ் ஜின்டால், அமெரிக்காவில் குடியேறிய இந்தியப் பெற்றோருக்குப் பிறந்தவர்), தவறாக வழி நடத்தப்பட்ட ஒரு

புத்திசாலி நபர் என்றே நான் நினைத்திருந்தேன். அவரும் ஒரு சக இந்தியர் என்பதால், நான் விளையாட்டாக அவரை 'பாபி மாமா' என்று அழைப்பேன் (ஆனால், அந்த 'மாமாவின்' பெயரைச் சொல்லி என்னால் போக்குவரத்துக் காவலர்களிடமிருந்து தப்பிக்க முடியவில்லை என்பது வேறு விஷயம்!). பரிணாம வளர்ச்சிக் கோட்பாட்டுக்கு எதிரான சட்டம் ஒன்றைக் கொண்டுவருவது நல்லதல்ல என்பதை பாபி மாமா அறிந்திருந்திருக்க வேண்டும். ஏனெனில், அவர் உயிரியலில் இளங்கலைப் பட்டப்படிப்பு படித்தவர். அதுவும் சாதாரணமான கல்லூரியில் அல்ல. மேட்டுக்குடியினரின் பல்கலைக்கழகக் குழுமமான 'ஐவீ லீக்' பல்கலைக்கழகங்களில் ஒன்றான பிரவுன் பல்கலைக்கழகத்தில் படித்தவர் அவர். அதோடு, உலகின் தலைசிறந்த கல்வி உதவித் தொகைகளில் ஒன்றான 'ரோட்ஸ்' கல்வி உதவித் தொகையைப் பெற்று, ஆக்ஸ்ஃபோர்டு பல்கலைக்கழகத்தில் முதுகலைப் பட்டப்படிப்பு படித்தவர் அவர் (ஓர் ஐவீ லீக் கல்லூரியிலோ அல்லது ஆக்ஸ்ஃபோர்டிலோ படிப்பதால் மட்டும் ஒருவர் சாமர்த்தியசாலியாக ஆகிவிடுவதில்லை! அவர் வெறும் கல்வியறிவு பெற்றவராக ஆகிறார், அவ்வளவுதான்). அவர் அந்தச் சட்டத்தை ஆதரித்ததற்கு ஒரு காரணம், 'வலதுசாரி மதவாதிகளுக்கு' அவர் முதுகு சொறிந்துவிட முனைந்ததுதான். அச்சட்டம் அமெரிக்க அரசியலமைப்புச் சட்டத்திற்குப் புறம்பானது என்பதை அறிந்திருந்தும் அவர் அந்த உண்மையை அலட்சியப்படுத்தினார். ஏனெனில், அமெரிக்க அரசியலமைப்புச் சட்டத்தின் முதலாம் திருத்தம், அரசையும் மதத்தையும் கலப்பதைத் தடை செய்திருந்தது. அதோடு, 1987 இல் இந்த மாநிலம் இதே போன்ற ஒரு சட்டத்தைக் கொண்டுவந்தபோது, அதை அமெரிக்க உச்ச நீதிமன்றம் தடை செய்திருந்தது.

இதற்கு நான் ஏன் இவ்வளவு முக்கியத்துவம் கொடுக்கிறேன் என்று நீங்கள் கேட்கலாம். அரசுப் பள்ளிகளில் நீங்கள் உங்களுடைய சொந்த மதக் கொள்கைகளைக் கற்றுக் கொடுக்க முடியாது. அறிவியல் என்பது இயற்கையின் தோற்றப்பாடுகளுக்குத் தர்க்கரீதியான மற்றும் நிரூபணமான விளக்கங்களை அளிப்பதற்காக அவற்றை அவதானிப்பதும் சோதிப்பதுமாகும். மறுபுறம், அறிவியல் தொடாத கேள்விகளுக்கு (எடுத்துக்காட்டு: வாழ்வின் பொருள் என்ன?) பதிலளிக்கின்ற ஒன்றாக மதம்

விளங்குகிறது. அக்கேள்விகளுக்கு மதங்கள் அளிக்கின்ற விடைகள், எல்லா நேரங்களிலும் சோதித்துப் பார்க்கும் விதத்தில் இருப்பதில்லை. எடுத்துக்காட்டாக, “ஆப்பிள்கள் மரத்திலிருந்து விழுகின்றபோது அவை ஏன் நிலத்தில் விழுகின்றன?” என்ற கேள்விக்கு, “கடவுள் அவ்வாறு விழும்படி செய்தார்,” என்று நீங்கள் பதிலளித்தால், அது தவறு என்று என்னால் நிரூபிக்க முடியாது. ஏனெனில், அதை என்னால் பரிசோதனைக்கு உட்படுத்த முடியாது. “நிகழ்கின்ற அனைத்தையும் கடவுள்தான் கட்டுப்படுத்துகிறார்,” என்று நீங்கள் கண்மூடித்தனமாக நம்பினால், கேள்வி கேட்பதற்கோ அல்லது அறிவியல்பூர்வமான ஆய்வுகள் மேற்கொள்வதற்கோ அங்கு இடமில்லாமல் போய்விடுகிறது.

மத விவகாரங்களைப் பள்ளியின் அறிவியல் வகுப்புகளில் கற்றுக் கொடுப்பதில் இருக்கின்ற மற்றொரு சிக்கல் என்னவென்றால், பலதரப்பட்ட நம்பிக்கைகளைக் கொண்ட பலவிதமான மதங்கள் இருக்கின்றன. இந்த உலகம் படைக்கப்பட்ட விதம் குறித்த நம்பிக்கை மதத்திற்கு மதம் வேறுபடுகிறது. ஓர் இந்து மதப் படைப்புக் கட்டுக்கதையின்படி, இந்த உலகம், விஷ்ணுவின் தொப்புளிலிருந்து முளைத்த ஒரு தாமரையின் ஒரு பகுதி; பின்னர் அது பிரம்மாவால் படைக்கப்பட்ட மக்களால் இட்டு நிரப்பப்பட்டது; இறுதியில் அது சிவனால் அழிக்கப்படும். உலகப் படைப்பின் இந்த வடிவத்தை நான் என்னுடைய அறிவியல் வகுப்பில் பாடமாக நடத்தினால், ஓர் ஆசிரியராக என்னால் வெகுகாலம் குப்பை கொட்ட முடியாது.

‘கடவுள்தான் அனைத்தையும் கட்டுப்படுத்துகிறார்’ என்ற கருத்தைப் பாடமாகக் கற்றுக் கொடுப்பதிலுள்ள சிக்கல் என்னவென்றால், அதை உங்களால் மெய்ப்பிக்கவும் முடியாது, பொய்ப்பிக்கவும் முடியாது. ‘நோவாவின் வெள்ளக் காட்சிக்கு’ நான் பின்வருமாறு செயல்விடை அளிப்பதாக வைத்துக் கொள்வோம்: “நிலத்தில் வசிக்கின்ற அனைத்து விலங்குகளையும் ஏற்றிக் கொள்ளத்தக்க அளவு பெரிய கப்பல் எதுவும் இருக்க முடியாது; வெள்ளத்தால் முற்றிலுமாக அழிந்து போன அனைத்து உயிரினங்களையும் பூமியில் மீண்டும் வலம் வரச் செய்வதற்கு, அந்தக் கப்பலில் ஏற்றப்படுகின்ற ஓர் இனத்தின் ஒரு ஜோடி மட்டும் போதாது; அதோடு, உலகின் அனைத்துப்

பகுதிகளிலும் 40 பகல்களும் 40 இரவுகளும் தொடர்ந்து மழை பெய்வதற்குப் போதுமான அளவு நீர் இந்த பூமியில் இல்லை; அப்படி மழை பெய்யும்பட்சத்தில், நன்னீரைக் குடித்து வாழ்கின்ற நில விலங்குகள் அனைத்தும் கடல்நீரைக் குடிக்க வேண்டி வரும் என்பதால், அவை மடிந்துவிடும்; பூமியில் விழுந்த மழைநீரெல்லாம் எங்கே போயிற்று? மேலும், ஒரு சில ஆயிரம் ஆண்டுகளுக்கு முன்பு, உலகின் அனைத்துப் பகுதிகளையும் மூழ்கடித்தப் பெருவெள்ளம் எதுவும் ஏற்பட்டதற்கு எந்தவிதமான சான்றும் இல்லை." இதற்கு மதவாதிகளிடமிருந்து வருகின்ற பதில் எப்போதும் இப்படித்தான் இருக்கும்: "கடவுள்தான் அதை நிகழ்த்தினார். அதனால், எதுவும் சாத்தியம்." அதற்கு மேல் விவாதிப்பதற்கு அங்கு என்ன இருக்கிறது? எல்லா கேள்விகளுக்கும், "கடவுள் அதை நிகழ்த்தினார்," என்ற விடைக்குப் பின்னால் உங்களால் எளிதாக ஒளிந்து கொள்ள முடியும். அதில் எனக்கொன்றும் பிரச்சனையில்லை. உங்களை எடைபோடுவதோ அல்லது நீங்கள் எப்படி வாழ வேண்டும் என்று கூறுவதோ என் நோக்கமல்ல. அத்தகைய கண்ணோட்டங்களைத் திணிப்பதன் மூலம், கல்விசார் சூழலில் அறிவியல் விவாதங்களுக்குச் சாவுமணி அடிப்பதைத்தான் என்னால் சீரணித்துக் கொள்ள முடியவில்லை.

இயற்கை நிகழ்வுகள் குறித்த விவரிப்புகளைக் கடுமையான பரிசோதனைகளுக்கு உட்படுத்தி, அவற்றால் தாக்குப்பிடித்து நிற்க முடிகிறதா என்பதை அறிவதே அறிவியலாகும். ஆனால், எல்லாவற்றையும் கடவுள் செய்துவிட்டார் என்றும், அவர்தான் எல்லாவற்றையும் கட்டுப்படுத்துகிறார் என்றும் கூறிவிட்டப் பிறகு, பரிசோதனைகள் மேற்கொள்வதில் என்ன அர்த்தம் இருக்க முடியும்? பிறகு கல்விக்கூடங்கள்தாம் எதற்கு? விஷயங்களைத் தெரிந்து கொள்ள வேண்டும் என்ற ஆர்வம்தான் எதற்கு?

சோதிக்கப்பட முடியாத மற்றும் நிரூபிக்கப்பட முடியாத விஷயங்களை விவரிப்பதற்கு மதங்கள் உங்களிடமிருந்து கண்மூடித்தனமான விசுவாசத்தை எதிர்பார்க்கின்றன. அறிவியல் உங்களிடமிருந்து எந்தவிதமான நம்பிக்கையையும் எதிர்பார்ப்பதில்லையா என்று நீங்கள் கேட்கலாம். அறிவியலும் எதிர்பார்க்கிறது

என்பது உண்மைதான். நீங்கள் மேற்கொள்கின்ற அவதானிப்புகளும், உங்களுடைய சோதனைகளின் முடிவுகளும் எதார்த்தத்தை அடித்தளமாகக் கொண்டுள்ளன என்றும், முடிவுகள் கணிக்கப்படக்கூடிய நிகழ்வுகளிலிருந்து முளைக்கின்றன என்றும் நீங்கள் நம்ப வேண்டுமென்று அறிவியல் உங்களிடமிருந்து எதிர்பார்க்கிறது. இந்த யோசனைகள் அரிஸ்டாட்டிலின் காலத்திற்கு முற்பட்டவை என்றாலும், ஆல்பர்டஸ் மேக்னஸ், தாமஸ் அக்வினாஸ், ரோஜர் பேகன், அவிசென்னா, அவெரோஸ் போன்ற சமயத் தத்துவவியலாளர்கள் இதை வெளிப்படையாக எழுதி வைத்துள்ளனர். இவர்களைத் தவிர, ஒவ்வொரு கலாச்சாரத்தையும், ஒவ்வொரு மதத்தையும், ஒவ்வொரு பிராந்தியத்தையும் சேர்ந்த இன்னும் எண்ணற்றோர் இதே காரியங்களில் ஈடுபட்டுள்ளனர். நம்மால் கணிப்புகளை மேற்கொள்ள முடியாதபடி, ஒவ்வோர் அறிவியல் பரிசோதனையின்மீதும் ஏதோ ஒரு தெய்வம் தான்தோன்றித்தனமாகத் தன்னிஷ்டத்திற்கு ஆதிக்கம் செலுத்தி அதை மாற்றியமைப்பது சாத்தியப்பட்டால், இந்தப் பிரபஞ்சத்தை எந்தவோர் அறிவியல் ஆய்வைக் கொண்டும் நம்மால் விளக்க முடியாமல் போய்விடும். ஆனால், எதார்த்தம் அப்படி இல்லை. குறுக்கீடற்ற எதார்த்தத்தை நாம் அவதானித்துக் கொண்டிருக்கிறோம் என்ற உண்மையின்மீது அறிவியலறிஞர்களாகிய நாங்கள் உறுதியான நம்பிக்கை வைத்துள்ளோம். ஏனெனில், எங்களுடைய பரிசோதனைகள் தொடர்ச்சியாகவும் நம்பத்தக்க விதத்திலும் ஒரே மாதிரியான விளைவுகளைக் கொடுத்துக் கொண்டேயிருக்கின்றன. அதன் விளைவாக, எங்களால் இந்தப் பிரபஞ்சத்தின் இரகசியங்களை இன்னும் கனகச்சிதமாக அறிந்து கொள்ள முடிகிறது.

‘கடவுள் எல்லாவற்றையும் படைத்ததோடு, அவற்றுக்கான விதிமுறைகளையும் வகுத்துவிட்டார்’ என்ற, சற்று மாறுபட்ட ஒரு மதக் கண்ணோட்டத்தை நீங்கள் கணக்கில் எடுத்துக் கொண்டால், இயற்கையை அறிவியல்பூர்வமாக ஆராய்வதற்கு அங்குப் போதுமான இடம் இருக்கிறது என்று சிலர் வாதிடக்கூடும். இங்கும் நீங்கள் அந்த விதிமுறைகளையும் (எடுத்துக்காட்டு: புவியீர்ப்பு விசை, பரிணாமம்) அவற்றின் தாக்கங்களையும் தாராளமாக ஆராயலாமே தவிர, அந்த விதிகளின் மூலத்தை

உங்களால் ஆராய முடியாது. "மதமும் அறிவியலும் ஒன்றின் விஷயத்தில் மற்றொன்று தலையிடாமல் பரஸ்பரம் ஒன்றையொன்று முழுமையாக்க முடியும்," என்று ஸ்டீபன் ஜே கோல்டு தன்னுடைய 'ராக்ஸ் ஆஃப் ஏஜஸ்' என்ற நூலில் குறிப்பிட்டுள்ளார். அதை நான் இன்னும் எளிமையாக்கி இப்படிக் கூறுவேன்: "அறிவியலானது மதத்திற்கு எதிராக இருக்கக்கூடாது; அதேபோல, மதமும் அறிவியலுக்கு எதிராக இருக்கக்கூடாது." விட்டுக்கொடுப்பதற்கு இரண்டு தரப்புகளிலும் போதுமான இடமிருக்கிறது. அதோடு, தன்னுடைய நம்பிக்கைகளையும் விழுமியங்களையும் கொண்டாடுகின்ற அதே அளவு மற்றவற்றின் நம்பிக்கைகளையும் விழுமியங்களையும் மதிக்கின்ற, அவற்றிடமிருந்து கற்றுக் கொள்கின்ற மனப்போக்கிற்கும் அங்கு இடமிருக்கிறது.

பரிணாம வளர்ச்சிக் கோட்பாட்டிற்கு எதிரான சட்டம் என்னுடைய மாநிலத்தில் இப்போதும் இருக்கிறது. அந்த மாநிலத்தைப் பற்றிக் குறை சொல்வதற்காக நான் இதைக் கூறவில்லை. இன்னும் சொல்லப் போனால், எனக்கு அந்த மாநிலத்தை மிகவும் பிடிக்கும். அதை நான் என்னுடைய சொந்த பூமியாக சுவீகரித்துக் கொண்டுள்ளதில் நான் பெருமிதம் கொள்கிறேன். அம்மாநிலத்தின் தலைநகரான பேட்டன் ரூஜ் நகரில்தான் கடந்த பத்து ஆண்டுகளுக்கும் மேலாக நான் வசித்து வந்துள்ளேன். பள்ளிகளில் பரிணாம வளர்ச்சிக் கோட்பாட்டைக் கற்றுக் கொடுப்பது தொடர்பான பிரச்சனை லூயிசியானா மாநிலத்தில் மட்டும் இருக்கவில்லை. அலபாமா மாநிலத்தில், பள்ளிக் குழந்தைகளுக்கான உயிரியல் பாடப்புத்தகங்களில், சிகரெட் டப்பாவில் அச்சடிக்கப்பட்டிருக்கும் எச்சரிக்கை வாசகம்போல, 'இதில் பரிணாம வளர்ச்சிக் கோட்பாடு உள்ளது' என்ற ஸ்டிக்கர் ஒட்டப்பட்டுள்ளது! 2018 இல் சில காலத்திற்கு, 'பரிணாமம்' என்ற வார்த்தை, அரிசோனா மாநிலத்தின் அரசு அறிவியல் பாடப்புத்தகங்களிலிருந்து முற்றிலுமாக நீக்கப்பட்டிருந்தது. இந்த மாநிலங்கள் பழமைவாதத்தைக் கடைபிடிக்கின்ற மாநிலங்கள். ஆனால், தாராளவாதத்திற்குப் பெயர்போன ஆன் ஆர்பர் நகரிலும் (அங்குள்ள பல்கலைக்கழகத்தில்தான் பரிணாம உயிரியலில் நான் முனைவர் பட்டம் பெற்றேன்) நியூயார்க் நகரிலும்கூட (அது நான் வளர்ந்த இடம்),

பரிணாம வளர்ச்சிக் கோட்பாட்டின் எதிர்ப்பாளர்களை நான் சந்தித்திருக்கிறேன். உண்மையில், அமெரிக்காவில் ஐந்தில் ஒரு பங்கு பள்ளி ஆசிரியர்கள், தங்களுடைய மாணவர்களுக்கு, பரிணாம வளர்ச்சிக் கோட்பாட்டுடன் படைப்புவாதத்தையும் சேர்த்துக் கற்றுக் கொடுத்துக் கொண்டிருக்கின்றனர். இந்த நிலை அமெரிக்காவில் மட்டும் இல்லை. ஆப்கானிஸ்தானிலுள்ள மக்களில் 26 சதவீதத்தினரே பரிணாம வளர்ச்சிக் கோட்பாட்டை நம்புகின்றனர். 2017 இல் துருக்கி தன்னுடைய பள்ளிப் பாடப்புத்தகங்களிலிருந்து பரிணாம வளர்ச்சிக் கோட்பாடு தொடர்பான விஷயங்களை நீக்கியது. துருக்கியில் எத்தனை சதவீதப் பொதுமக்கள் பரிணாம வளர்ச்சிக் கோட்பாட்டை ஏற்றுக் கொண்டுள்ளனரோ, அதே சதவீத மக்கள்தாம் அமெரிக்காவிலும் அதை ஏற்றுக் கொண்டுள்ளனர்.

ஏற்கனவே நடைமுறையில் இருக்கின்ற அறிவியல் உண்மைகளை எடுத்துரைப்பது தவிர எனக்கு வேறு எந்த உள்நோக்கமும் இல்லை என்பதை நான் மீண்டும் இங்கு வலியுறுத்த விரும்புகிறேன். அந்த உண்மைகளைப் புரிந்து கொண்டுள்ளோரில் பெரும்பாலானோர் பரிணாம வளர்ச்சிக் கோட்பாட்டை ஏற்றுக் கொண்டுள்ளதற்குக் காரணம் அந்த அறிவியல்தான். இங்கு நான் உங்களுடைய நம்பிக்கைகளுக்குச் சவால்விடுவதற்காக வரவில்லை. நாம் ஒவ்வொருவரும் நம்முடைய சொந்த உண்மைகளைக் கொண்டுள்ளோம். நம்முடைய நம்பிக்கைகளை நம்மால் தேர்ந்தெடுத்துக் கொள்ள முடிகிறது, ஆனால் உண்மைத் தகவல்களை நம்மால் தேர்ந்தெடுக்க முடிவதில்லை. பூமியில் உயிரினங்கள் எவ்வாறு தோன்றின என்பதை அறிவியல் எப்படி விளக்குகிறது என்பதை எடுத்துரைப்பதே என்னுடைய நோக்கம்.

பரிணாம வளர்ச்சியை ஏற்றுக் கொண்டுள்ள எண்ணற்றவர்களோடு நான் மேற்கொண்ட விவாதங்களிலிருந்து நான் ஒன்றைப் புரிந்து கொண்டுள்ளேன். அவர்களில் பலர் பரிணாம வளர்ச்சிக் கோட்பாட்டிற்குப் பின்னாலுள்ள அறிவியலைத் தெளிவாக அறிந்திருக்கவில்லை. அவர்கள் அறிவியலை நம்பியதால் பரிணாம வளர்ச்சிக் கோட்பாட்டை ஏற்றுக் கொண்டிருந்தனர். இன்னும் சொல்லப் போனால், பரிணாம வளர்ச்சிக் கோட்பாடு தங்களுடைய மத நம்பிக்கைகளோடு

முரண்பட்டதால் அதை எதிர்த்தவர்களில் பலர் புரிந்து கொண்டிருந்த அளவுக்குக்கூட, அதை ஆதரித்த இவர்கள் புரிந்து கொண்டிருக்கவில்லை. இருதரப்பினரும் பரிணாம வளர்ச்சிக் கோட்பாட்டைப் புரிந்து கொள்ள உதவ நான் விரும்புகிறேன். மக்களைப் பிளவுபடுத்துகின்ற முயற்சிகளை முறியடிக்க அது உதவும் என்று நான் நம்புகிறேன். ஆனால், இறுதியில், அறிவியல் உண்மைகளை ஏற்றுக் கொள்வதும் (அல்லது ஏற்றுக் கொள்ளாததும்), நீங்கள் அங்கீகரிக்க விரும்புகின்ற ‘உண்மையை’ உங்களை நீங்களே நம்ப வைத்துக் கொள்வதும் உங்களைப் பொறுத்ததே.

பரிணாம வளர்ச்சிக் கோட்பாடு புரிந்து கொள்வதற்கு எளிதானதல்ல என்பது உண்மைதான். அதே நேரத்தில், அது புரிந்து கொள்வதற்குக் கடினமானது என்றும் கூறிவிட முடியாது. ஆனால், அதைத் தவறாகத் திரிப்பது எளிது. பெரும்பாலான சமயங்களில் அது தவறாகச் சித்தரிக்கப்படுகிறது. ருடால்ஃப் சாலிங்கர் என்ற அமெரிக்க ஓவியர் 1965 இல் வரைந்த சுவரோவியமான ‘முன்னேற்றத்தை நோக்கிய அணிவகுப்பு’ (படம் 2A) உலகப் புகழ் பெற்றது. பரிணாமம் என்றால் எல்லோருடைய மனத்திலும் தோன்றுவது அந்தப் படம்தான். ஆனால் அது தவறாகச் சித்தரிக்கப்பட்டிருந்தது. ஏனெனில், அதில், பரிணாம வளர்ச்சி என்பது சிக்கலான மற்றும் கச்சிதமான ஒன்றை நோக்கிய ஆற்றல்மிக்கதோர் அணிவகுப்பாகக் காட்டப்பட்டிருந்தது. ஓர் உயிரினம் என்ற அடிப்படையில் பார்க்கின்றபோது, மனிதர்களாகிய நாம் உண்மையில் கச்சிதமான உயிரினமும் அல்லர், சிக்கலான உயிரினமும் அல்லர். அதோடு, கச்சிதத்தையும் சிக்கல்தன்மையையும் அளவிடுவதற்கு எந்தவொரு வழியும் இல்லை. பரிணாம வளர்ச்சி என்பது இலக்கை நோக்கிய ஒரு நகர்வோ அல்லது முன்னேற்றத்தை நோக்கிய ஓர் அணிவகுப்போ அல்ல. லூயிசியானா மாநிலத்தில் பாக்டீரியாக்களின் பரிணாம வளர்ச்சி குறித்த ஓர் ஆய்வு நடத்தப்பட்டதாகக் கூறப்பட்டபோது, அம்மாநிலத்தின் செனட்டர் ஒருவர், “அந்த பாக்டீரியாக்கள் மனிதர்களாக மாறிவிட்டனவா?” என்று கேட்டார். இது பரிணாம வளர்ச்சி குறித்தத் தவறான புரிதலின் அடிப்படையில் உருவான ஒன்று. ரிச்சர்டு லென்ஸ்கி என்ற ஆய்வாளர் தன்னுடைய ஆய்வகத்தில் ‘இ.கோலி’ என்ற பாக்டீரியாவைப்

பரிசோதனைச்சாலைச் சூழலில் 70,000 தலைமுறைகளுக்கும் மேலாக வளர்த்தபோது, அந்த பாக்டீரியா தன்னைப் பெருமளவு தகவமைத்துக் கொண்டிருந்ததை அவர் கண்டுபிடித்தார்.[1] அது பரிணாம வளர்ச்சிக்கான மிகத் தெளிவான நிரூபணமாக விளங்கியது. பரிணாம வளர்ச்சி குறித்தத் தவறான புரிதல்களைக் கொண்டிருந்த அந்த செனட்டர், அந்தப் பாக்டீரியா மனிதனாக மாறிவிட்டதாக நினைத்துவிட்டார். எழுபதாயிரம் அல்ல, இன்னும் எத்தனை ஆயிரம் தலைமுறைகள் ஆகியிருந்தாலும், அந்த பாக்டீரியா ஒருக்காலும் ஒரு மனிதனாகப் பரிணாம வளர்ச்சி அடையப் போவதில்லை. ஏனெனில், பரிணாம வளர்ச்சி அப்படி நடைபெறுவதில்லை. பரிணாம வளர்ச்சி உண்மையில் எப்படி நடைபெறுகிறது என்பதைப் புரிந்து கொள்ள இப்புத்தகம் உங்களுக்கு உதவும் என்று நான் நம்புகிறேன் (படம் 2B மற்றும் 2C).

ஏற்கனவே பரிணாம வளர்ச்சி குறித்து அறிந்தவர்களுக்கானது அல்ல இப்புத்தகம். மாறாக, புதிய விஷயங்களைக் கற்றுக் கொள்வதற்குத் திறந்த மனத்துடன் இருக்கின்ற நபர்களுக்கானது இது. பரிணாம வளர்ச்சி குறித்துப் பிறருக்கு விளக்க விரும்புபவர்களுக்கும் இது ஒரு பொருத்தமான கருவியாக இருக்கும்.

1 முப்பது ஆண்டுகளாக நடைபெற்று வந்த இந்தப் பரிசோதனை (LTEE - Long-Term Evolution Experiment), கோவிட் பெருந்தொற்றின் காரணமாக முதன்முறையாகத் தற்காலிகமாக நிறுத்தப்பட்டது. ஆறு மாதங்கள் கழித்து, 2020 ஆம் ஆண்டு செப்டம்பரில் அது மீண்டும் தொடங்கப்பட்டு, இன்றுவரை தொடர்ந்து நடைபெற்றுக் கொண்டிருக்கிறது.

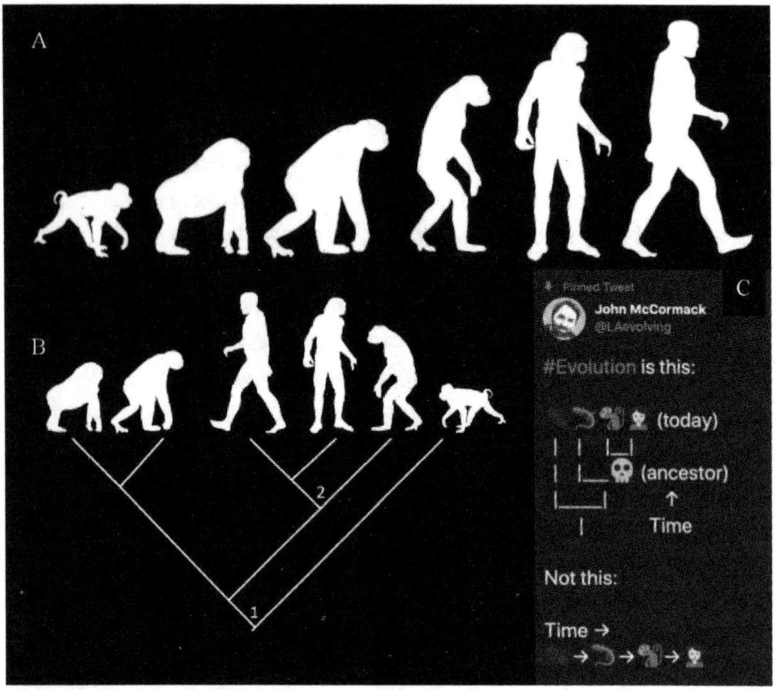

படம் 2A: *பரிணாம வளர்ச்சி குறித்துப் பரவலாகப் பயன்படுத்தப்படுகின்ற, ருடால்ஃப் சாலிங்கரின் இந்தப் படம் தவறானது. நாம் ஒரு குரங்கிலிருந்து சிம்பன்சி என்ற மனிதக்குரங்காகவும், அதற்கு அடுத்துக் குகை மனிதனாகவும், இறுதியில் நவீன மனிதனாகவும் ஒரு வரிசைக்கிரமமான முறையில் உருமாறியுள்ளோம் என்ற யோசனையை இந்தப் படம் நமக்குக் கொடுக்கிறது. ஆனால், உண்மையில், இதில் இடம்பெற்றுள்ள உயிரினங்களுக்கும் நமக்கும் பொதுவான மூதாதை விலங்கினம் ஒன்று இருந்தது. எனவே, நாம் அந்த உயிரினங்களிலிருந்து பரிணாம வளர்ச்சி அடையவில்லை, மாறாக, அவற்றோடு சேர்ந்து வளர்ச்சியடைந்தோம். இந்தப் படம், பரிணாம வளர்ச்சியைப் பற்றி முறையாக விளக்க நினைப்பவர்களுக்கு உதவுவதற்குப் பதிலாக, அதற்கு இடைஞ்சலாகத்தான் இருக்கிறது.*

படம் 2B: *பரிணாம வளர்ச்சியைச் சித்தரிப்பதற்கான செம்மையான முறை இது. இது 'பரிணாம விருட்சத்தின்' கிளைப் படம் என்று அழைக்கப்படுகிறது. ஒன்றுக்கொன்று நெருங்கிய தொடர்புடைய உயிரினங்களுக்கு இடையேயுள்ள பரிணாம உறவை விவரிக்கப் பயன்படுத்தப்படுகின்ற வரைபடம் இது. இதில் அந்த மரத்தின் தண்டுப் பகுதி முதலில் இரண்டாகப் பிரிகிறது. பிறகு, அவை மேலும் கிளைவிடுகின்றன. அங்குக் காட்டப்பட்டுள்ள வாலுள்ள குரங்கு, அங்கு இடம்பெற்றுள்ள பிற ஐந்து முதனிகளோடு மிக நெருங்கிய உறவு கொண்டுள்ளதே தவிர, அந்த ஐந்தின் மூதாதை அல்ல.*

படம் 2C: *இப்படம், பரிணாம வளர்ச்சியை விளக்குவதற்கு 'எமோஜிக்களைப்' பயன்படுத்தி என் நண்பர் ஜான் மெக்கார்மக் டுவிட்டரில் பகிர்ந்து கொண்டது.*

குஸ்தியில் குதிக்க வலுக்கட்டாயமாக இழுப்பு

லூயிசியானாவில் பரிணாம வளர்ச்சி எதிர்ப்புச் சட்டம் நிறைவேற்றப்பட்டப் பிறகு, அந்த மாநிலத்திலிருந்த பல அறிவியலறிஞர்கள் அது குறித்து ஏதாவது செய்ய வேண்டும் என்று தீர்மானித்தனர். தென்கிழக்கு லூயிசியானா பல்கலைக்கழகத்தைச் சேர்ந்த தத்துவவியல் பேராசிரியரான பார்பரா ஃபாரெஸ்ட் தலைமையில் அவர்கள் அணிதிரண்டனர். பரிணாம வளர்ச்சிக் கோட்பாட்டுக்கு எதிரான சட்டங்களை இயற்றுவதற்கு அமெரிக்கா நெடுகிலும் முயற்சித்துக் கொண்டிருந்த, படைப்புவாதத்தின் ஆதரவாளர்களை எதிர்த்து அவர்கள் போராடினர். படைப்புவாதத்திற்கு எதிராக அப்போது பலமாகக் குரல் கொடுத்துக் கொண்டிருந்தவர்களில் முக்கியமானவர் ஸாக் கோப்லின். அச்சமயத்தில் அவர் உயர்நிலைப் பள்ளியில் படித்துக் கொண்டிருந்தார். பரிணாம வளர்ச்சியை ஆதரித்து அவர் வலுவாகப் பேசிக் கொண்டிருந்தது தேசியச் செய்தியானது. நான் வேலை பார்த்துக் கொண்டிருந்த லூயிசியானா அரசுப் பல்கலைக்கழகத்தில், என் சக ஆசிரியர்களான கிறிஸ்டோபர் ஆஸ்டின், பிரையன் கார்ஸ்டென்ஸ் மற்றும் பலர், எங்கள் பல்கலைக்கழகத்தில் உயிரியல் இளங்கலை மாணவர்களுக்குப் பரிணாம வளர்ச்சியைக் கட்டாயப் பாடமாக ஆக்கும் முயற்சியில் ஈடுபட்டிருந்தனர். பாபி ஜிண்டால் படித்த பிரவுன் பல்கலைக்கழகத்தில் பரிணாம வளர்ச்சி கட்டாயப் பாடமாக இல்லாததால், அதைப்

படித்தே ஆக வேண்டிய தேவை அவருக்கு இல்லாமல் இருந்தது. ஒருவேளை, இளங்கலைப் பட்டப்படிப்பில் அவர் பரிணாம வளர்ச்சியை ஒரு பாடமாக எடுத்துப் படித்திருந்தால், அவர் ஒரு வழக்கறிஞராக ஆகியிருந்திருக்க மாட்டார். எங்களுடைய பல்கலைக்கழகத்தில் அது கட்டாயப் பாடமாக ஆக்கப்பட்டதும், அதைக் கற்றுக் கொடுக்க நான் முன்வந்தேன். என் சகாக்களின் போராட்டம் என்னுடைய போராட்டமாகவும் ஆனது. இப்போது எங்களுடைய பல்கலைக்கழகத்தில் ஒவ்வொரு செமஸ்டரிலும் நூற்றுக்கணக்கான மாணவர்கள் பரிணாம வளர்ச்சியைப் படித்துக் கொண்டிருக்கிறார்கள்.

பரிணாம வளர்ச்சியைப் பற்றிப் பேசுவதற்குப் பல கருத்தரங்குகளுக்கு நான் அழைக்கப்பட்டபோதிலும், அறிவியல் கல்வியை பரிந்து பேசுகின்ற ஒருவனாக என்னை நான் ஒருபோதும் கருதியதில்லை. அதில் நான் குதிப்பதற்கான தேவை இருந்ததாக நான் நினைக்கவில்லை. பரிணாம வளர்ச்சிக்கு எதிராக இருந்தவர்களில் பெரும்பாலானோர் சரியான தகவல்களைப் பெற்றிருக்காதவர்கள் என்றே நான் அனுமானித்திருந்தேன். அது தவறான அனுமானம் என்பதைப் புரிந்து கொள்ள எனக்குச் சில காலம் ஆனது. 2018 ஆம் ஆண்டு நடைபெற்ற வருடாந்திர 'டெட்' கருத்தரங்கில் பரிணாம வளர்ச்சி தொடர்பாகப் பேசுவதற்கு நான் அழைக்கப்பட்டிருந்தேன். அதற்கான தயாரிப்பு வேலைகளில் நான் ஈடுபட்டிருந்தபோதுதான், பரிணாம வளர்ச்சி குறித்து நான் பொதுவாக என்னுடைய சக உயிரியலாளர்களிடமும் உயிரியல் பட்டப்படிப்பு மாணவர்களிடமும் மட்டுமே பேசிக் கொண்டிருந்தேன் என்பதை நான் உணர்ந்தேன். அதாவது, உயிரியல் குறித்த வலுவான அடிப்படைப் புரிதல் கொண்டிருந்தவர்களிடம் நான் பேசிக் கொண்டிருந்தேன். ஆனால், எனக்கு இந்தச் சொற்பொழிவுக்காக உதவிக் கொண்டிருந்தவர்கள், சொற்பொழிவுகளில் வல்லுநர்களாக இருந்தவர்களே அன்றி, உயிரியலாளர்கள் அல்லர். பரிணாம வளர்ச்சி ஒரு சிக்கலான பேசுபொருள் அல்ல என்று நான் நினைத்திருந்ததற்கு அதுவும் ஒரு காரணம். ஆனால் என்னுடைய எண்ணம் தவறாக இருந்தது. நான் பல ஆண்டுகளாக அதைப் படித்துக் கொண்டும், அதைப் பற்றிச் சிந்தித்துக் கொண்டும் இருந்ததால் நான் அப்படி நினைத்துவிட்டிருந்தேன்.

நான் அந்தச் சொற்பொழிவுக்காகத் தயாரித்திருந்த முதல் சில வடிவங்கள் நகைச்சுவையாகவும் தீவிரத்தன்மை இல்லாமலும் இருந்தன. அந்த நகைச்சுவைகளில் பல தரம் குறைந்தவையாகவும் இருந்தன. மனித உடல்களைக் கேலியும் இழிவும் செய்யும் விதத்தில் அவை வெளிப்பட்டன. ஆனால், பரிணாம வளர்ச்சியின் உச்சம் மனித இனம் அல்ல என்ற வாதத்தை முன்வைக்க முயற்சிக்கின்ற எனக்கு அது எந்தவிதத்திலும் உதவாது என்பதை எனக்கு உதவிக் கொண்டிருந்தவர்களிடமிருந்து நான் தெரிந்து கொண்டேன். அதனால், பரிணாம வளர்ச்சி குறித்து நடைமுறையில் பொதுவாக நிலவுகின்ற கருத்துகளில் பல எந்த அளவுக்குத் தவறானவையாக இருக்கின்றன என்பதிலும், பரிணாம வளர்ச்சி குறித்த அடிப்படைப் புரிதல் ஏன் பெரும்பாலான மக்களுக்கு இல்லை என்பதிலும், பரிணாம வளர்ச்சிக் கோட்பாடும் அதற்குப் பின்புலமாக இருக்கின்ற உண்மைத் தகவல்களும் எங்கிருந்து வந்தன என்பதிலும் என் கவனத்தைக் குவிக்க நான் முடிவு செய்தேன். பரிணாம வளர்ச்சி குறித்தப் புரிதல் பரவலாக்கப்பட வேண்டும் என்று நான் விரும்பினேன். அதற்காகத்தான் நான் இப்புத்தகத்தை எழுதியுள்ளேன். மக்கள் தங்களுடைய சொந்த முடிவுக்கு வர இது அவர்களுக்கு உதவும்.

பரிணாம வளர்ச்சி குறித்து முற்றிலும் மாறுபட்டதொரு கோணத்தில் என்னைச் சிந்திக்க வைக்க என்னுடைய குடும்பத்தினரும் உதவினர். என் மகள்கள் இருவரும் ஒரே தோற்றம் கொண்ட இரட்டையர். அனைத்துப் பரிணாம உயிரியலாளர்களும் என்னைப்போலவே இரட்டையரைப் பெற்றுக் கொள்ள வேண்டும்! இப்போது பத்து வயதாகியுள்ள சாயாவும் அஞ்சலியும் ஒருவருக்கொருவர் முற்றிலும் வேறுபட்டவர்கள். அவர்களிடம் காணப்படுகின்ற ஒத்த மரபணுத் தொகுதி அவர்களுடைய உடலமைப்பிலும் நடத்தையிலும் எந்த அளவு பிரதிபலிக்கிறது என்பது குறித்து நான் அடிக்கடிச் சிந்திப்பதுண்டு. வளர்ப்புக்கும் இயற்கைக்கும் இடையேயான வேறுபாடுகளைக் கண்டறிய என் சொந்த மகள்களையே பரிசோதனைகளுக்கு (ஒரு குழந்தையை மட்டும் பள்ளிக்கு அனுப்புவது, ஒரு குழந்தையை மட்டும் கட்டியணைப்பது போன்றவை) உட்படுத்தவிடாமல் தடுத்தது என் மனைவிதான். அதனால், நாங்கள் எங்களுடைய குழந்தைகளுக்கு ஒத்தச்

சூழல்களை ஏற்படுத்திக் கொடுத்து, அப்படியும் அவர்கள் எப்படி வித்தியாசமாக வளர்கின்றனர் என்பதை அறியும் முயற்சியில் இறங்கினோம்.[1] நான் அறிவியல் பரப்புரையில் இறங்கியதற்குக் காரணம் அவர்கள்தாம். அறிவியலறிவுமிக்க ஒரு சமுதாயத்தில் அவர்கள் வளர வேண்டும் என்பதே என் விருப்பம்.

பரிணாம வளர்ச்சிக் கோட்பாட்டில் நீங்கள் ஆர்வம் கொள்ள வேண்டும் என்று நான் உங்களைக் கேட்டுக் கொள்வதால், இதில் எனக்கு எப்படி ஆர்வம் தோன்றியது என்பதை உங்களுடன் பகிர்ந்து கொள்வது பொருத்தமானதாக இருக்கும். நான் மெக்கில் பல்கலைக்கழகத்தில் படித்துக் கொண்டிருந்தபோது, பாப் கரோல் என்ற புதைபடிமவியல் பேராசிரியர்தான் எனக்கு இதில் ஆர்வத்தைத் தூண்டினார். அவருடைய நகைச்சுவையான, ஊக்குவிப்பான கற்பித்தல் முறை, நான் பரிணாம வளர்ச்சி குறித்துக் கற்றுக் கொடுக்கின்ற பேராசிரியராக ஆக வேண்டும் என்ற உத்வேகத்தை எனக்குக் கொடுத்தது. எங்களிடம் பேசுவதற்காக அவர் பல சிறப்புப் பேச்சாளர்களை அழைத்து வந்தார். அவர்களில், தலைசிறந்த பரிணாம உயிரியலாளரான ஸ்டீபன் ஜே கோல்டும் ஒருவர். அவருடைய பேச்சு, பரிணாம உயிரியல்மீதான என்னுடைய ஆர்வத்தை மேலும் அதிகரித்தது.

ஓர் இளங்கலைப் பட்டப்படிப்பு மாணவனாக அமெரிக்க இயற்கை வரலாற்று அருங்காட்சியகத்தில் நான் பயிற்சி எடுத்துக் கொண்டிருந்தபோது, ஒரு புதிய மீனினம் கண்டுபிடிக்கப்பட்டது. அப்போதுதான் எனக்கு

1 இரட்டையர் குறித்து நான் ஒரு கருதுகோளை உருவாக்கியுள்ளேன். ஒன்றாக வளர்க்கப்படும் இரட்டையர் தங்களைப் பரஸ்பரம் வித்தியாசப்படுத்திக் கொள்ளத் தீவிரமாக முனைகின்றனர். பிரித்து வைத்து வளர்க்கப்படும் இரட்டையர், உடையணிதல், குணம் போன்றவற்றில் ஒத்திருக்கின்றனர். ஒத்த இனத்தைக் கொண்டிருக்கும் உயிரினங்கள் புவியியல்ரீதியாக ஒரு நெருக்கமான இடத்தில் வசிக்கின்றபோது, தங்களுக்கு இடையே இருக்கின்ற வேறுபாடுகளை இன்னும் விரிவாக்கிக் கொள்கின்றன. இதற்கு உயிரியலில் ‘பண்பு இடப்பெயர்ச்சி’ என்று பெயர். இது ஒரே இடத்தில் வளர்க்கப்படுகின்ற இரட்டையர் விஷயத்திலும் ஏற்படுகிறது. எங்களுக்குப் பிறந்த அடுத்தக் குழந்தைகளும் இரட்டையர்களே. அவர்கள் இருவரும் பையன்கள். அவர்களுக்கு இப்போது மூன்று வயதாகிறது. அவர்கள் குறித்த என்னுடைய அவதானிப்பு, என்னுடைய கருதுகோளை உறுதி செய்வதுபோல இருக்கிறது.

முதன்முதலாக அத்துறையில் நேரடி அனுபவம் கிடைத்தது. அங்குக் காப்பாளராகப் பணியாற்றி வந்த மெலனி ஸ்டியாஸ்னியிடமிருந்துதான் மீனியல் துறையின்மீதான ஆர்வம் என்னைத் தொற்றிக் கொண்டது. நான் மிச்சிகன் பல்கலைக்கழகத்தில் முதுகலைப் பட்டப்படிப்பு படித்துக் கொண்டிருந்தபோது, பரிணாம வளர்ச்சியைப் பற்றி எழுதப்பட்டுள்ள நூல்களிலேயே மிக முக்கியமான நூலை எழுதியிருந்த பேராசிரியர் டக்ளஸ் ஃபுடுய்மா, நுண்பரிணாமவியலின்மீதான ஆர்வத்தை என்னுள் தூண்டினார். அதே பல்கலைக்கழகத்தில் முனைவர் பட்டத்திற்காக நான் படித்துக் கொண்டிருந்தபோது, அங்குப் பயின்று கொண்டிருந்த இளங்கலை மாணவர்களுக்கு, ஒரு செமஸ்டருக்கு, 'பரிணாம அலசல்' என்ற பாடத்தை எடுக்கும் அரிய வாய்ப்பு எனக்குக் கிடைத்தது. அந்த செமஸ்டர் பருவத்தில் பரிணாம உயிரியல் பெருந்தலைகள் பலருடைய உரைகளைக் கேட்கும் அதிர்ஷ்டமும் எனக்கு வாய்த்தது. அவர்களில் இவர்களும் அடங்குவர்: நியான்டர்தால் மரபணுத் தொகுதியை வரிசைப்படுத்தியிருந்ததோடு, கடுமையான கோவிட்-19 அறிகுறிகளின் அபாயத்தை உங்களுக்கு ஏற்படுத்தக்கூடிய சில மரபணுக்கள் நியான்டர்தால்களிடமிருந்து பெறப்பட்டவை என்பதையும் கண்டுபிடித்திருந்த ஸ்வான்டே பாபோ; மக்கட்தொகை மரபியல் மற்றும் பரிணாமக் கோட்பாட்டின் கணித அடிப்படையை வளர்ப்பதில் முன்னோடியாகத் திகழ்ந்த ரிச்சர்டு லெவோன்டின்; பரிணாம எதிர்ப்பு இயக்கத்தினரிடம் இருந்த இரகசியமான தீய நோக்கங்களை உலகுக்கு வெளிச்சம் போட்டுக் காட்டிய யூஜெனி ஸ்காட். இளங்கலை மாணவர்களுக்குப் பரிணாம வளர்ச்சிக் கோட்பாட்டைப் பற்றிப் பாடம் எடுத்த அனுபவம் என் கண்களைத் திறந்தது. அக்காலகட்டம்வரை அவர்களுக்குப் பரிணாம அறிவியல் குறித்து மிகக் குறைவான புரிதலே இருந்தது. அவர்கள் சொந்தமாக அதைக் கற்றுக் கொள்வதற்கும் அதிகமான வளங்கள் இருக்கவில்லை. நான் படித்துக் கொண்டிருந்தபோது எனக்கு அப்படிப்பட்ட வழிகாட்டிகளும் வளங்களும் கிடைத்தது என் அதிர்ஷ்டமே.

பரிணாம வளர்ச்சி குறித்த விளக்கம் ஏற்படுத்துகின்ற தாக்கத்தை, இப்போது ஒரு பேராசிரியர் என்ற முறையில் என் வகுப்பில் நான் தினமும் காண்கிறேன். அது

மட்டுமல்லாமல், எனக்கு வருகின்ற மின்னஞ்சல்களும், என் சொற்பொழிவுகளுக்குக் கிடைக்கின்ற சமூக ஊடகப் பதிவுகளும் அதைத் தெரிவிக்கின்றன. அறிவியலைப் புரிந்து கொள்ள அக்கறை எடுத்துக் கொள்ளாத, பரிணாம வளர்ச்சிக் கோட்பாட்டின் எதிர்ப்பாளர்களிடமிருந்தும் நான் ஏராளமான வசவுகளை வாங்கிக் கட்டிக் கொண்டிருக்கிறேன். இத்துறை வல்லுநர்கள் சிலரைப்போலவே நானும் இந்த விஷயம் தொடர்பான மிகச் சிறந்த தரவுகளை வெறுமனே மக்கள் முன் எடுத்து வைத்துக் கொண்டிருக்கிறேன் என்பதை அந்த எதிர்ப்பாளர்கள் புரிந்து கொள்வதில்லை. இந்த விஷயம் இன்னும் ஏராளமானோரைச் சென்றடைவதற்கு என்னால் ஆன முயற்சிகளில் நான் ஈடுபட்டிருக்கிறேன்.

நம்பிக்கை குறித்து

நான் எட்டாம் வகுப்பு படித்துக் கொண்டிருந்தபோதுதான் பரிணாம வளர்ச்சிக் கோட்பாடு குறித்து நான் முதன்முதலாக அறிந்து கொண்டேன். அந்த வகுப்பின் தொடக்கத்தில் என்னுடைய ஆசிரியர் இவ்வாறு கூறினார்: "இன்று நான் பரிணாம வளர்ச்சிக் கோட்பாடு குறித்துப் பாடம் எடுக்கப் போகிறேன். உங்களில் மத நம்பிக்கை அதிகமாக உள்ளவர்களிடம் நான் அதற்காக முன்கூட்டியே மன்னிப்புக் கேட்டுக் கொள்கிறேன்." அதற்குப் பிறகு அவர் துல்லியமாக என்ன கூறினார் என்பது எனக்கு நினைவில்லை. ஆப்பிரிக்காவில் கிடைத்திருந்த ஆதிகால மனித எலும்புகள் பற்றி அவர் பேசியதாக ஞாபகம். அவர் அவ்வளவுதான் கூறினார். ஆனால், அதற்கு எதற்காக இந்தப் பொறுப்புத் துறப்புப் பீடிகை? அவர் தவறாக எதையும் கூறிக் கொண்டிருந்தாரா? நிரூபிக்கப்பட்டிராத ஒன்றைப் பற்றிப் பேசிக் கொண்டிருந்தாரா? கண்டங்கள் மற்றும் பனிப்பாறைகள் குறித்து முன்பு அவர் எடுத்திருந்த வகுப்புகளிலிருந்து இது வேறுபட்டிருந்ததா? என்னால் மட்டும் அந்த வகுப்புக்கு இப்போது செல்ல முடிந்தால், நான் அந்த ஆசிரியரிடம், "ஆசிரியர்களாகிய நீங்கள் அறிவியலைக் கற்றுக் கொடுக்கும்போது எதற்காக மாணவர்களாகிய எங்களிடம் மன்னிப்புக் கேட்க வேண்டும்?" என்று கேட்பேன். எனக்கு அந்த ஆசிரியரைப் பிடிக்கும். அவரும் பிற ஆசிரியர்களும் பரிணாம வளர்ச்சிக் கோட்பாடுகள் குறித்துப் பாடம் எடுப்பதற்கு முறையாகப் பயிற்றுவிக்கப்பட்டிருக்கவில்லை. கல்லூரியில் உயிரியலை

முக்கியப் பாடமாக எடுத்திருந்தவர்களுக்குக்கூட இது கற்றுக் கொடுக்கப்பட்டிருக்கவில்லை.[1]

இப்போது நானே ஓர் ஆசிரியராக இருப்பதால், பரிணாம வளர்ச்சி குறித்துப் பாடம் எடுப்பது ஏன் ஆசிரியர்களுக்கு உதறல் ஏற்படுத்துகிறது என்பதை என்னால் புரிந்து கொள்ள முடிகிறது. லூயிசியானா பல்கலைக்கழகத்தில் நான் என்ன பாடம் எடுத்துக் கொண்டிருக்கிறேன் என்று கூறுகின்றபோது, பலர் தங்களுடைய புருவங்களை உயர்த்துவதை நான் கண்டிருக்கிறேன். மாணவர்கள் என்னை நோக்கிக் கத்துவதைப் போன்ற காட்சிகளும், அவர்கள் என்மீது புனித நீரைத் தெளிப்பதைப் போன்ற காட்சிகளும் தங்கள் கண்முன் விரிவதாக அவர்கள் என்னிடம் சொல்லியிருக்கிறார்கள். சில ஆசிரியர்கள் ஒரு பாதுகாப்புக் கண்ணாடிக்குப் பின்னால் நின்று கொண்டு பாடம் நடத்துவதைத் தாங்கள் பார்த்திருப்பதாகவும் அவர்கள் என்னிடம் கூறியுள்ளனர். பாதுகாப்புக் கண்ணாடி விஷயம் உண்மைதான். ஆனால், அது கொரோனா காலகட்டத்தில் நடைமுறையில் இருந்த ஓர் ஏற்பாடு! அப்படி என்னிடம் கேட்டவர்களிடமெல்லாம், "அப்படியெல்லாம் இல்லை, நான் சொல்வது அவர்களுக்கு எல்லா நேரங்களிலும் பிடித்திருக்காது; சில நேரங்களில் என்னை அவர்கள் கேள்வி கேட்பார்கள்; ஆனால், என்னுடைய மாணவர்கள் என்னிடம் ஒருபோதும் மரியாதைக் குறைவாகவோ அல்லது முரட்டுத்தனமாகவோ நடந்து கொண்டது கிடையாது," என்று நான் விளக்கியிருந்திருக்கிறேன். செமஸ்டர்களின் முடிவில், தங்களுடைய பெயர்களைக் குறிப்பிடாமல் என்னை விமர்சிப்பதற்கு என் மாணவர்களுக்கு நான் ஒரு வாய்ப்பை வழங்குவேன். அதில்கூட எவரும் என்னைத் திட்டியதில்லை. மதிப்பெண் வழங்குவதில் கருமி என்று என்னைக் குற்றம் சாட்டுவார்கள், அவ்வளவுதான்! என் மாணவர்களுடன் எனக்கு இப்படிப்பட்ட முரண்பாடுகள் எதுவும் ஏற்படாமல் இருப்பதற்கு, நான் முதல்

1 அரசுப் பள்ளியில் மூன்றாம் வகுப்பு படித்துக் கொண்டிருக்கின்ற என்னுடைய குழந்தைகளின் வீட்டுப்பாடத்தில், வம்சாவளியாக வந்த குணாதிசயங்களுக்கும், வாழ்க்கையின் ஊடாகப் பெறப்பட்டிருக்கும் பண்புகளுக்கும் இடையேயுள்ள வேறுபாடு குறித்து எழுதி வருமாறு குறிப்பிடப்பட்டிருந்தது எனக்கு வியப்பளித்தது. காலம் மாறிக் கொண்டிருக்கிறது. ஆனால், மாற்றப்பட வேண்டியவை மலையளவு இருக்கின்றன.

வகுப்பின் தொடக்கத்திலேயே அவர்களிடம் இவ்வாறு சொல்லிவிடுவது ஒரு காரணமாக இருக்கலாம்: “நீங்கள் எதை நம்ப வேண்டும் என்று நான் உங்களிடம் ஒருபோதும் வலியுறுத்தப் போவதில்லை. ஒரு குறிப்பிட்ட விஷயத்தின்மீது உங்களிடம் நம்பிக்கையை ஏற்படுத்த என்னால் முடியாது. ஏற்கனவே இருக்கின்ற தகவல்களை என்னால் உங்கள் முன் வைக்க முடியும். அறிவியலறிஞர்கள் அத்தகவல்களை எவ்வாறு வந்தடைந்தனர் என்பதையும் என்னால் உங்களிடம் விளக்க முடியும். ஆனால், அவற்றை ஏற்றுக் கொள்வதா, வேண்டாமா என்று முடிவெடுக்க வேண்டிய பொறுப்பு உங்களுடையது. ஆனால், நான் உங்களுக்குக் கற்றுக் கொடுத்துக் கொண்டிருக்கின்ற விஷயங்கள் அனைத்தும் அறிவியலறிஞர்களால் கடுமையான முறையில் சோதனைக்கு உட்படுத்தப்பட்டதற்குப் பின்னால் ஏற்றுக் கொள்ளப்பட்டவை என்பதை மட்டும் என்னால் உத்தரவாதமாகக் கூற முடியும்.”

நிலவில் மனிதன் உண்மையிலேயே இறங்கியிருந்தான் என்பதை நம்பாதிருப்பவர்களிடம் அது தொடர்பான வீடியோக்களைக் காட்டுவதாலோ, அல்லது நிலவில் இறங்கியவர்கள் துல்லியமான ஒளி பிரதிபலிப்புக் கருவிகளையும் பிற பொருட்களையும் அங்கு விட்டுவிட்டு வந்துள்ளதை இன்றும் நம்மால் பார்க்க முடியும் என்று சொல்வதாலோ, அவர்கள் தங்களுடைய எண்ணத்தை மாற்றிக் கொள்ளும்படி செய்ய முடியாது. நிலவில் மனிதன் தரையிறங்கியது தொடர்பான அனைத்து நிரூபணங்களையும் என்னால் கொடுக்க முடியும். ஆனால், இறுதியில், அதை நம்புவதும் நம்பாதிருப்பதும் அவர்களைப் பொறுத்ததே. நிலவில் மனிதன் இறங்கியதாகக் கூறப்படுவது நிஜமல்ல என்று கண்மூடித்தனமாக நம்பிக் கொண்டிருப்பவர்கள், நிலவில் மனிதன் கால் பதித்தது தொடர்பான தகவல்களைக் கொடுப்பவர்கள்மீது அவநம்பிக்கையை வளர்த்துக் கொண்டிருக்கிறார்கள் என்று அர்த்தம். அதனால், அது போலி என்று வாதிடுகின்ற அறிவியல் எதிர்ப்பு இயக்கங்களின்மீது அவர்கள் நம்பிக்கை வைக்கின்றனர். அடிப்படையில் அவர்கள் அறிவியலை நம்புவதில்லை. அப்படிப்பட்டவர்களுக்கு, அடிப்படை அறிவியலைப் புரிய வைப்பதிலிருந்து நாம் தொடங்க வேண்டும். அப்படிச் செய்யும்போது, அறிவியல் முடிவுகள் எப்படி எந்தக்

காரணங்களால் ஏற்றுக் கொள்ளப்படுகின்றன என்பதை அவர்களுக்குப் புரிய வைக்க முடியும். அது அறிவியல்மீது அவர்களுக்கு நம்பிக்கையை உருவாக்கக்கூடும்.

பொதுவாக நாம் யாரை நம்புகிறோம்? நம்மையும், நம்முடைய நம்பிக்கையைச் சம்பாதித்துள்ள நம்முடைய குடும்பத்தினரையும், நம்முடைய நட்பு வட்டாரத்தில் இருப்பவர்களையும், நம் சகாக்களையும் நாம் நம்புகிறோம். நம்பிக்கை சம்பாதிக்கப்பட வேண்டிய ஒன்று. நாம் ஒருவரை நம்பாதிருப்பதற்கான காரணத்தைக் கண்டுபிடிக்கின்றவரை நாம் அவரை நம்புகிறோம். எர்னஸ்ட் ஹெம்மிங்வே கூறியதுபோல, “ஒருவர்மீது நம்பிக்கை வைக்கலாமா கூடாதா என்பதைக் கண்டுபிடிப்பதற்கான சிறந்த வழி, அவர்கள்மீது நம்பிக்கை வைப்பதுதான்.” வாசகர்களாகிய நீங்கள் என்மீது நம்பிக்கை வைக்குமாறு நான் உங்களைக் கேட்டுக் கொள்கிறேன். அதே நேரத்தில், நான் எழுதியிருப்பதைக் கேள்விக்கு உட்படுத்துமாறும் நான் உங்களை வேண்டிக் கொள்கிறேன். இங்கு நான் குறிப்பிடுகின்ற தகவல்கள்மீது உங்களுக்கு நம்பிக்கைப் பிறக்காவிட்டால், வேறு வழிகளில் அவற்றை அறிந்து கொள்ள முயலுங்கள். கடந்தகாலங்களில் நீங்கள் எத்தகைய தகவல்கள்மீது நம்பிக்கை வைத்திருந்தீர்கள் என்பதை யோசித்துப் பார்க்கும்படியும் நான் உங்களைக் கேட்டுக் கொள்கிறேன்.

ஒரு விஷயத்தைப் புரிந்து கொள்வதிலுள்ள முக்கியமான பகுதி நம்பிக்கை. ஒரு தகவலின் மூலாதாரத்தின்மீது நீங்கள் நம்பிக்கை வைக்காவிட்டால், நீங்கள் அந்தத் தகவலை நம்ப மாட்டீர்கள். நீங்கள் என்மீது ஓரளவாவது நம்பிக்கை வைக்காவிட்டால், பரிணாம வளர்ச்சியை என்னால் உங்களுக்குப் புரிய வைக்க முடியாது. உங்களை என்மீது நம்பிக்கை கொள்ள வைக்க முடியுமா? முடியாது. நான் இந்தப் புத்தகத்தை துல்லியமான அறிவியல் தகவல்களின் அடிப்படையில் எழுதியுள்ளேன் என்ற உத்தரவாதத்தை மட்டுமே என்னால் உங்களுக்குக் கொடுக்க முடியும். பூமியில் உயிரினங்களின் தோற்றம் மற்றும் அவற்றின் வாழ்க்கை குறித்த, நிரூபணமான விளக்கங்களையும், அந்த விளக்கங்கள் பெறப்பட்டிருந்த விபரங்களையும் மட்டுமே என்னால் உங்களுக்குப் படைக்க முடியும்.

தகவல்களும் உண்மையும்

இப்போது நான் உங்களுடைய நம்பிக்கையை ஓரளவு சம்பாதித்திருப்பதால், குறைந்தபட்சம், மேற்கொண்டு படிப்பதற்கு நீங்கள் தயாராக இருப்பதால், உங்களிடம் வெளிப்படையாக ஒன்றைச் சொல்லிவிடுகிறேன். 'உண்மை' எனக்குத் தெரியாது. அதாவது, ஒரு விஷயம் உண்மை என்று முழு உறுதியுடன் என்னால் கூற முடியாது (என்ன சொல்கிறான் இவன் என்று நீங்கள் கண்களை உருட்டுவதை என்னால் பார்க்க முடிகிறது!). ஆனால், உங்களிடம் நான் பொய் சொல்லப் போவதில்லை. இந்த நூலில் நான் சொல்கின்ற கருத்துகளில் எங்கெல்லாம் உறுதியின்மை நிலவுகிறதோ, அங்கெல்லாம் நான் வெளிப்படையாக உங்களிடம் ஒத்துக் கொள்வேன். 'உண்மை' என்னவென்று தங்களுக்குத் தெரியும் என்று முழுமையான உறுதியுடன் கூறும் ஒருவர்மீது நீங்கள் நம்பிக்கை வைக்கலாமா என்று யோசித்துப் பாருங்கள். அறிவியல் தேடலில் நிச்சயமின்மை பொதிந்திருந்தாலும், எங்களைப் போன்ற அறிவியலாளர்கள் உண்மையை நாடிச் செல்வதற்கு, உண்மை அங்கு எங்கோ ஒளிந்திருக்கிறது என்பதை நாங்கள் அறிந்து வைத்திருப்பதுதான் காரணம்.

அப்படியானால், உண்மையை எப்படித்தான் நிரூபிப்பது? ஒரு விஷயம் பொய்யல்ல என்று நிரூபிப்பதன் மூலம் அதைச் செய்யலாம். ஓர் அறிவியலறிஞன் என்ற முறையில், பொதுவெளியில் முன்வைக்கப்படும் ஒரு கருதுகோளைத் தவறு என்று நிரூபிக்க முயற்சிப்பதன் மூலம் அதன் உண்மைத்தன்மையை நான் சோதிக்கிறேன். ஒன்று

பொய்யல்ல என்ற காரணத்திற்காகவே அதை உண்மை என்று சொல்லிவிட முடியுமா? சொல்ல முடியலாம். ‘இதுவரை அது பொய்யாக இல்லை’ என்றோ, அல்லது ‘இந்தச் சூழலில் இது பொய்யாக இல்லை’ என்றோ நீங்கள் அறிந்திருக்கும்பட்சத்தில், அதை உண்மை என்று நீங்கள் ஏற்றுக் கொள்ளலாம். சில விஷயங்கள் ஏற்கனவே படுதீவிரமாகச் சோதிக்கப்பட்டுவிட்டன என்பதால், அவற்றை நாம் இனியும் கேள்வி கேட்டுக் கொண்டிருப்பதில்லை. அவற்றை நாம் உண்மைத் தகவல்கள் என்று அழைக்கிறோம். இந்த உலகம் எப்படி இயங்குகிறது என்பதற்கான, காலத்தால் நிரூபிக்கப்பட்ட அவதானிப்புகள் மற்றும் விவரிப்புகளே உண்மைத் தகவல்களாகும். எடுத்துக்காட்டாக, ஓர் ஆப்பிள் மரத்திலிருந்து ஓர் ஆப்பிள் பழம் உதிர்கின்றபோது, அது நிலத்தில் விழுவதற்கு பூமியின் புவியீர்ப்பு விசையே காரணம். மீண்டும் மீண்டும் மேற்கொள்ளப்படுகின்ற பரிசோதனைகள் மூலம் நாம் ஒரு கருதுகோளுக்கு ஆதரவான நேர்மறையான நிரூபணங்களைப் பெருமளவில் சேகரிக்கிறோம். அதனால்தான், அறிவியலறிஞர்கள் பரிணாம வளர்ச்சிக் கோட்பாட்டைக் கேள்விக்கு உட்படுத்துவதில்லை. அதற்கான சான்றுகள் நம்மைச் சுற்றி எல்லா இடங்களிலும் இருக்கின்றன. ஓர் உயிரினம் மற்றோர் உயிரினம் தோன்றுவதற்குக் காரணமாகிறது என்பதற்கும், உயிரினங்கள் காலத்தாலும் சுற்றுச்சூழலாலும் மாற்றத்திற்கு ஆளாகின்றன என்பதற்கும் நம்மைச் சுற்றி அபரிமிதமான சான்றுகள் இருக்கின்றன.

தங்களுடைய அலைபேசியில் கூகுள் தேடுபொறியில் தேடுவதன் மூலம் தங்களால் தங்களுடைய சொந்த ‘உண்மைத் தகவலை’ உருவாக்கிக் கொள்ள முடியும் என்று மக்கள் நம்பிக் கொண்டிருக்கின்ற ஒரு யுகத்தில் நாம் வாழ்ந்து கொண்டிருக்கிறோம். பெரும்பாலான மக்கள் தாங்கள் எதை நம்ப விரும்புகிறார்களோ அதையே நம்புகின்றனர். தடுப்பூசிகள் ஆண்டுதோறும் ஆயிரக்கணக்கான மக்களைக் கொல்கின்றன என்று ஒரு சமூக ஊடகத்தில் அவர்கள் படிக்கின்றனர். உடனே அச்செய்தியை அவர்கள் தங்களுடைய நண்பர்களுக்கு அனுப்பி வைக்கின்றனர். அதைப் பெறுகின்ற அவர்களுடைய நண்பர்கள் ஒவ்வொருவரும் அதைத் தங்களுடைய நண்பர்களுக்கு அனுப்பி வைக்கின்றனர்.

ஒரு விஷயம் தங்களுடைய வட்டத்தில் மீண்டும் மீண்டும் பரிமாறிக் கொள்ளப்படுவதை அவர்கள் பார்க்கின்றபோது, அது செம்மையான ஆய்வுக்கு உட்படுத்தப்பட்டுள்ள தகவல் என்று அவர்கள் நினைத்துக் கொள்கின்றனர். அது அவர்களுக்கு உண்மைத் தகவலைப்போலத் தோன்றுகிறது. தான் மட்டும் அதை நம்பாதிருந்தால் மற்றவர்களைத் தாங்கள் முட்டாள்கள் என்று கருதுவதாக ஆகிவிடும் என்று அவர்கள் நினைக்கின்றனர். நீங்கள் உங்களுடைய தகவல்களைச் சமூக ஊடகங்களிலிருந்து மட்டுமே பெறக்கூடாது. அவற்றில் பல, நீர்த்துப் போன, எளிதாக சீரணிக்கத்தக்க, வடிகட்டப்பட்டத் தகவல்களாக இருக்கும். தவறாக வழிநடத்தப்படுவதற்கு இட்டுச் செல்கின்ற போலியான தகவல்களுக்கும் அங்குப் பஞ்சமிருக்காது. ஏனெனில், சராசரி மனிதர்களால், தங்களிடம் வந்து சேரும் தகவல்களின் மூலாதாரங்களை அலசி ஆராய்ந்து அவற்றின் நம்பகத்தன்மையைச் சோதித்தறிய முடியாது. அறிவியல் உண்மைகளை அறிவியல் இதழ்களில் சரிபார்த்துக் கொள்ளலாம். அவற்றில் இடம்பெறும் கட்டுரைகள், சக அறிவியலறிஞர்களால் சரிபார்க்கப்பட்டப் பிறகே அச்சில் ஏறுகின்றன. அறிவியல் கட்டுரைகளைத் தேடுவதற்கு வழக்கமான கூகுள் தேடுபொறியில் தேடாமல், 'கூகுள் ஸ்காலர்'[1] என்ற தேடுபொறியில் தேட வேண்டும். ஆனால், இதில் நீங்கள் மிகவும் ஆழமாகச் செல்ல விரும்பினால், அது கடினமாக இருக்கும். எடுத்துக்காட்டாக, கிரீன்லாந்திலுள்ள சுறாக்களால் 400 ஆண்டுகளுக்கு அதிகமாக உயிர்வாழ முடியுமா என்றோ, அல்லது உலகிலேயே மிகப் பழமையான புதைபடிமம் உண்மையிலேயே 3.5 பில்லியன் ஆண்டுகள் பழமையானதா என்றோ நீங்கள் தெரிந்து கொள்ள விரும்பினால், அதற்கு நீங்கள் மூல ஆதாரங்களைத் தேட வேண்டியிருக்கும்.[2] அவை கிடைப்பதற்கு அரிய ஆவணங்களாக இருப்பதோடு, அப்படியே அவை உங்களுக்குக் கிடைத்தால்கூட, அவற்றைப் படித்துப் புரிந்து கொள்வது எளிதான காரியமாக இல்லை.

---

1 இப்போது கூகுளுக்கு நன்றாகவே தமிழ் தெரியும் என்பதால், கூகுளில் 'கூகுள் ஸ்காலர்' என்று தமிழில் தட்டச்சு செய்தாலே அது scholar.google.com என்ற தளத்திற்கு உங்களை அழைத்துச் சென்றுவிடும்.

2 Evolution, Systematic Biology, Nature, Science போன்ற அறிவியல் ஆய்விதழ்கள் குறிப்பிடத்தக்கவை. இவை இணையத்தில் கிடைக்கின்றன.

அறிவியலறிஞர்களே தங்களுடைய துறையிலுள்ள சக அறிவியலறிஞர்களின் ஆய்வுக் கட்டுரைகளைப் படிக்கத் திணறுகின்றனர். அதே நேரத்தில், நீங்கள் அதிலுள்ள அனைத்துத் தகவல்களையும் புரிந்து கொள்ள வேண்டும் என்று அவசியமில்லை. அந்த ஆய்வுகளின் விளைவுகள் என்ன, அவற்றின் முக்கியத்துவம் என்ன என்பதை மட்டும் நீங்கள் புரிந்து கொண்டால் போதும். பெரும்பாலும், இதுபோன்ற கட்டுரைகளில், அவற்றின் சுருக்கம் முதலிலேயே கொடுக்கப்பட்டிருக்கும். அவற்றைப் படித்தாலே போதுமானதாக இருக்கும். இப்படிப்பட்டத் துப்பறியும் வேலைகளில் நீங்கள் இறங்கினால்தான், அது எந்த அளவு சுவாரசியமானதாக இருக்கிறது என்பதை உங்களால் அறிய முடியும்.

தங்களுடைய சொந்தக் கண்களால் பார்க்க முடிகின்றவற்றை மட்டும் நம்புகின்ற சிலர் இருக்கின்றனர். அப்படிப்பட்டவர்கள், தங்களுடைய பிறப்புக்கு முந்தைய அனைத்து வரலாறுகளையும் இழந்துவிடுகின்றனர். தங்களுடைய பார்வைத் தளத்திற்கு அப்பாலுள்ள எதையும் அவர்களால் காண முடியாமல் போய்விடுகிறது. அவர்களால் நுண்ணுயிரிகளைப் பார்க்க முடியாது என்பதால், கிருமிகள் ஆபத்தானவை என்று அவர்கள் நம்புவதில்லை. அதனால், அவர்கள் தங்களுடைய கைகளைக் கழுவுவதில்லை. பூமி உண்மையிலேயே உருண்டை வடிவத்தில் இருக்கிறதா என்பதைத் தங்களுடைய சொந்தக் கண்களால் பார்ப்பதற்காகச் சிலர் தங்களுடைய வீட்டின் பின்புறத்தில் ஒரு இராக்கெட்டைத் தயாரிக்கின்ற முயற்சிகளில் இறங்குகின்றனர். இப்படிப்பட்டவர்களுக்கு என்னுடைய வாழ்த்துகள்! அடிப்படையில் அவர்கள் எல்லா அறிவியலறிஞர்களையும்போல சந்தேகப் பிராணிகள். ஆனால், அவர்களுக்கும் அறிவியலறிஞர்களுக்கும் இடையேயுள்ள வித்தியாசம், அவர்கள் நுண்நோக்கிகளையும் சோதனைக் குடுவைகளையும் நம்புவதில்லை; கிருமிகள் உங்களுக்குத் தீங்கு விளைவிக்கக்கூடும் என்று கண்டுபிடிக்கப்பட்டுள்ளதை அவர்கள் நம்புவதில்லை; பூமி உருண்டையானது என்பதை அதைச் சுற்றி விண்வெளியில் பறந்துள்ள எண்ணற்றோர் பார்த்துள்ளனர் என்பதை அவர்கள் நம்புவதில்லை. என்னுடைய வாசகர்களாகிய நீங்கள் அப்படிப்பட்டவர் அல்லர் என்று நான் உறுதியாக நம்புகிறேன்.

அடுத்து நாம் வரலாற்றுக்குள் நுழைந்து பரிணாம வளர்ச்சி குறித்த அந்த உண்மைத் தகவல்கள் எவ்வாறு கண்டுபிடிக்கப்பட்டன என்று பார்க்கலாம்.

பகுதி 2

பரிணாமப் புரட்சி

பரிணாம வளர்ச்சி: ஓர் அறிமுகம்

உங்களுடைய கைகளை உற்றுப் பாருங்கள்.

உங்களுடைய கைகளில் ஏன் ஐந்து விரல்கள் இருக்கின்றன?

ஏன் பத்து விரல்களோ, இருபது விரல்களோ அல்லது ஒரு விரலோ இல்லை? எண்ணற்ற விலங்குகளுக்கு ஏன் ஐந்து விரல்கள் இருக்கின்றன? விநோதமாக, நீரிலிருந்து நிலத்திற்கு முதலில் வந்திறங்கிய முதுகெலும்பிகளுக்கு ஏழு அல்லது எட்டு விரல்கள் இருந்தன. கடலிலிருந்து மீன்கள் நிலத்திற்கு வந்தன. முதலில் அவை சொற்பக் காலத்திற்கு மட்டுமே தரையில் இருந்தன. பின்னர் படிப்படியாக அவை நிலத்தில் நீண்டகாலம் இருக்கத் துவங்கின. ஒரு கட்டத்தில் அவற்றின் வம்சாவளிகள் நிரந்தரமாக நிலத்தில் வசிக்கத் துவங்கியதும், விரல்களின் எண்ணிக்கை குறைந்து ஐந்தில் வந்து நின்றுவிட்டது.

முடி எப்படி? அவை ஏன் உங்கள் உடம்பில் சில குறிப்பிட்ட இடங்களில் மட்டுமே இருக்கின்றன? இன்னும் சொல்லப் போனால், எதற்காக இந்த முடி? ஏனெனில், நாம் பாலூட்டிகள். ஆனால், நாம் பிற பாலூட்டிகளிலிருந்து வேறுபட்டவர்கள். நாம் ஏன் இரண்டு கால்களில் நிமிர்ந்து நிற்கிறோம்?

பாலூட்டியான கங்காருவும் இரண்டு கால்களில் நிமிர்ந்து நிற்கிறதே என்று நீங்கள் கேட்கலாம். ஆனால், தம்மைச் சமநிலைப்படுத்திக் கொள்ள அவற்றுக்குத் தடிமனான ஒரு வால் இருக்கிறது, நமக்கு அது இல்லை. நெருப்புக்கோழி இந்தக் கணக்கில் வராதா என்று நீங்கள்

வினவலாம். நம்முடைய பாதத்தில் மட்டும் முப்பத்து மூன்று எலும்புகள் உள்ளன. ஆனால், நெருப்புக்கோழியின் பாதங்களுக்கும் கணுக்கால்களுக்கும் இடையேயுள்ள சதையும் எலும்பும் இணைக்கப்பட்டு ஒரே பகுதியாக இருக்கும். நாம் ஏன் இருகாலிகளாக ஆனோம்? இவற்றை வைத்துப் பார்த்தால், நாம் இருகாலிகளாக இருப்பது ஒரு சிறந்த யோசனைபோலத் தோன்றவில்லை. நீங்கள் நீண்ட நேரம் நின்று கொண்டிருந்தால் உங்களுடைய பாதங்கள், முதுகு, கழுத்து ஆகிய பகுதிகள் வலிக்கின்றன, இல்லையா? நம்முடைய முதுகு செங்குத்தான ஒரு கம்பிபோல இருக்காமல், ஏன் எதிலோ போய் இடித்த ஒரு காரின் பம்பரைப்போல வளைந்திருக்கிறது? அந்த வளைந்த முதுகெலும்புத் தொகுதியின்மீது எதற்காக இந்தக் கனத்தத் தலை அமைந்திருக்கிறது? இது ஒன்றும் ஒரு சிறந்த யோசனைபோலத் தெரியவில்லை. நாம் ஒரு வெப்ப இரத்தப் பிராணியாக இருப்பதால், எந்நேரமும் எதையாவது தின்று கொண்டே இருக்க வேண்டியுள்ளது. ஒரு முறை இரையெடுத்துவிட்டு ஜம்மென்று படுத்திருக்கும் அந்த மலைப்பாம்பு பல மாதங்களுக்கு நொறுக்குத்தீனிக்கு அலைவதில்லை. ஆண்களுக்கு எதற்காக முலைக்காம்பு இருக்கிறது? இவை அனைத்திற்கும் பரிணாம வளர்ச்சிதான் காரணம்.

பரிணாம வளர்ச்சியின் தனித்துவமே அதுதான். உயிரியலின் புதிய மாடல் ஒன்றை (அதாவது, புதிய இனம்) உருவாக்குவதற்கு நீங்கள் அனைத்தையும் முதலிலிருந்து தொடங்க வேண்டியதில்லை. அதற்கு முன்பு என்ன வந்திருந்ததோ அதன் மேல் இதைக் கட்டியெழுப்பினால் போதும். சில நேரங்களில், தளர்வாகப் பிணைக்கப்பட்டிருக்கும் மீனின் முதுகெலும்பை எடுத்து அவற்றை ஒன்றாக இணைத்து, அவற்றைச் சில இடங்களில் முறுக்கி வளைத்தால் போதுமானதாக இருக்கும்.

நான் என்னுடைய உடலை ஒவ்வொரு முறை பார்க்கின்றபோதும், அதைச் செப்பனிடுவதற்கான வழிகளைப் பற்றி நான் சிந்திக்கிறேன். நம்முடைய கடல்சார் மூதாதையரையும், ஒரு முதுகெலும்பு, நுரையீரல்கள், விரல்கள், பெரிய மூளை, இதயம் போன்றவை முதலில் உருவாகப் பெற்ற நிலம்வாழ் விலங்குகளையும் பற்றி நான் நினைத்துக் கொள்வேன். நாம் மட்டும் நீரில் வாழ்ந்து

கொண்டிருந்தால், சனியன் பிடித்த இந்தப் புவியீர்ப்பு சக்தியோடு மல்லுக்கு நிற்க வேண்டிய தேவையின்றி விண்வெளியில் மிதக்கின்ற ஒரு விண்வெளி வீரரைப்போல நாம் மகிழ்ச்சியாக நீந்தித் திரிந்து கொண்டிருக்கலாம். நம்முடைய உடலில் உருவாகியிருந்த அங்கங்களில் பல, முதலில் நீரில் பயன்படுத்தப்படுவதற்காகப் பரிணாமரீதியாக உருவாகியிருந்தவையே. உடலுக்குள் வளர்ந்து கொண்டிருக்கும் சிசுவிடம், மீனின் செவுள் அமைப்புகள் இருந்துள்ளதைக் காண முடியும். அந்த அமைப்புகள்தாம் படிப்படியாக வளர்ந்து, குரல்வளையாகவும், தாடையாகவும், உங்களுடைய கேட்கும் சக்திக்கு உதவுகின்ற எலும்பாகவும் உருமாறுகின்றன. ஒரு சுறாவின் செவுள்களை உயர்த்த உதவுகின்ற அதே தசைகள்தாம் நம்முடைய கழுத்து மற்றும் மேல் முதுகின் தசைகளாகவும் இருக்கின்றன.

நாம் அந்தத் தசைகளைச் சுறாக்களிலிருந்து பெறவில்லை. அதேபோல, நாம் சுறாக்களிலிருந்து பரிணாம வளர்ச்சி அடையவும் இல்லை. ஆனால், மிக மிக நீண்டகாலத்திற்கு முன்னால், நமக்கும் சுறாவுக்கும் பொதுவான நீர்வாழ் மூதாதையர் விலங்கு ஒன்று இருந்துள்ளது. நம்முடைய சமீபத்திய மூதாதையர் விலங்கு ‘எலும்பு மீன்’ ஆகும். அதன்படி, நாம் உட்பட, அதனுடைய வம்சாவளி உயிரினங்கள் அனைத்தும் எலும்பு மீன்களே. டிரவுட் மீன், கடற்குதிரை மீன், கழுதை, மனிதன் ஆகிய விலங்கினங்கள், சுறாவைவிட எலும்பு மீனுக்கு மிக நெருங்கிய சொந்தக்காரர்கள். நீண்ட நெடுங்காலத்திற்கு எலும்பு மீன்களும் குருத்தெலும்பு மீன்களும் தனித்தனியாகப் பரிணாம வளர்ச்சி அடைந்து வந்தன. குருத்தெலும்பு மீன்கள் காலப்போக்கில் தம்முடைய எலும்புகளை இழந்துவிட்டிருந்த எலும்பு மீன்களே என்று சமீபத்திய ஆய்வுகள் தெரிவிக்கின்றன. ஆனால், எலும்பு மீன்களோடு ஒப்பிடுகையில், குறுத்தெலும்பு மீன்கள் நீண்ட நெடுங்காலமாகத் தம்முடைய உடலமைப்பை மாற்றிக் கொள்ளாமல் அப்படியே இருந்து வந்துள்ளன. சுறாக்களைப் போன்ற உடல்வாகு கொண்ட மீன்கள், திருக்கை மீன் போன்ற தட்டையான மீன்கள் ஆகியவை இவற்றுக்கான எடுத்துக்காட்டுகள். எலும்பு மீன்களின் வம்சாவளியைச் சேர்ந்த சில இனங்கள் இப்போதும் நீரிலேயே வாழ்ந்து கொண்டு, தொடர்ந்து பரிணாம வளர்ச்சி அடைந்து

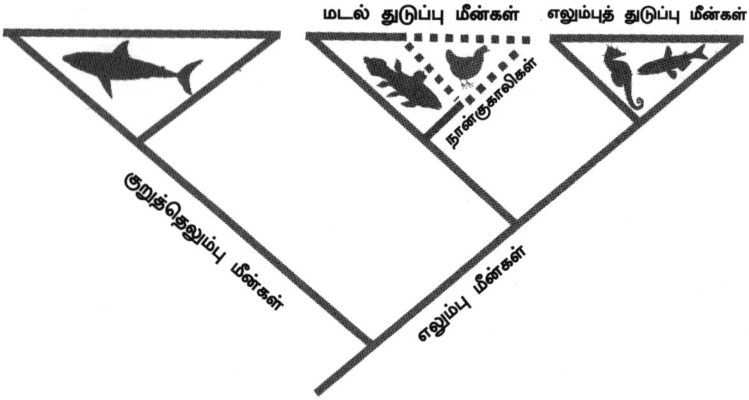

படம் 3: *முதுகெலும்பிப் பரிணாம விருட்சமும் மீன் பரிணாம விருட்சமும் ஒன்றுதான். அவை இரண்டும் ஒரே மூதாதையர் இனத்தைக் கொண்டிருப்பதால், நீங்கள் அனைத்து முதுகெலும்பிகளையும் மீன்கள் என்று தாராளமாக அழைக்கலாம். நாம் இங்கு எலும்பு மீன்களின் ஒரு பிரிவான மடல் துடுப்பு மீன்களின் வம்சாவளியின் கீழே வருகிறோம். மேலே குறிப்பிடப்பட்டுள்ள படத்தில் நான்குகாலிகளைப் பிரதிநுதப்படுத்துவதற்குக் கோழி பயன்படுத்தப்பட்டிருக்கிறது. அதில் மனிதனும் அடங்குவான். அவனோடு சேர்த்து, பிற பாலூட்டிகள், பறவைகள், ஊர்வன, நீர்நிலவாழிகள் ஆகியவையும் இந்தக் குழுவில் அடங்கும். எலும்புத் துடுப்பு மீன் வம்சாவளிகளின் கீழ் கடற்குதிரை போன்ற மீன்கள் வருகின்றன. குறுத்தெலும்பு மீன்களின் வம்சாவளியின் கீழ் சுறா வருகிறது.*

வருகின்றன (இன்றும் 35,000 வகையான எலும்பு மீன்கள் நீரில் வாழ்ந்து கொண்டிருக்கின்றன). எலும்பு மீன்களின் வம்சாவளியைச் சேர்ந்த பல இனங்கள் கரையேறி, நில முதுகெலும்பி விலங்குகளாகப் பரிணமித்துள்ளன. அவை நான்குகாலிகள் என்று அழைக்கப்படுகின்றன (படம் 3).

குறுத்தெலும்பு மீன்களும் நிலத்திற்குள் ஊடுருவியிருந்தால் எவ்வளவு நன்றாக இருந்திருக்கும் என்று நான் நினைத்துக் கொள்வேன் – நிலச் சுறா! ஆனால், நிலத்தின் புவியீர்ப்பு விசையைத் தாக்குப்பிடித்து நீண்ட நேரம் நிலத்தில் நிற்கின்ற அளவுக்கு சுறாவின் குறுத்தெலும்பு எலும்புக்கூடுகள் வலுவானவையாக இல்லாமலிருந்திருக்கலாம் (உங்களுடைய குறுத்தெலும்புக் காதுமடல்களை ஊன்றி நீங்கள் தரையில் நிற்பதாகக் கற்பனை செய்து பாருங்கள்!). சுறாக்களின் தசைகளின் அளவு மனிதர்களின் தசைகளைவிட இரண்டு மடங்குக்கும்

அதிகம் (சுறா: 75%; மனிதன் 35%) என்றபோதிலும் அது சாத்தியப்பட்டிருக்காது. நம்முடைய நீர்வாழ் மூதாதையர் விலங்கினங்களுக்கு வலுவான எலும்புக்கூடு அமைப்புகள் இல்லாதிருந்தால் (அதோடு, ஆழமற்ற நீரில் உயிர்பிழைத்திருப்பதற்கு ஏற்றப் பிற உடல் அங்கங்களும் உணர்வு அமைப்புமுறைகளும்), அவற்றால் நிலத்தில் கால் பதித்திருக்க முடியாது, மனிதர்கள் உருவாகியிருந்திருக்கவே மாட்டார்கள். சில நேரங்களில், மக்கள், மனிதர்களைக் 'கச்சிதமாக வடிவமைக்கப்பட்ட' உயிரினம் என்று வர்ணிக்கின்றனர். ஆனால், அதற்காக, நம்முடைய நீர்வாழ் மூதாதையர் விலங்குகள் தம்மைத் திருக்கிக் கொள்ளவும், நெருக்கிக் கொள்ளவும், நீட்டிக் கொள்ளவும் வேண்டியிருந்தது, தம்மிடம் ஏற்கனவே இருந்தவற்றில் நகாசு வேலை செய்ய வேண்டியிருந்தது. ஒரு மீனியத் தொடக்கத்தைக் கொண்டிருந்த ஓர் உயிரினம், ஒரு நில விலங்காக மாறுகின்றபோது, கச்சிதமான ஒன்றாக அதனால் உருவெடுக்க முடியாது (முதுகுவலியால் அவதிப்படுபவர்களையோ அல்லது தொண்டைக்குழிக்குள் உணவு மாட்டிக் கொண்டதால் மூச்சுத்திணறலுக்கு ஆளானவர்களையோ கேட்டுப் பாருங்கள்).

பூமியிலுள்ள அனைத்து உயிர்களுடனும் நாம் ஒரு பொதுவான மூதாதையரைப் பகிர்ந்து கொள்கிறோம் என்றாலும், 400 மில்லியன் ஆண்டுகளுக்கு முன்பு நீரிலிருந்து நிலத்திற்கு வந்திருந்த மீனைக் காட்டிலும், பரிணாம விருட்சத்தின் சமீபத்திய கிளைகளுடன் நாம் அதிக அளவு பகிர்ந்து கொள்கிறோம். எடுத்துக்காட்டாக, நமக்கும் நம்முடைய மிக நெருங்கிய உறவான சிம்பன்சிக்கும் இடையேயுள்ள பொதுவான மூதாதையர் விலங்கு 6-8 மில்லியன் ஆண்டுகளுக்கு முந்தையது (படம் 4). ஆனால் சிம்பன்சிகள் இப்போது உயிருடன் இருக்கின்ற நம்முடைய நெருங்கிய சொந்தக்காரரர்கள்; ஆனால் அவற்றைவிட அதிக நெருக்கமான, சமீபத்திய காலகட்டத்தில் வாழ்ந்திருந்த வேறு சில சொந்தக்காரரர்களும் நமக்கு இருந்தனர். ஆனால், இப்போது அந்த இனங்கள் ஒட்டுமொத்தமாக அழிந்துவிட்டன. அவற்றில் சில 50,000 ஆண்டுகளுக்கு முன்புவரைகூட வாழ்ந்திருந்தன. இப்போது, நியான்டர்தால், ஆஸ்ட்ரலோபிதெகஸ், ஹோமோ ஹபிலிஸ் போன்ற மனித இனங்களும் நம்மிடையே

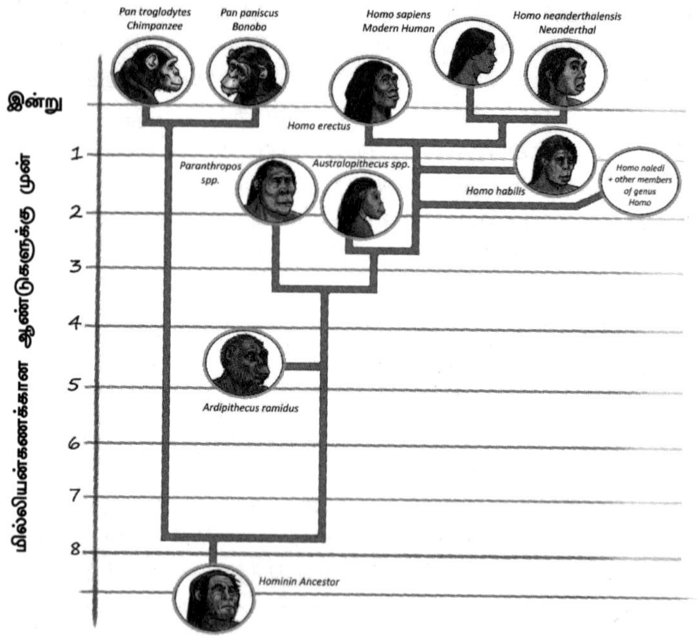

படம் 4: *அழிந்து போன மற்றும் இப்போது இருக்கின்ற மனித இனங்களுக்கு இடையேயுள்ள உறவுகள்: சிம்பன்சிகள்தாம் இப்போது உயிருடன் இருக்கும் நம்முடைய நெருங்கிய சொந்தக்காரர்கள். ஆனால், கடந்தகாலத்தில், சிம்பன்சிகளைவிட நமக்கு அதிக நெருக்கமான பல இனங்கள் இருந்திருந்தன.*

இருந்தால் எப்படி இருக்கும்? அவர்களுடைய இருத்தல், மனித இனம் குறித்த நம்முடைய கண்ணோட்டத்தின்மீது எந்த அளவு தாக்கம் ஏற்படுத்தக்கூடும்? நமக்கிடையே இருக்கின்ற பொதுவான ஒற்றுமைகளைப் பார்ப்பதற்கு அது வழிகோலும் என்று கற்பனை செய்ய நான் விரும்பினேன். ஆனால், எதார்த்தத்தில், நாம் நமக்கிடையே இருக்கின்ற வேற்றுமைகளின்மீது கவனத்தைக் குவிப்பதற்கே அதிக வாய்ப்பு இருப்பதாக நான் ஊகிக்கிறேன். இன்று நம்மிடையே இன்னும் கூடுதலான மனித இனங்கள் நடமாடிக் கொண்டிருந்தால், நமக்கிடையே இன்று நிலவி வருகின்ற பாகுபாடுகள் இன்னும் அதிகமாக இருந்திருக்கும் என்பதே கசப்பான உண்மை.

நம்முடைய மனித இனம் சகிப்புத்தன்மைக்குப் பெயர்போன ஒன்றல்ல. ஏராளமான மக்கள் பரிணாம

வளர்ச்சிக் கோட்பாட்டை எதிர்ப்பதற்கு இதுவும் ஒரு காரணமாக இருக்கலாம். ஏனெனில், இக்கோட்பாடு, நம்மை விலங்குகளுக்கு நெருக்கமாக வைக்கிறது, நம்மை ஒரு மனிதக்குரங்காக ஆக்குகிறது. மற்றொரு விஷயம்: நம்மைத் தவிர்த்து, இப்போது உயிரோடு இருக்கின்ற சிம்பன்சி, கொரில்லா, ஒராங்குட்டான், கிப்பன் ஆகிய மனிதக்குரங்குகள், வேட்டையாடப்படுதல் மற்றும் அவற்றின் வாழ்விட அழிப்புகள் காரணமாக விரைவில் அழிந்து போகக்கூடிய ஆபத்தில் இருக்கின்றன. இந்த உலகில் ஹோமோ சேப்பியன்ஸ் தோன்றியவுடன், அக்காலகட்டத்திலிருந்த பிற மனித இனங்கள் அவை இருந்ததற்கான சுவடே இல்லாமல் காணாமல் போனதற்கும்கூட ஒருவேளை நம்முடைய இந்தச் சகிப்புத்தன்மையின்மையே காரணமாக இருந்திருக்கலாம். நமக்கும் பிற விலங்கினங்களுக்கும் இடையே இருக்கின்ற ஒரு மெல்லிய கோட்டை மங்கலாக்கினால், நாம் பரிணாம விருட்சத்தில் புதிதாக வந்துள்ள ஒரு கிளை மட்டுமே என்பதை நம்மால் உணர்ந்து கொள்ள முடியும்.

உயிரின வரலாறு மற்றும் வம்சாவளி உறவுகள் என்ற கலங்கிய குட்டையை நீங்கள் தெளிவாகப் பார்ப்பதற்கு ஒரு பரிணாம உயிரியலறிஞர் என்ற முறையில் என்னால் முடிந்த அளவு நான் உதவ முனைந்துள்ளேன். “பரிணாம வளர்ச்சியை எடுத்துவிட்டால் உயிரியலில் உள்ள எதுவும் அர்த்தமுள்ளதாகத் தோன்றாது,” என்ற, தலைசிறந்த பரிணாம உயிரியலாளரான தியோடோசியஸ் டோப்ஸான்ஸ்கியின் கூற்று உயிரியலாளர்களிடம் மிகவும் பிரபலம். உயிரினங்களுக்கு இடையேயுள்ள உறவைப் பற்றிப் பேசாமல் பூமியிலுள்ள உயிரினங்களைப் பற்றி நம்மால் விவரிக்க முடியாது (படம் 5A மற்றும் 5B). ஓர் உயிரினத்திலிருந்து மற்றொரு புதிய இனம் உருவாகின்றபோது, அது ஐந்து விரல்கள் போன்ற தனிக்கூறுகளைப் புதிய இனத்திற்கு கடத்துகிறது. அந்த ஐந்து விரல்கள், வௌவால்களின் சிறகுகளாக, வால்ரஸின் துடுப்புகளாக, மனிதக் கைகளாகப் பல வடிவங்களில் வெளிப்படுகின்றன. அதே நேரத்தில், பரிணாம வளர்ச்சியில் உள்ளடங்கியுள்ள சில விஷயங்களை நம்மால் புரிந்து கொள்ள முடியவில்லை. மனிதனின் மோசமான முதுகு அமைப்பு, அவனுடைய விநோதமான முழங்கால் மூட்டு அமைப்பு போன்றவை இதற்கான ஒரு சில எடுத்துக்காட்டுகள். நல்லதோடு

சேர்த்து மோசமானவற்றையும் நீங்கள் எடுத்துக் கொள்ள வேண்டியதுதான். வேறு வழியில்லை. பரிணாம வளர்ச்சியானது விஷயங்களைக் கச்சிதமாக்குவதில்லை. எந்தவொரு தனிப்பட்ட உயிரினத்தையோ அல்லது ஒரு குழுவையோ அது ஓர் இலக்கை நோக்கி நகர்த்துவதில்லை. நீங்கள் உடல் ஆரோக்கியத்தோடு, உங்களுடைய மரபணுக்களை அடுத்தத் தலைமுறைக்குக் கடத்துகின்ற அளவுக்கு நீண்டகாலம் உயிர்பிழைத்திருக்கின்ற அதிர்ஷ்டத்தையும் கொண்டிருந்தால், நீங்கள் பரிணாமச் செயல்முறையில் பங்கெடுத்துக் கொள்கிறீர்கள் என்று அர்த்தம். பரிணாம வளர்ச்சி கருணையுடன் செயல்படுகின்ற ஒன்றல்ல. மாறாக, அது குரூரமானது. பரிணாம வளர்ச்சி திசைநோக்கு கொண்டதும் அல்ல. அது எந்தவிதமான நோக்கங்களையும், வருங்காலம் குறித்த எந்தவிதமான முன்னோக்குகளையும் வைத்துக் கொண்டு இயங்குவதில்லை.

இனப்பெருக்கம் செய்ய முடியாது என்பதாலேயே பரிணாம வளர்ச்சிச் செயல்முறையில் ஒருவருக்குப் பங்கில்லை என்று அர்த்தமில்லை. அப்படிப்பட்டவர்கள், தம் இனத்தைச் சேர்ந்தவர்கள் உயிர்பிழைத்திருக்க உதவுவதன் மூலம் மறைமுகமாகப் பரிணாம வளர்ச்சிக்கு உதவுகின்றனர். தங்களுடைய உறவினர்களின் குழந்தைகளைக் கொண்டாடுகின்ற குழந்தையற்றத் தம்பதியர், வேலைக்காரத் தேனீக்கள் போன்றவை இதற்கான எடுத்துக்காட்டுகள்.

பரிணாம வளர்ச்சிச் செயல்முறையின் விளைவை, இன்று உயிர்பிழைத்திருப்பவர்களின் வடிவில் நாம் காண்கிறோம். அவர்களிடம் சிறிய அளவில் மட்டுமே மாற்றம் ஏற்பட்டிருப்பதால், ஒரு மூதாதையரிலிருந்து மறுமூதாதையர் என்று உங்களால் பின்னோக்கிச் சென்று கொண்டே இருக்க முடியும். அதற்கான சான்று, மரபணுக் குறியீட்டில் (டிஎன்ஏ மற்றும் ஆர்என்ஏ) அடங்கியுள்ளது. அதை நாம் கண்ணால் காண முடிகின்ற, இரத்தமும் சதையுமான வடிவிலும் நடத்தையிலும் நாம் பகிர்ந்து கொள்கிறோம். அதோடு, 4 பில்லியன் ஆண்டுகள் பின்னோக்கிச் செல்லக்கூடிய காலகட்டத்தைச் சேர்ந்த புதைபடிமங்களிலிருந்தும் அவற்றை நாம் பெற்றுக் கொள்கிறோம்.

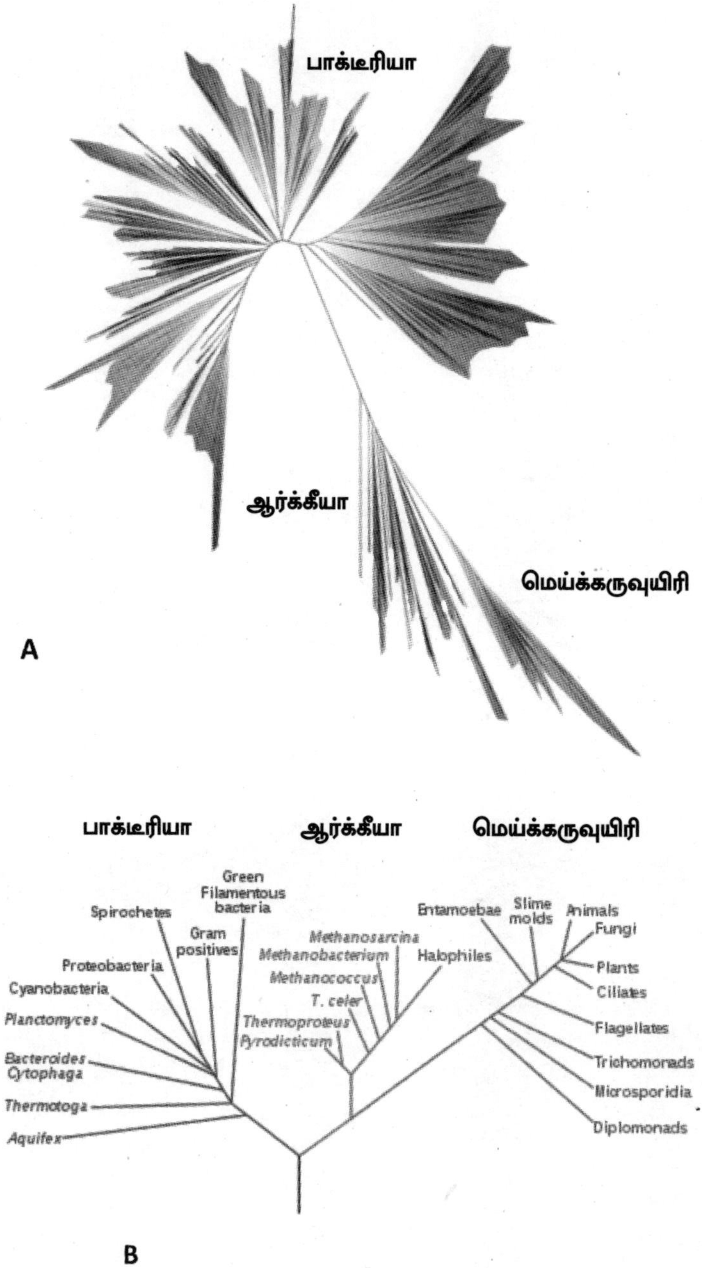

படம் 5A மற்றும் 5B: *பரிணாம விருட்சத்தின் இரண்டு சித்தரிப்புகள்.*

அரிஸ்டாட்டிலின் பரிணாம ஏணி

இந்த உலகில் ஏராளமான விஷயங்கள் அரிஸ்டாட்டிலிடமிருந்து தொடங்குகின்றன. நாமும் அவரிடமிருந்தே தொடங்கலாம். அவர் 'பரிணாம ஏணி' என்ற படிநிலை அமைப்பின்படி உயிரினங்களைப் பிரிக்கிறார். அந்த ஏணியின் கீழ்ப்படிக்கட்டில் அவர் சடப்பொருட்களை வைக்கிறார், உச்சாணிப் படியில் மனிதனை வைக்கிறார் (படம் 6). அரிஸ்டாட்டிலின் இந்தப் படைப்பு, இயற்கை குறித்த மேற்கத்திய புரிதலின்மீது 1,000 ஆண்டுகளுக்கும் மேலாகப் பெரும் தாக்கம் ஏற்படுத்தியது. இன்றுகூட, பலர், பரிணாம வளர்ச்சியை அவருடைய இந்த ஏணிப்படி உவமையின் அடிப்படையில்தான் புரிந்து கொண்டுள்ளனர். அதாவது, பரிணாமத்தை ஒரு நேரியல் செயல்முறையாக அவர்கள் கருதுகின்றனர். அதில் பாக்டீரியாக்கள் கீழ்நிலையில் வைக்கப்படுகின்றன. அவற்றையடுத்து மீன்கள், மீன்களை அடுத்து நீர்நிலவாழிகள், நீர்நிலவாழிகளை அடுத்து ஊர்வன, ஊர்வனவற்றை அடுத்துப் பாலூட்டிகள். இதில் இறுதியாக மனிதன் வருகிறான். அவன் உச்சியில் ஒய்யாரமாக அமர்ந்திருக்கிறான்.

உயிரினத்தின் பரிணாம வளர்ச்சி ஒரு நேரியல் பாதையில் அமைந்திருந்தது என்ற சிந்தனையை உங்களிடம் விதைப்பதுதான் பரிணாமம் குறித்த இந்த அரதப் பழைய, ஒற்றை வரிசை நோக்கிலுள்ள மிகப் பெரிய பிரச்சனை. பரிணாம வளர்ச்சிக் கோட்பாட்டை ஏற்றுக் கொள்பவர்கள்கூட இந்தப் பார்வையை சுவீகரித்துக்

படம் 6: *அரிஸ்டாட்டிலின் 'பரிணாம ஏணி' என்ற படிநிலை அமைப்பின் கீழ்ப்படிக்கட்டில் சடப்பொருட்களும், உச்சாணிப் படியில் மனிதனும் இடம்பெற்றுள்ளனர்.*

கொள்வதன் மூலம் விஷயங்களைத் தவறாகப் புரிந்து கொள்கின்றனர். நம்மைத் தவிர அனைத்து உயிரினங்களும், மனிதன் என்ற உச்சாணி உயிரினத்திற்கு இட்டுச் சென்ற கீழ்நிலை உயிரினங்கள் என்ற பார்வையை அவர்கள் கொண்டிருக்கின்றனர். சிம்பன்சியை, மனிதர்கள் ஏதோ அவற்றிலிருந்து நேரடியாகப் பரிணாமம் அடைந்துள்ளதுபோல, பரிணாம ஏணியில் மனிதனுக்கு முந்தைய படிக்கட்டாக அவர்கள் பார்க்கின்றனர். அதாவது, சிம்பன்சி மற்றும் பிற மனிதக்குரங்குகளை, மனிதனுக்கு முன் தோன்றிய பண்படாத முன்னோடிகளாக அவர்கள் பார்க்கின்றனர். ஆனால், அது உண்மையல்ல. அதேபோல, அவர்கள் மீன்களைத் தவளைக்கு முந்தையவையாகவும், தவளையை முதலை அல்லது பிற ஊர்வனவற்றுக்கு முந்தையதாகவும் பார்க்கின்றனர். இப்படிப்பட்ட நேரியல்

சிந்தனை, பரிணாம வளர்ச்சி குறித்த மோசமான புரிதலுக்கு இட்டுச் செல்லும். அதோடு, மனிதர்களாகிய நம்மைப் பற்றிய ஒரு விகாரமான சிந்தனைக்கும் அது வழிவகுக்கும். குறிப்பாக, அந்தப் பார்வையை நாம் மனித இனங்கள் மற்றும் பாலினங்கள் தொடர்பான சமூகக் கட்டமைப்புக்குள் பொருத்திப் பார்க்க முயற்சிக்கும்போது, அது பாகுபாட்டுச் சிந்தனைக்கு இட்டுச் செல்கிறது.

அதீத ஆணாதிக்கப் பார்வையுடன் எழுதப்பட்டுள்ள '12 ரூல்ஸ் ஃபார் லைஃப்' என்ற நூலில், அதன் ஆசிரியரான ஜோர்டன் பீட்டர்சன், முதல் விதியாக, "நீங்கள் உங்களுடைய தோள்களைப் பின்னுக்குத் தள்ளி நிமிர்ந்து நிற்க வேண்டும்," என்று குறிப்பிடுகிறார். அதில் அவர் தவறுதலாக, நாம் 'ஓட்டுடலிகளின்' வம்சாவளிகள் என்றும், அதனால் அவற்றுடன் நாம் பகிர்ந்து கொண்டுள்ள அவற்றின் சில உள்ளார்ந்த நடத்தைகளை நாம் நிலைநிறுத்திக் கொள்ள வேண்டும் என்றும் முழங்குகிறார். சண்டையில் வெற்றி பெறுகின்ற 'கல் இறால்கள்' நிமிர்ந்து நிற்பதைப்போல மனிதர்களாகிய நாமும் நிமிர்ந்து நிற்க வேண்டும் என்று அவர் முழங்குகிறார். தோல்வியாளர்கள் மட்டுமே தோள்களைத் தொங்கப் போட்டுக் கொள்கின்றனர் என்று அவர் கூறுகிறார். தோள்களைத் தொங்கப் போட்டுக் கொண்டு நிற்பதும் நடப்பதும் நல்லதல்ல என்பது உண்மைதான். ஆனால், நாம் கல் இறால்கள் அல்லர். நாம் அவற்றிலிருந்து பரிணாம வளர்ச்சி அடைந்தவர்களும் அல்லர். மற்ற அனைத்து உயிரினங்களோடு நாம் ஒரு பொதுவான மூதாதையரைக் கொண்டுள்ளோம் என்ற முறையில்தான் நமக்குக் கல் இறால்களோடு தொடர்பு இருக்கிறது. செரோடோனின் போன்ற ஹார்மோன்களை நாம் அந்தப் பொது மூதாதையரிடமிருந்துதான் பெற்றோமே ஒழிய, பீட்டர்சன் கூற வருவதுபோல, கல் இறால்களிடமிருந்து பெற்றிருக்கவில்லை. குறிப்பிட்டச் சில நடத்தைகளை மட்டும் தனியாக எதற்குத் தேர்ந்தெடுக்க வேண்டும்?

அதே நூலில், மனிதர்களின் பாலினமும் பாலியல்பும் உறுதியான முறையில் நிறுவப்பட்டவை என்றும், தனித்தனியான பால் பிரிவுகள் பல மில்லியன் ஆண்டுகளுக்கு முன்பே உருவாகிவிட்டன என்றும், தாய், தந்தை, குழந்தைகள் ஆகியோருக்கு இடையேயான உறவு,

வரலாற்றிலேயே மிகவும் பழமையான உறவு என்றும் பீட்டர்சன் குறிப்பிடுகிறார். நாம் பரிணாம வரலாற்றை உற்றுக் கவனித்தால், பெண்களை மட்டுமே உள்ளடக்கிய இனங்கள் (எடுத்துக்காட்டு: அமேசான் நன்னீர் மோலி மீன்கள்) இருப்பதும், அனைத்துப் பாலின ஈர்ப்பு, ஊடுபாலின குணாம்சம், பாலின பேதமின்மை போன்றவற்றைக் கொண்டுள்ள இனங்கள் (எடுத்துக்காட்டு: பூஞ்சை வகைகள்) இருப்பதும், தம்முடைய பாலினத்தை மாற்றிக் கொள்கின்ற இனங்கள் (எடுத்துக்காட்டு: எண்ணற்ற மீன் வகைகள்) இருப்பதும், உயிரின வகைபிரிப்பியலில் 'தொகுதி' என்று அழைக்கப்படுகின்ற பிரிவுகள் ஒவ்வொன்றிலும் இனப்பெருக்கத்திற்கு ஜோடி தேவைப்படாத பல இனங்கள் இருப்பதும் தெரிய வரும். இவற்றை வைத்துப் பார்த்தால், பலதரப்பட்டப் பாலியல்புகள் காலங்காலமாக இருந்து வந்துள்ளன என்று உங்களால் எளிதாகக் கூற முடியும். பரிணாமம் குறித்த இந்தத் தவறான நேரியல் பார்வை, பரிணாம ஏணியில் வெள்ளைக்கார ஆண் உச்சாணிப் படியில் இருக்கிறான் என்ற சிந்தனையை மக்கள் சுவீகரித்துக் கொள்ள இட்டுச் சென்றுள்ளது. சிலரைக் 'கீழானவர்களாக' நடத்தவும், பெண்களைச் சமையலறைக்குள் அடைத்து வைக்கவும், பிள்ளைகளைப் பெற்றுக் கொடுக்கின்ற இயந்திரங்களாக அவர்களை நடத்தவும் இது 'அவர்களை' அனுமதிக்கிறது. இப்படிப்பட்டச் சிந்தனைதான், தலித் மக்களை அடிமட்ட நிலையிலும், பார்ப்பனர்களை மேல்மட்டத்திலும் வைத்திருக்கிறது. இப்படிப்பட்டச் சிந்தனை நயவஞ்சகமானது. மனிதர்களாகிய நாம் மற்ற உயிரினங்களைவிட மேலானவர்கள் என்ற எண்ணத்தை மக்கள் மனத்தில் விதைப்பதற்குப் பரிணாம வளர்ச்சி குறித்த இப்படிப்பட்டத் தவறான கருத்தமைவைப் பயன்படுத்தாமல் இருப்பது மிகவும் இன்றியமையாதது. இத்தகைய சிந்தனைப்போக்கு மனிதகுலத்திற்குள் விரிவுபடுத்தப்படுகின்றபோது, இனப் பாகுபாடு, வகுப்பு பேதம், பாலினப் பாகுபாடு, தன்பாலின ஈர்ப்புடையவர்மீதான வெறுப்பு, மருவிய பாலினத்தவர்மீதான வெறுப்பு போன்றவற்றுக்கு இட்டுச் செல்லும். துல்லியமான பரிணாம விருட்சப் படத்தைப் பயன்படுத்துகின்ற, கெடுநோக்கற்ற மக்கள்கூட, அப்படத்தில் மனிதனைப் பிரதிநுதப்படுத்துவதற்கு,

ஒரு முதிய வெள்ளைக்கார ஆணின் படத்தைத்தான் பயன்படுத்துகின்றனர். ஒரு குழந்தையின் படமோ, புரூஸ் லீயின் படமோ அல்லது கமலா ஹாரிஸின் படமோ ஒருபோதும் தேர்ந்தெடுக்கப்படுவதில்லை. இது பிரதிநுதப்படுத்துதல் தொடர்பான ஒரு பிரச்சனை. எப்போதும் எல்லா பரிணாம விருட்சப் படங்களிலும் மனிதகுலத்தின் ஓர் உப குழுவைச் சேர்ந்தவனையே கச்சிதமான மனிதனாகச் சித்தரிப்பது அபாயகரமானது.

நாம் மீண்டும் அரிஸ்டாட்டிலின் படத்திற்குச் செல்லலாம். நாம் தாவரங்களிலிருந்தோ அல்லது பூஞ்சைகளிலிருந்தோ வந்தவர்கள் என்று இன்று பெரும்பாலான மக்கள் நினைப்பதில்லை. அதனால், பரிணாமத்தை, பல கிளைகள் கொண்ட ஒரு மரமாகச் சித்தரிப்பது பொருத்தமாக இருக்கும் என்ற எண்ணம் தழைத்தோங்கியது. இதைச் சித்தரிப்பதற்கு வேறு வழிகளும் இருக்கின்றன *(படம் 7A)*. பெரும்பாலானோர் தவறான நேரியல் கண்ணோட்டத்திற்குத் திரும்புவதற்குக் காரணம், நம்மை இறுதியிலும் மற்ற அனைத்தையும் நமக்குப் பின்னாலும் வைத்திருக்கும் விதத்தில் பரிணாமத்தைச் சித்தரிப்பது எளிதாக இருக்கிறது என்பதுதான் *(படம் 7B எண் 1)*. பரிணாமத்தை ஒரு மையத்திலிருந்து வெளிப்புறமாக விஸ்தரிக்கின்ற ஒரு பட்டாசாகவோ அல்லது ஒரு புதர்ச்செடியாகவோ நம்மால் கற்பனை செய்ய முடிந்தால், அது துல்லியமானதாக இருக்கும். இன்று நம்மைச் சுற்றியிருக்கும் உயிரினங்கள், பில்லியன்கணக்கான ஆண்டுகளுக்கு முன்னால் தோன்றிய ஒரு செயல்முறையின் அங்கங்கள். அவை ஒவ்வொன்றும் அதன் மையப்புள்ளியிலிருந்து கிட்டத்தட்டச் சமமான தூரத்தில் இருக்கின்றன. நம்முடைய பிரபஞ்சத்தின் உதயம் குறித்து இருக்கின்ற 'பெருவெடிப்புக் கோட்பாட்டைப்போல' உயிரினத் தோற்றத்தைப் 'பெரும் பிறப்பாகக்' கற்பனை செய்யுங்கள். இதில் முதல் உயிர் மையத்திலிருந்து கிளம்புகிறது. நாமும் இன்றிருக்கின்ற உயிரினங்களும் அதன் வெளி விளிம்பில் இருக்கிறோம் *(படம் 7B)*. பிரபஞ்சத்தின் வெளி விளிம்பில் இருக்கின்ற ஒரு நட்சத்திரம் மட்டுமே நீங்கள். உங்களுடைய பூனை, உங்களுடைய குடலில் இருக்கின்ற பாக்டீரியாக்கள், ஆழ்கடலின் வெப்ப மடுவிற்கு அருகே வசிக்கின்ற பிரம்மாண்டமான புழுக்கள்

போன்றவையும் உங்களைப் போன்ற நட்சத்திரங்கள்தாம். பல மில்லியன்கணக்கான, பில்லியன்கணக்கான ஆண்டுகள் பழமையான புதைபடிமங்கள், அந்த மையத்திற்கு நெருக்கமான இடத்தில் இருந்தவை. அவை என்றோ அழிந்து போனவை. அவற்றைத் தவிர, இன்னும் எண்ணற்ற உயிரினங்கள் சுவடுகள் எதையும் விட்டுச் செல்லாமலேயே அழிந்து போயிருக்கின்றன. வானத்தில் பட்டாசு வெடிக்கின்றபோது, மையத்திலிருந்து அவை வெளியே நோக்கிப் பரவும், இறுதியாக வெளி விளிம்பில் இருப்பது மங்கி மறையும். இன்று நாம் பார்க்கின்ற உயிரினங்கள் அவைதாம் *(படம் 7B எண் 4).*

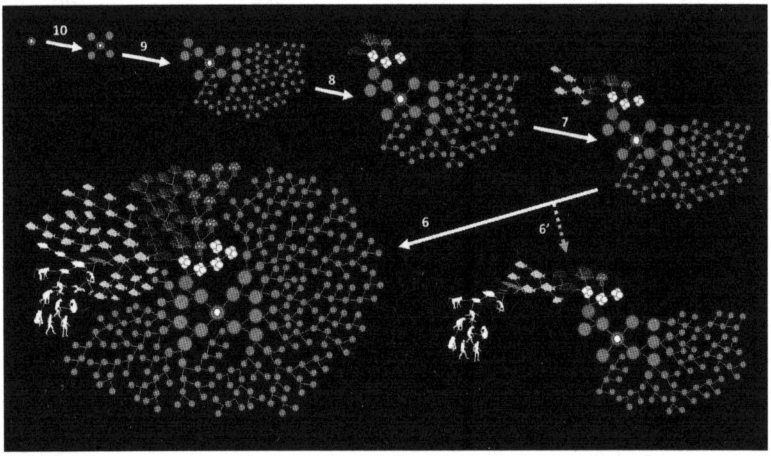

படம் 7A: *மேலே உள்ள படத்தில் எண் 10-லிருந்து எண் 6வரை குறிக்கப்பட்டுள்ள ஒவ்வொரு குழுவிலும் ஒரு மையம் இருக்கிறது. அதன் மையத்திலிருந்து பரிணாம வளர்ச்சி வெளிப்புறமாக விரிகிறது. அவை ஒவ்வொன்றும் முந்தைய குழுவின் விரிவாக்கம். ஒற்றை உயிரணுவைக் கொண்ட உயிரினம் முதலில் தோன்றுகிறது (எண் 10). அதிலிருந்து ஒற்றை உயிரணுவைக் கொண்ட வேறு புதிய உயிரினங்கள் முளைத்தெழுகின்றன (எண் 9). புதிய ஒற்றை உயிரணுவைக் கொண்ட உயிரினங்கள் மேலும் தோன்றிக் கொண்டிருக்கின்ற அதே வேளையில், பூஞ்சைகள், தாவரங்கள், விலங்குகள் போன்ற, ஒன்றுக்கு மேற்பட்ட உயிரணுக்களைக் கொண்ட உயிரினங்களும் தோன்றுகின்றன (எண் 8). இனி, நாம் விலங்குகள் தொகுதியில் மட்டும் கவனம் செலுத்தலாம். அடுத்து முதுகெலும்பிகள் தோன்றுகின்றன. அவை மீன்களால் பிரதிநுதப்படுத்தப்படுகின்றன (எண் 7). மீன்கள் தொடர்ந்து பரிணாம வளர்ச்சி அடைந்து கொண்டிருக்கின்ற அதே நேரத்தில், ஒரு மீனினம், மனிதர்களை உள்ளடக்கிய பாலூட்டியாகப்*

பரிணாம வளர்ச்சி அடைகிறது (எண் 6'). (இதில் மனித இனத்திற்கு வந்து சேர்ந்துள்ள பரிணாம வளர்ச்சி மட்டுமே குறிப்பிடப்பட்டுள்ளது.) மனிதன் பரிணாம வளர்ச்சி அடைந்து கொண்டிருக்கின்ற அதே வேளையில், ஒற்றை உயிரணு உயிரினத்திலிருந்து சகலமும் தத்தம் குழுவில் பரிணாம வளர்ச்சி அடைந்து கொண்டிருக்கின்றன (எண் 6). இது அனைத்தையும் உள்ளடக்கிய, முழுமையான, அதே சமயம், சிக்கலான பரிணாமத்தைப் பிரதிநுதப்படுத்துகிறது.

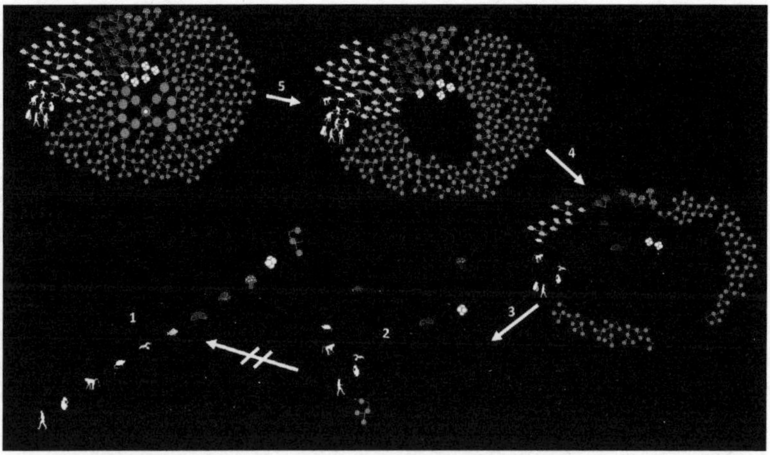

படம் 7B: படம் 7A இல் அற்றுவிட்ட உயிரினங்களும் சேர்ந்து இடம்பெற்றிருந்தன. இது, படம் 7A இன் தொடர்ச்சி. உயிரினங்கள் பரிணாம வளர்ச்சி அடைந்து கொண்டிருந்த அதே நேரத்தில், பல உயிரினங்கள் நிரந்தரமாக அற்றுவிட்ட உயிரினங்களாகிவிட்டன. அவை இடம்பெற்றிருக்காத காட்சி இதில் காட்டப்பட்டுள்ளது (எண் 5). இதில் நடுவில் வடையிலுள்ள ஓட்டைபோல இருப்பதை நீங்கள் காணலாம். பரிணாம வளர்ச்சி ஒரு பக்கம் நிகழ்ந்து கொண்டிருக்க இன்னும் ஏராளமான இனங்கள் அழிகின்றன (எண் 4 & 3). இன்று உயிரோடு இருக்கின்ற இனங்கள், உலகில் தோன்றியிருந்த இனங்களில் ஒரு சிறு சதவீதமே (எண் 2). அப்படி மீதமிருக்கின்ற உயிரினங்களை நாம் நேரியல் வரிசைப்படுத்தியுள்ளோம். அந்த நேர்க்கோட்டில் நம்மை நாம் இறுதியிலும், 'பண்படாத' உயிரினங்களை நமக்கு முன்னாலும் நாம் நிறுத்தி வைத்துள்ளோம் (எண் 1). ஆனால், இது ஒரு செயற்கையான உருவாக்கம். இப்படி நம்மைச் சிந்திக்க வைத்ததற்கு நாம் அரிஸ்டாட்டில்மீது பழி போடலாமா?

பரிணாம வளர்ச்சி என்றால் என்ன?

பூமியில் இப்போது இருக்கின்ற, கடந்தகாலத்தில் இருந்த உயிரினங்கள் அனைத்தையும் இணைக்கும் மூதாதையர்-சந்ததி உறவுகளின் ஒரு தொடர்ச்சியான சங்கிலிப் பிணைப்புக்கு வழிவகுத்த மாபெரும் செயல்முறைதான் பரிணாம வளர்ச்சி. ஒரு தலைமுறையிலிருந்து அடுத்தத் தலைமுறைக்குக் கடத்தப்படத்தக்க, பற்கள் அல்லது டிஎன்ஏ போன்ற அம்சங்களில் நிகழ்கின்ற மாற்றங்களும், அவற்றின் விளைவாகப் பரிணாமச் சங்கிலிப் பிணைப்பில் உருவாகின்ற புதிய கண்ணிகளும்தாம் (புதிய உயிரின வகைகள்) பரிணாம வளர்ச்சி. பூமியிலுள்ள உயிரினங்கள் எப்படி ஒற்றை மூலத்திலிருந்து தோன்றி, கணக்கிலடங்கா தலைமுறைகளின் ஊடாக விரிந்தன என்பதைப் பற்றியும், அவற்றில் நிகழ்ந்த மாற்றங்களின் வரலாற்றைப் பற்றியும் எடுத்துரைக்கின்ற ஒரு கருதுகோள்தான் பரிணாம வளர்ச்சி. பரிணாம வளர்ச்சி என்பது ஒரு கோட்பாடு மட்டுமல்ல, அது ஓர் உண்மைத் தகவலும்கூட. அது வேறு சில கோட்பாடுகளுடன் பின்னிக் கிடக்கிறது. ஆனால், பரிணாம வளர்ச்சி என்பது பல நேரங்களில் வெறும் ஒரு கருதுகோளாக ஒதுக்கித் தள்ளப்பட்டுவிடுகிறது. ஆனால், அப்படி எளிதில் ஒதுக்கித் தள்ளப்பட முடியாத ஒன்றுதான் பரிணாம வளர்ச்சிக் கோட்பாடாகும்.

பரிணாம வளர்ச்சிக் கோட்பாட்டை ஏன் அப்படி எளிதாக ஒதுக்கித் தள்ளிவிட முடியாது என்பதை நாம் அடுத்துப் பார்க்கலாம்.

பரிணாம வளர்ச்சிக் கோட்பாடுகள்

நான் எந்நேரமும் பரிணாம வளர்ச்சியைப் பற்றியே சிந்தித்துக் கொண்டிருப்பேன். என் கையில் பன்னிரண்டு விரல்கள் இல்லாமல் ஏன் ஐந்து விரல்கள் இருக்கின்றன? என் கண்களால் எப்படி அருகில் இருக்கின்ற பொருட்களையும் பார்க்க முடிகிறது, தூரத்தில் இருக்கின்ற பொருட்களையும் பார்க்க முடிகிறது? நான் கடந்த வாரம் வெட்டி எறிந்த அந்த முட்செடி எப்படி மீண்டும் முளைத்தது? என் வீட்டுத் தோட்டத்தில் நான் வளர்க்கின்ற புல், தான் வெட்டப்படுவோம் என்று தெரிந்தும் ஏன் மீண்டும் மீண்டும் வளர்ந்து கொண்டே இருக்கிறது?

நம் வீட்டுத் தோட்டங்களிலுள்ள புல் தான் வளர்வதை நிறுத்திவிட்டால், அதற்கு அறிவியல்பூர்வமான ஒரு விளக்கத்தை நாம் அளிக்க வேண்டியிருக்கும். தான் மீண்டும் வெட்டப்படுவோம் என்பதை அது எப்படியோ 'கற்றுக் கொண்டுவிட்டதால்' வளர்வதை நிறுத்திவிட்டதா? அல்லது, நான் வேறு ஒரு புல்வெட்டும் இயந்திரத்தைப் பயன்படுத்தியதால் அவ்வாறு நிகழ்ந்ததா? அல்லது, புல்வெட்டும் இயந்திரத்தின் பயன்பாட்டால் மண்ணின் வேதியல் பண்பு மாறியதால் அது நிகழ்ந்ததா? இந்தக் கருதுகோள்களில் சிலவற்றை எளிதாகச் சோதித்துவிடலாம்.

அறிவியல்ரீதியாகப் பார்க்கின்றபோது, ஒரு கோட்பாடு என்பது காலத்தால் சோதித்துப் பார்க்கப்பட்டு நிரூபிக்கப்பட்ட ஒன்றாகும். கோட்பாடு என்பதற்கு, கொள்கை, விதி போன்ற சொற்களையும் அறிவியலறிஞர்கள் பயன்படுத்துகின்றனர் (எடுத்துக்காட்டு:

ஈர்ப்பு விதி). ஆனால் நடைமுறை எதார்த்தத்தில், சாதாரண மனிதர்களைப் பொறுத்தவரை, கோட்பாடு என்பது கேள்விக்கு உட்படுத்தப்படக்கூடிய ஒன்று, இதுவரை நிரூபிக்கப்பட்டிராத ஒன்று. ஆனால், பரிணாம வளர்ச்சிக் கோட்பாட்டை இந்த விவரணத்திற்குள் அடக்க முடியாது.

பரிணாம வளர்ச்சி குறித்துப் பல கோட்பாடுகள் இருக்கின்றன. 'இயற்கை தேர்ந்தெடுப்புக் கோட்பாடு' அவற்றில் ஒன்று. 1859 இல் சார்லஸ் டார்வின் வெளியிட்ட 'உயிரினங்களின் தோற்றம்'[1] என்ற நூலால் அது பிரபலமானது. "மனிதகுலம் அதுவரை கண்டிராத மாபெரும் அறிவுப் புரட்சி ஒன்றுக்கு அது நெருப்பு மூட்டியது," என்று இருபதாம் நூற்றாண்டின் பெரிதும் மதிக்கப்பட்டப் பரிணாம உயிரியலாளரான எர்னஸ்ட் மேயர் கூறினார்.[2] அடுத்தது 'பாலியல் தேர்ந்தெடுப்புக் கோட்பாடு.' இதையும் டார்வின்தான் முன்மொழிந்தார். தன்னுடைய முதல் நூலில் அவர் அறிமுகப்படுத்தியிருந்த அந்தக் கோட்பாட்டை, 'மனிதனின் வம்சாவளி'[3] என்ற தன்னுடைய இரண்டாவது நூலில் அவர் விரிவுபடுத்தினார். 'மூலக்கூறு பரிணாமத்தின் நடுநிலைக் கோட்பாடு'[4] என்ற மூன்றாவது கோட்பாட்டை முன்மொழிந்தவர் மோட்டூ கிமுரா. இந்த மூன்று கோட்பாடுகளும் சரியானவையே. அவை ஒன்றுக்கொன்று முரண்படாமல், ஒன்றுக்கொன்று ஆதரவாகச் செயல்படுகின்றன.

இவை தவிர மேலும் பல பரிணாம வளர்ச்சிக் கோட்பாடுகள் இருக்கின்றன. அவற்றில் பல, சோதனைகளில் தேறவில்லை. வேறு சில கோட்பாடுகள்,

---

1 சுருக்கமாக The Origin of Species என்று அழைக்கப்படுகின்ற அந்த நூலின் முழுப் பெயர் On the Origin of Species by Means of Natural Selection, or the Preservation of Favoured Races in the Struggle for Life என்பதாகும்.

2 அதை எர்னஸ்ட் மேயர் 2001 ஆம் ஆண்டு வெளியான What Evolution Is என்ற தன் நூலில் குறிப்பிட்டிருந்தார். அப்போது அவருக்கு வயது 97. அப்புத்தகத்தை அவர் அரிஸ்டாட்டிலுக்குச் சமர்ப்பித்திருந்தார். மேயரின் வண்ணமயமான நீண்ட வாழ்க்கையைக் கணக்கில் எடுத்துக் கொள்கின்றபோது, அவர்கள் இருவரும் ஒருவரையொருவர் தனிப்பட்ட முறையில் அறிந்திருக்கக்கூடும் என்று நான் நினைத்துக் கொண்டேன்!

3 The Descent of Man, and Selection in Relation to Sex என்பது அந்த நூலின் முழுப் பெயர்.

4 Neutral Theory of Molecular Evolution

குறிப்பிட்டச் சூழலுக்கு மட்டுமே பொருத்தமானவையாக இருந்தன. பொதுவாக, டார்வினின் இயற்கை தேர்ந்தெடுப்புக் கோட்பாடுதான் பரிணாம வளர்ச்சிக் கோட்பாடு என்று மக்களின் மனங்களில் பதிவாகியுள்ளது. பொதுவாக, டார்வினின் கொள்கைகள் 'டார்வினிசம்' என்று அழைக்கப்படுகின்றன. பரிணாம வளர்ச்சிக் கோட்பாட்டின்மீதான தாக்குதல் நிகழ்த்தப்படுகின்றபோது, பெரும்பாலும் 150 ஆண்டுகள் பழமையான டார்வினின் கோட்பாடுதான் அவற்றின் குறியாக இருக்கின்றன. அதற்குப் பின்னால் வந்த எவையும் கணக்கில் எடுத்துக் கொள்ளப்படுவதில்லை.

டார்வினின் இயற்கை தேர்ந்தெடுப்புக் கோட்பாடு ஏன் இவ்வளவு ஆவேசமாக எதிர்க்கப்படுகிறது? அது சிக்கலற்றதாகவும் இயல்புணர்வுடனும் இருப்பதோடு மட்டுமல்லாமல், அது வேலையும் செய்கிறது என்பதுதான் அதற்குக் காரணம். இயற்கை தேர்ந்தெடுப்புக் கோட்பாடு, இயற்கை அன்னையால் ஒரு சட்ட முன்வரைவாக ஒரு நாடாளுமன்றத்தில் சமர்ப்பிக்கப்பட்டால், அது இப்படித்தான் இருக்கும்: "சந்ததிகளிடையே பெரும் வேறுபாடுகள் நிகழ்கின்ற காரணத்தினாலும், இருக்கின்ற வளத்திற்குப்பெரும்போட்டி நிலவுவதாலும், ஒரு குறிப்பிட்டச் சுற்றுச்சூழலில் சிறப்பாகத் தாக்குப்பிடித்து நிற்கின்ற திறனுடைய உயிரினங்களே இனப்பெருக்கம் செய்யக்கூடிய அளவு நீண்டகாலம் வாழத் தகுதியுடையவையாக இருக்குமென்று முடிவு செய்யப்படுகிறது." இதையே வேறு வார்த்தைகளில் கூறுவதென்றால், அதை இப்படிக் கூறலாம்: "பெரியவர்கள் குழந்தைகளை உருவாக்குகின்றனர். அக்குழந்தைகளில் சிலரே இயற்கையின் ஆற்றலைச் சமாளித்து, தங்களுடைய குழந்தைகளை உருவாக்குகின்ற வயதை அடைகின்றனர். இச்செயல்முறை மீண்டும் மீண்டும் தொடர்கிறது." இயற்கை தேர்ந்தெடுப்புக் கோட்பாட்டை ஒற்றை வரியில் சிறப்பாக விளக்க வேண்டுமென்றால், அதை இப்படி விளக்கலாம்: "தக்கன பிழைத்துக் கொள்ளும்." "தக்கன பிழைத்துக் கொள்ளும்" என்ற சொல்லாடலை முதன்முதலாகப் பயன்படுத்தியது ஹெர்பர்ட் ஸ்பென்சர் என்ற உயிரியலாளர்தான். அது வசீகரமானதாக இருந்ததால், டார்வின் தன்னுடைய 'உயிரினங்களின் தோற்றம்' நூலின் ஐந்தாவது பதிப்பில் அதைச் சேர்த்துக் கொண்டார்.

பின்னர் அது அவருடைய கூற்றாகவே மாறிவிட்டது.

இதில் கூறப்பட்டுள்ள 'தக்கன' என்ற சொல்லை, நவீனப் பரிணாம உயிரியலாளர்களாகிய நாங்கள், 'இனப்பெருக்கத் தகுதி' என்றும், 'இனப்பெருக்க வெற்றி' என்றும் அர்த்தப்படுத்துகிறோம். அது உடல்ரீதியான வலிமை அல்ல. ஆனால், பலர் அதை 'வலியவன் வெல்வான்' என்று அர்த்தப்படுத்திக் கொள்கின்றனர். இது நாம் பிற விலங்குகளை நடத்தும் விதத்தின்மீதும், நாம் ஒருவரையொருவர் நடத்தும் விதத்தின்மீதும் பெரும் தாக்கம் ஏற்படுத்துகிறது. இன மேலாதிக்கம், நாஜி இயக்கம் போன்றவை இதன் வெளிப்பாடுகள்தாம். துரதிர்ஷ்டவசமாக, இது டார்வினோடு தவறுதலாகத் தொடர்புபடுத்தப்பட்டு, 'சமூக டார்வினிசம்' என்று அழைக்கப்படுகிறது. ஆனால், இதற்கும் டார்வினுக்கும் அல்லது பரிணாம வளர்ச்சிக் கோட்பாட்டுக்கும் எந்தத் தொடர்பும் இல்லை.

மொத்தப் பரிணாம வளர்ச்சியையும் இயற்கை தேர்ந்தெடுப்புக் கோட்பாட்டின் மூலம் விளக்க முடியாது. இதை டார்வினும் அறிந்திருந்தார். அதனால்தான், மயிலின் அழகிய தோகைக்கும் சில விலங்குகளின் பிரகாசமான வண்ணத்திற்கும் அவர் வேறொரு விளக்கம் கொடுத்தார். ஏனெனில், இந்த அம்சங்கள் அந்த உயிரினங்களை இரையாகக் கொள்ளும் கொன்றுண்ணிகளுக்கு வெற்றிலை பாக்கு வைத்து அழைப்பதாக இருக்கும் என்பதால், அந்த உயிரினங்கள் பிழைத்திருப்பதற்கு அவை அச்சுறுத்தலாக இருக்கும். இக்காரணத்தால், இயற்கைத் தேர்ந்தெடுப்புக் கோட்பாட்டோடு அதைப் பொருத்த முடியாது என்பதால், 'பாலியல் தேர்ந்தெடுப்புக் கோட்பாடு' என்ற ஒன்றை டார்வின் உருவாக்கினார். சில நேரங்களில், பரிணாம வளர்ச்சியின் மூலம் பெறப்படுகின்ற ஓர் அம்சம், ஓர் உயிரினத்தின் உயிர்பிழைத்தலுக்கு அச்சுறுத்தலாக இருக்கின்ற அதே நேரத்தில், அது அதன் இனத்தின் எதிர்பாலினத்திற்கு அதிகக் கவர்ச்சிகரமானதாக விளங்கி இனப்பெருக்கத்திற்கு வழிவகுக்கக்கூடும். சில நேரங்களில், பாலியல் தேர்ந்தெடுப்பு, இயற்கை தேர்ந்தெடுப்பின் கீழ் கொண்டு வரப்படுவதற்கு இதுதான் காரணம். அவற்றுக்கு இடையேயான வேறுபாட்டை நீங்கள் புரிந்து கொள்ள வேண்டுமென்றால், பாலியல் தேர்ந்தெடுப்பு என்பதை

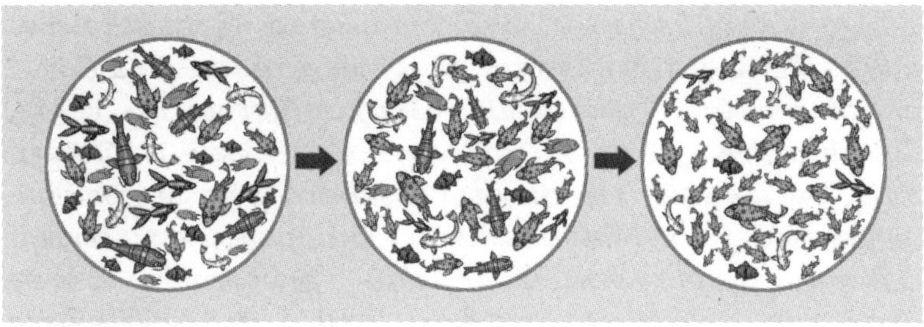

படம் 8: *இயற்கை தேர்ந்தெடுப்பு – கட்டம் 1: குழந்தைகள் உற்பத்தி செய்யப்படுகின்றன. கட்டம் 2: வளங்கள் குறைவாக இருப்பதால், பிறந்த குழந்தைகள் உயிர்பிழைத்திருக்கப் போராடுகின்றன, அவற்றில் சில மடிகின்றன. கட்டம் 3: உயிர்பிழைத்திருத்தலின் மூலம் தம்மைத் 'தக்கன' என்று நிரூபிக்கின்ற குழந்தைகள் வளர்ந்து பெரிதாகின்றன, அவையும் குழந்தைகளை உற்பத்தி செய்கின்றன.*

உடலில் புள்ளிகள் கொண்ட மீன்கள் தக்கனவாக இருப்பதால், அவை உயிர்பிழைத்து, வளர்ந்து பெரிய மீன்களாகி, உடலில் புள்ளிகள் உள்ள மீன்களை உருவாக்குகின்றன. அதற்காக மற்ற மீன்கள் அழிந்து போய்விடுவதில்லை. சுற்றுச்சூழல் மாறுகின்றபோது, உடலில் கோடுகள் உள்ள மீன்களுக்கு அது சாதகமாக அமையலாம்.

ஓரினத்திற்குள் ஜோடி சேர்வதற்கான அடித்துக் கொள்ளல் என்றும், இயற்கை தேர்ந்தெடுப்பு என்பது அதன் உயிர் பிழைத்திருத்தலோடு மட்டும் தொடர்புடைய ஒன்று என்றும் வகைப்படுத்திக் கொள்ளலாம். டார்வின் மற்றோர் இடத்தில் பரிணாம வளர்ச்சியை 'மாறுதலுடன்கூடிய மரபுவழிப் போக்கு' என்று பொருத்தமாகவும் சுருக்கமாகவும் விளக்கியுள்ளார்.

உயிரினங்கள் ஏன் வேறுபடுகின்றன என்பதை விளக்குவதற்கு நமக்கு வேறு சில பரிணாம வளர்ச்சிக் கோட்பாடுகள் தேவை. அதாவது, மரபியல்ரீதியான மாறுபாடுகள் ஏன் ஏற்படுகின்றன? நீங்களும் உங்களுடைய உடன்பிறப்பும் ஒரே பெற்றோருக்குப் பிறந்திருந்தும்கூட, ஏன் ஒருவரிடமிருந்து மற்றொருவர் வித்தியாசமாகத் தோன்றுகிறீர்கள்? ஒரே உருவ அமைப்புடன் இருக்கின்ற இரட்டையர், ஒத்த டிஎன்ஏவைக் கொண்டிருக்கின்றபோதிலும், ஏன் மாறுபட்ட நடத்தைகளைக் கொண்டிருக்கின்றனர்? இவற்றில் சிலவற்றை விளக்குவதற்கு, முதலில் நாம் மரபியலைப் புரிந்து கொள்ள வேண்டும். டார்வின் காலத்தில் இதைப்

புரிந்து கொள்வதற்கான வசதி வாய்ப்புகள் இருக்கவில்லை. வளர்ச்சியில் மரபியல்சாரா சூழலின் தாக்கங்கள் உட்பட, வாழ்க்கையின் நுண்ணிய வேறுபாடுகளைப் புரிந்து கொள்வதற்கு நமக்குப் பல்வேறுபட்டக் கோட்பாடுகளும் கருதுகோள்களும் ஊகங்களும் தேவை. இந்த உலகையும், அதிலுள்ள உயிரினங்களின் பன்முகத்தன்மையையும் பரிணாம வளர்ச்சிக் கோட்பாடு இல்லாமல் விளக்க முடியாது. இயற்கை உலகில் நாம் அவதானிக்கின்ற விஷயங்களை வைத்துக் கொண்டு, பரிணாம வளர்ச்சிக் கோட்பாடு தவறு என்று நம்மால் நிரூபிக்க முடியாது.

பரிணாம வளர்ச்சிக்கான மிகச் சிறந்த சான்று, நாம் அனைவரும் பகிர்ந்து கொள்கின்ற, உயிரின் அடிப்படைக் கட்டமைப்பான டிஎன்ஏ. டிஎன்ஏவைப் பயன்படுத்திப் பரிணாம விருட்சத்தை உருவாக்கி, ஒவ்வோர் உயிரினத்திற்கும் இடையேயான பிணைப்புகளை நம்மால் எளிதாக விளக்கிவிட முடியும். பரிணாம விருட்சத்தை உருவாக்கும் தகுதி படைத்த ஒரே விலங்காக நாம் இருக்கின்ற காரணத்தினாலேயே, நம்மை அதிலிருந்து பிரிக்க முடியாது. என்ன இருந்தாலும் நாம் அந்த விருட்சத்தின் ஓர் அங்கம். அதை ஒரு வரைபடமாக ஆக்கும்போது, நாம் எங்கிருந்து வந்தோம், இப்போது எங்கு இருக்கிறோம் என்பதை நம்மால் அறிந்து கொள்ள முடியும்.

பரிணாம வளர்ச்சியை விளக்கிய முதல் கோட்பாடு, இயற்கை தேர்ந்தெடுப்புக் கோட்பாடு அல்ல என்பதை நாம் நினைவில் இருத்த வேண்டும். அது இறுதிக் கோட்பாடும் அல்ல. ஆனால், அது மிக முக்கியமானதொரு கோட்பாடு.

அது உருவான கதையை நாம் அடுத்துப் பார்க்கலாம்.

சித்திரக்கதை வடிவில் டார்வினின் சுருக்கமான வாழ்க்கை வரலாறு

சித்திரம்: ஈத்தன் கோகாக்

சார்லஸ் டார்வினின் வாழ்க்கை குறித்து ஒரு நல்ல திரைப்படம்கூட இல்லை. இது உண்மையிலேயே துரதிர்ஷ்டவசமானது. அதனால், மிகப் பிரபலமான சித்திரப்படக் கலைஞரான ஈத்தன் கோகாக்கை அணுகி, நான் எழுதியிருந்த டார்வினின் வாழ்க்கை வரலாற்றுக் கதைக்குச் சித்திரப்படங்கள் வரைந்து தருமாறு நான் அவரிடம் கேட்டுக் கொண்டேன். இதன் துவக்க வரிகளும் கடைசி வரிகளும், டார்வினின் 'உயிரினங்களின் தோற்றம்' நூலில் இடம்பெற்றிருந்த வாக்கியங்களை அடிப்படையாகக் கொண்டவை.

காட்சி 1: *இக்காட்சியில், 'எச்எம்எஸ் பீகிள்' கப்பலின் முதல் பயணத்தின்போது அக்கப்பலின் தலைவராக இருந்த பிரிங்கிள் ஸ்டோக்ஸ் மிகவும் கவலையுற்று இருப்பதையும், அந்தக் கப்பல், தென் அமெரிக்கக் கண்டத்தின் தென்கோடியிலுள்ள டியரா டெல் ஃபியூகோ என்ற தீவுக்கூட்டத்திலிருந்து புறப்படுவதையும், பின்னர் பிரிங்கிள் ஸ்டோக்ஸ் தற்கொலை செய்து கொள்வதையும் நாம் பார்க்கிறோம்.*

காட்சி 2 (எதிர்ப்பக்கமுள்ளது) & 3 (மேலேயுள்ளது): வண்டுகளைச் சேகரிப்பதில் மிகவும் ஆர்வம் கொண்டிருந்த இளம் டார்வின், ஏற்கனவே தன்னுடைய இரண்டு கைகளிலும் இரண்டு வண்டுகளைச் சேகரித்து வைத்திருக்கின்றபோது, மேலும் ஒரு வண்டு பறப்பதைக் காண்கிறார். அந்த வண்டையும் பிடிப்பதற்காகத் தன் கையில் வைத்திருக்கும் வண்டுகளில் ஒன்றை அவர் தன் வாயில் போட்டுக் கொள்கிறார். அது அவருடைய வாயில் இலேசான விஷத்தைத் துப்புகிறது. அதன் விளைவாக அவருடைய வாயில் நுரை தள்ளுகிறது. அவர் மூன்று வண்டுகளையும் இழக்கிறார். அவர் வீடு திரும்புகின்றபோது, அவருடைய தந்தை, வெட்டியாகச் சுற்றிக் கொண்டிருக்கின்ற தன் மகனைப் பார்த்துக் கவலை கொள்கிறார். டார்வின் தன் தந்தையைப்போல சுவாரசியமற்ற ஒரு மருத்துவராக இருக்க விரும்பவில்லை, மாறாக, தன் தாத்தா இராஸ்மஸைப்போல ஓர் இயற்கைத் தத்துவவியலாளராக ஆக விரும்புகிறார்.

காட்சி 4: *எச்எம்எஸ் பீகிளில் டார்வின் தன்னை இணைத்துக் கொள்கிறார். இரண்டு ஆண்டுகளில் முடிய வேண்டிய அப்பயணம், ஐந்து ஆண்டுகளாக நீண்டது. டார்வின் பெரும்பாலான நேரங்களில் கப்பலின் ஆட்டத்தால் ஏற்படுகின்ற தொடர் வாந்தியால் அவதிப்பட்டார். தென்கோளத்தின் ஊடாக உலகைச் சுற்றி வரப் புறப்பட்டிருந்த அக்கப்பல் தென் அமெரிக்காவை அடைந்து அங்குக் கரையிறங்கியபோது, அங்கு அவர் சிறிய மற்றும் பெரிய விலங்குகளின் புதைபடிமங்களையும் புதிய விலங்கினங்களையும் கண்டுபிடித்தார், நிலநடுக்கங்களை எதிர்கொண்டார். அப்பயணத்தின்போது, அவர் அக்கப்பற்தலைவர் ஃபிட்ஸ் ராயுடன் கொண்டிருந்த உறவு சிக்கலானதாக இருந்தது. ஏனெனில், ஃபிட்ஸ் ராய், அப்பயணத்தின்போது, பைபிளில் இடம்பெற்றிருந்த சம்பவங்களுக்கு ஆதாரம் தேடுவதில் முனைந்திருந்தார். இந்த உலகம் எவ்வளவு பழமையானது என்று பைபிள் குறிப்பிட்டிருந்தது என்று ஃபிட்ஸ் ராய் நினைத்துக் கொண்டிருந்தாரோ, அதைவிட அது அதிகப் பழமையானது என்பதற்கான ஆதாரங்களை டார்வின் கண்டுபிடித்துக் கொண்டிருந்தார். நகைமுரணாக, சார்லஸ் லைல் எழுதியிருந்த மிகப் பிரபலமான நிலவியல் புத்தகத்தின்[1] ஒரு பிரதியை ஃபிட்ஸ் ராய்தான் டார்வினுக்குக் கொடுத்திருந்தார். அக்காலகட்டத்திலேயே, உலகம் மிக மிகப் பழமையானது என்ற வாதத்தை முன்வைத்த வெகு சில நூல்களில் அதுவும் ஒன்று.*

---

1 அந்த நூலின் பெயர் Principles of Geology.

காட்சி 5: டார்வின் இங்கிலாந்துக்குத் திரும்பி, மிகப் பிரபலமான ஓர் இயற்கையியலாளராக ஆகிறார். மேட்டுக்குடியினரின் அறிவியல் கழகங்களுக்குள் அவர் அனுமதிக்கப்படுகிறார். பறவையியலாளர் ஜான் கோல்டு போன்ற வழிகாட்டிகள் அவருக்குக் கிடைக்கின்றனர். அந்தக் கப்பற்பயணத்தின்போது டார்வின் சேகரித்திருந்த மாதிரிகளை அலசி ஆராய்ந்த ஜான் கோல்டு, கலபகோஸ் தீவுக்கூட்டத்திலிருந்து டார்வின் சேகரித்திருந்த ஃபிஞ்ச் வகை பறவைகளின் மாதிரிகளை அவர் முறையாக வகைப்படுத்தாமல் விட்டமைக்காக டார்வினைக் கடிந்து கொள்கிறார். ஆனால், அப்பறவைகளும் சில விலங்குகளும் தென் அமெரிக்க மூதாதையரிடமிருந்து வந்தவை என்பதைத் தான் உள்ளுணர்வுரீதியாக அறிந்துள்ளதாக டார்வின் வாதிடுகிறார். இந்த எண்ணங்கள் அவரைப் பரிணாம வளர்ச்சி குறித்துச் சிந்திக்க வைக்கின்றன. உடனே அவர் தன் எண்ணங்களை எழுத்தில் வடிக்கத் துவங்குகிறார். அவை, பின்னர் அவர் எழுதிய 'உயிரினங்களின் தோற்றம்' நூலுக்கான விதைமணிகளாயின. 1839 இல் அவர் தன் குறிப்புகளைத் தொகுத்து ஒரு புத்தகமாக[2] வெளியிடுகிறார். அதே ஆண்டில் அவர் தன் நெருங்கிய உறவினரான எம்மா வெட்ஜ்வுட்டை மணமுடித்துக் கொள்கிறார். எம்மா ஓர் ஆழ்ந்த மதப்பற்றாளர்.

---

2 அதன் தலைப்பு: The Voyage of the Beagle.

காட்சி 6: டார்வின் தன் வீட்டில் இருந்தவாறே, தாவரங்கள், பறவைகள், கடல்வாழ் ஓட்டுடலிகள் போன்றவை குறித்தத் தீவிரமான ஆய்வுகளில் ஈடுபடுகிறார். டார்வின் தம்பதியருக்குப் பத்துக் குழந்தைகள் பிறந்தபோதிலும், அவர்களில் பல குழந்தைகள் இறந்துவிடுகின்றனர். தன் மனைவி எம்மா தன்னுடைய நெருங்கிய உறவினராக இருப்பதற்கும், தன் குழந்தைகளின் இறப்புக்கும் தொடர்பு இருக்கக்கூடுமோ என்று டார்வின் கவலையடைகிறார். அவர் அக்கவலையில் மூழ்கி மிகவும் மனமுடைந்து இருக்கின்ற ஒரு கட்டத்தில்தான், மலேயாவில் (இன்றைய மலேசியா மற்றும் சிங்கப்பூர்) கள ஆய்வுகளை மேற்கொண்டிருந்த ஆல்ஃபிரட் ரஸ்ஸல் வாலஸ் என்ற சக இயற்கையியலாளரிடமிருந்து அவருக்கு ஒரு கடிதம் வருகிறது. அக்கடிதத்தோடு, தான் எழுதிக் கொண்டிருந்த ஒரு நூலின் கையெழுத்துப் பிரதி ஒன்றையும் வாலஸ் இணைத்திருந்தார். இயற்கை தேர்ந்தெடுப்பு குறித்து டார்வின் இரகசியமாகப் பல ஆண்டுகளாக அடைகாத்துக் கொண்டிருந்த யோசனைகளோடு அது மிகவும் ஒத்திருந்தது.

காட்சி 7: வாலஸின் கடிதத்தை டார்வின் தன்னுடைய சக அறிவியலறிஞர்களிடம் காட்டுகிறார். அவர்கள் இயற்கை தேர்ந்தெடுப்புக் கோட்பாட்டை உலகிற்கு அறிமுகப்படுத்துகின்றனர். அதை அவர்கள் டார்வின் மற்றும் வாலஸின் இணைப் படைப்பாகக் குறிப்பிடுகின்றனர். அதே சமயத்தில்தான் டார்வினின் கடைசிக் குழந்தை இறக்கிறது. இதைப் பற்றி எதுவும் அறியாத வாலஸ், களத்தில் தன் பணிகளைத் தொடர்ந்து கொண்டிருக்கிறார்.

காட்சி 8: டார்வின் ஒருவழியாகத் தன்னுடைய தலைசிறந்த படைப்பான 'உயிரினங்களின் தோற்றம்' நூலை எழுதி முடிக்கிறார். அது உலகெங்கும் மாபெரும் அதிர்வலைகளை ஏற்படுத்துகிறது. தாமஸ் ஹென்ரி ஹக்ஸ்லிக்கும் பிஷப் சாமுவேல் வில்பர்ஃபோர்ஸுக்கும் இடையே நடைபெற்ற வரலாற்றுச் சிறப்புமிக்கப் பொது விவாதமும் அரங்கேறுகிறது.

காட்சி 9: எச்எம்எஸ் பீகிள் கப்பலின் தலைவர் ஃபிட்ஸ் ராய் ஒரு பைபிளோடு அந்த விவாதக் கூட்டத்தில் பங்கேற்கிறார். பின்னாளில் அவரும் எச்எம்எஸ் கப்பலின் முன்னாள் தலைவரைப்போலவே தற்கொலை செய்து கொள்கிறார்.

காட்சி 10: *பல ஆண்டுகளுக்குப் பிறகு, 1882 ஆம் ஆண்டில், டார்வின் தன்னுடைய 73 ஆவது வயதில் ஒரு வெற்றியாளராக இயற்கை எய்துகிறார்.*

இந்தச் சித்திரக்கதைப் படம், டார்வினின் வாழ்க்கையில் நடந்த பல உண்மைச் சம்பவங்களை அடிப்படையாகக் கொண்டு உருவாக்கப்பட்டுள்ளது. இதற்கு டார்வினின் சுயசரிதையும் அவரைப் பற்றிப் பிறர் எழுதியுள்ள நூல்களும் அடிப்படை ஆதாரங்களாகப் பயன்படுத்தப்பட்டுள்ளன.

இயற்கை தேர்ந்தெடுப்பில் தேர்ந்தெடுப்பு எப்படி நேர்கிறது

'உயிரினங்களின் தோற்றம்' நூலில் இடம்பெற்றிருந்த சர்ச்சைக்குரிய பகுதி இயற்கை தேர்ந்தெடுப்பு அல்ல. மாறாக, பூமியிலுள்ள அனைத்து உயிரினங்களும் ஓர் ஒற்றை மூலத்திலிருந்து தோன்றியவை என்ற கருத்துத்தான் அதிகமான விவாதங்களைத் தோற்றுவித்திருந்தது. "இந்த பூமி தோன்றியதிலிருந்து இதில் வாழ்ந்துள்ள அனைத்து உயிரினங்களும் மூலமுதலான ஒன்றின் வழித்தோன்றல்களே," என்று டார்வின் குறிப்பிட்டுள்ளார். இது ஒரு மாபெரும் சிந்தனைப் பாய்ச்சலாகும். அதுவும், அந்த ஒற்றை மூலத்திலிருந்து எப்படி இவ்வளவு வகை வகையான உயிரினங்கள் தோன்றின என்பதை விவரிப்பதற்கு இயற்கை தேர்ந்தெடுப்பு என்ற கோட்பாட்டை அவர் முன்மொழிந்தது அபாரமான ஒரு நகர்வாகும். இந்த உலகிலுள்ள அனைத்து உயிரினங்களும் ஒன்றோடொன்று தொடர்புடையவை என்று டார்வின் கூறியிருந்தார். அச்சமயத்தில், பிரபலமான உயிரியலாளரான லூயிஸ் அகாசிஸ் உட்பட, எண்ணற்ற அறிவியலறிஞர்களே, மனிதகுலம் முழுமைக்கும் ஓர் ஒற்றைப் பரிணாம மூலாதாரம் இருக்கக்கூடும் என்று யோசித்திருக்கவில்லை. டார்வினுக்கு முன்புவரை, பூமியில் உயிரினங்கள் பல மூலங்களிலிருந்து தோன்றியிருக்க வேண்டும் என்ற அனுமானமே கோலோச்சி வந்திருந்தது. அதனால்தான் டார்வினின் முழக்கம் உலகெங்கும் கடும் அதிர்வலைகளை ஏற்படுத்தியது.

பின்குறிப்பு:

டார்வினின் இளமைக்காலத்தில் அவர்மீது மிகுந்த தாக்கம் ஏற்படுத்தியிருந்த ஜான் எட்மன்ஸ்டோன் குறித்து நமக்கு இன்னும் அதிகமான விபரங்கள் கிடைத்திருந்தால் நன்றாக இருந்திருக்கும் என்று நான் நினைத்துக் கொள்வேன். ஜானின் பின்புலம், அனுபவம் ஆகியவற்றோடு, டார்வினின் ஆர்வக் குறுகுறுப்பையும் கணக்கில் எடுத்துக் கொள்கின்றபோது, டார்வினின் வாழ்வில் அவருக்குக் கிடைத்திருந்த மிகச் சிறந்த உறவுகளில் ஒன்றாக அவர்களுடைய உறவு இருந்திருக்கும் என்று தோன்றுகிறது. ஜான் தென் அமெரிக்காவில் ஓர் இயற்கையியலாளரிடம் ஓர் அடிமையாக இருந்திருந்தார். விலங்குகளைப் 'பாடம் செய்கின்ற' கலையை ஜானிடமிருந்து டார்வின் கற்றுக் கொண்டார். ஜானிடமிருந்து அவர் கேட்டறிந்த சாகசப் பயணக் கதைகள் இயற்கை அறிவியல் மற்றும் பயணங்கள் குறித்த ஆர்வத்தை அவரிடம் தூண்டிவிட்டிருக்கலாம். பின்னாளில் டார்வின் பீகிள் கப்பலில் பயணிப்பதற்கு ஒருவேளை இந்த அனுபவம் அவரை உந்தித் தள்ளியிருந்திருக்கலாம்.

டார்வினின் இளமைக் காலத்தில் அவர்மீது மிகப் பெரிய தாக்கம் ஏற்படுத்தியவர்களில் முக்கியமானவர் ஜான் எட்மன்ஸ்டோன். அவர் ஒரு காலத்தில் ஓர் அடிமையாக இருந்தவர். விலங்குகளைப் பாடம் செய்யும் கலையை டார்வினுக்கு அவர் கற்றுக் கொடுத்தார். ஓர் இயற்கையியலாளர் என்ற முறையில் தான் மேற்கொண்ட சாகசப் பயணங்களைப் பற்றி அவர் டார்வினிடம் கூறியிருக்கிறார். அவர் டார்வினின் வாழ்வில் இடம் பெற்றிராமல் போயிருந்தால், டார்வின் பீகிளில் ஒருபோதும் அடியெடுத்து வைத்திருக்கவும் மாட்டார், 'ஆன் த ஆரிஜின் ஆஃப் ஸ்பீசீஸ்' நூலும் நமக்குக் கிடைத்திருக்காது.

ஜீன்-பாப்டிஸ்ட் லாமார்க் (1744-1829) என்ற பிரெஞ்சு உயிரியலாளர்தான், முதன்முதலாக ஒரு பரிணாம வளர்ச்சிக் கோட்பாட்டை முன்மொழிந்தவர். ஒவ்வோர் உயிரினமும் தனிப்பட்ட மூலங்களைக் கொண்டிருந்ததாக அவர் கருதினார். அவை தம்முடைய வாழ்நாளின் ஊடாகச் சேகரித்து வந்திருந்த தனிப்பண்புகளை அடுத்தத் தலைமுறைக்குக் கடத்தின. இதன் மூலம் அவை எளிமையான உயிரினங்களிலிருந்து சிக்கலான உயிரினங்களாகப் பரிணமித்தன. அவருடைய கண்டுபிடிப்புகளிலிருந்து எல்லோரும் பரவலாகப் பயன்படுத்திக் கொண்டிருக்கின்ற ஓர் எடுத்துக்காட்டு ஒட்டகச்சிவிங்கியின் கழுத்து நீண்டிருப்பதற்கான காரணம்தான். ஓர் ஒட்டகச்சிவிங்கி உயரமான கிளைகளிலுள்ள இலைகளைப் பறிப்பதற்காகத் தன் வாழ்நாள் முழுவதும் தன் கழுத்தை நீட்டிக் கொண்டே இருந்தால், அதன் குட்டியின் கழுத்து அதைவிட அதிக நீளமாக இருக்கும் என்று லாமார்க் கூறியிருந்தார். ஆனால், எந்தவோர் உயிரினமும் தன் வாழ்நாளில் சேகரித்துக் கொண்டிருக்கின்ற பண்புகளை அடுத்தத் தலைமுறைக்கு மாற்றுவதில்லை என்பது பல சோதனைகள் மூலம் சந்தேகத்திற்கு இடமின்றி நிரூபிக்கப்பட்டுள்ளது. ஓர் அறிவியலாளர், பரிசோதனைச்சாலையில் அவர் வளர்த்து வந்த எலிகளின் வாலைத் தொடர்ந்து பல தலைமுறைகளுக்கு வெட்டி விட்டார். ஆனால், அந்த எலிகளுக்குப் பிறந்த எலிக்குட்டிகள் முழு வால்களுடன்தான் பிறந்தன. லாமார்க்கின் கோட்பாட்டின்படி, அவை வாலில்லாமல் பிறந்திருக்க வேண்டும். இதை நாம் நடைமுறைரீதியாகவும் அறிவோம். விபத்தில் பார்வையிழந்த பெற்றோரின் குழந்தைகள் பார்வையற்றக் குழந்தைகளாகப் பிறப்பதில்லை. தினந்தோறும் ஒருவர் உடற்பயிற்சிக்கூடத்திற்குச் சென்று ஒரு கட்டுமஸ்தான உடலை வளர்த்துக் கொள்வதால் அவருடைய குழந்தைகள் கட்டான உடல்களைக் கொண்டிருப்பதில்லை. மைக்கேல் பெல்ப்ஸ் எந்நேரமும் நீரில் கிடந்து நீச்சலடித்துக் கொண்டிருக்கிறார் என்பதற்காக அவருடைய குழந்தைகளின் கால்விரல்களுக்கு இடையே தவளையின் கால்விரல்களைப்போலச் சதை வளர்வதில்லை.

தடுப்பூசிகளில் நம்பிக்கை இல்லாத ஒருவர், தான் அந்த ஊசிகளைப் போட்டுக் கொண்டால் தன் குழந்தைகளுக்கு இயல்பாகவே அந்த நோய்களுக்கு

எதிரான நோயெதிர்ப்புத்தன்மை உருவாகிவிடும் என்ற காரணத்திற்காகச் சில தடுப்பூசிகளைப் போட்டுக் கொண்ட செய்தி சமூக ஊடகங்களில் பிரபலமாக அடிபட்டது. அது லாமார்க்கியக் கண்ணோட்டம். இந்த வழியில் உங்களால் உங்களுடைய குழந்தைகளுக்கு நோயெதிர்ப்புப் பண்பைக் கடத்த முடியாது. இல்லையெனில், ஃப்ளூ காய்ச்சல் முதல் தலைமுறையைத் தாக்கியதோடு நின்று போயிருந்திருக்கும். தடுப்பூசி எதிர்ப்புக் கும்பல் முன்வைக்கின்ற மற்றொரு வாதம் சமூகக் கூட்டு நோயெதிர்ப்புத் திறன். இதன்படி, ஒரு தொற்றுநோய் ஒரு சமூகத்தைத் தாக்குகின்றபோது, அதற்குத் தடுப்பூசி இருந்தாலும் எவரும் அதைப் போட்டுக் கொள்ளாமல் தங்களுடைய இயல்பான நோயெதிர்ப்புத் திறன் மூலம் அந்தத் தொற்றுநோயை எதிர்த்துப் போராட வேண்டும். இது டார்வினியக் கோட்பாடு. ஏனெனில், இதில் கணக்கிலடங்காத எண்ணிக்கையில் மக்கள் இறந்து போக வேண்டும். இதன்படி, தங்களுடைய இயல்பான நோயெதிர்ப்புத் திறன் மூலமாக அந்தத் தொற்றுநோயை எதிர்க்க முடியாதவர்கள் செத்து மடிய வேண்டும். அப்போது அந்தக் குறிப்பிட்ட நோய்க்கு எதிரான நோயெதிர்ப்புத் திறன் இருப்பவர்கள் மட்டுமே எஞ்சியிருப்பர். தடுப்பூசி எதிர்ப்பாளர்கள் முன்மொழிகின்ற இந்த இருண்ட எதார்த்த உலகில் வாழ்வதற்குப் பெரும்பாலான மக்கள் தயாராக இருக்க மாட்டார்கள். நவீன அறிவியலறிஞர்கள் முன்மொழிகின்ற சமூகக் கூட்டு நோயெதிர்ப்புத் திறன் முற்றிலும் வேறானது. இதில் பெரும்பாலானோர் தடுப்பூசி மூலம் நோயெதிர்ப்பு சக்தியைப் பெறுவர். அதன் மூலம், தங்களை அந்த நோய் அணுகாமல் அவர்கள் பார்த்துக் கொள்வர். இந்த முறையில் நோய்ப்பரவல் தடுக்கப்படும், தேவையற்ற மரணங்கள் கணிசமாகக் குறையும்.

டார்வினின் புத்தகம் வெளிவருவதற்குப் பதினைந்து ஆண்டுகளுக்கு முன்பு 'வெஸ்டிஜெஸ் ஆஃப் த நேஷனல் ஹிஸ்டரி ஆஃப் கிரியேஷன்' என்ற புத்தகம் அதன் நூலாசிரியரின் பெயர் இல்லாமல் வெளியானது. உயிரினங்கள் மற்றும் சடப்பொருட்கள் (எடுத்துக்காட்டு: நட்சத்திரங்கள், பாறைகள்) ஒன்றிலிருந்து மற்றொன்றாக உருமாற்றம் அடைந்ததற்கு தெய்விகத் தலையீடுதான் காரணம் என்று அந்த நூல் முழங்கியது. அதில் கூறப்பட்டிருந்த கருத்துகளை டார்வின் ஏற்காவிட்டாலும்,

பரிணாமம் என்ற கருத்துருவாக்கத்தை அது பொதுமக்கள் மத்தியில் விதைத்ததன் மூலம், பின்னர் வந்த தன்னுடைய புத்தகத்திற்கு அது உதவியிருந்தது என்ற அபிப்பிராயத்தை அவர் கொண்டிருந்தார். அக்காலகட்டத்தில் பரிணாமம் என்ற வார்த்தை பயன்படுத்தப்பட்டிருக்கவில்லை. அதற்குப் பதிலாக, அறிவியலறிஞர்கள், நான் ஏற்கனவே குறிப்பிட்டிருந்ததுபோல 'உருமாற்றம்' என்ற சொல்லைப் பயன்படுத்தினர்.

மலேயாவில் கள ஆய்விலிருந்த ஆல்ஃபிரெட் ரஸ்ஸல் வாலஸ் டார்வினுக்கு ஒரு கடிதம் எழுதியிருந்தார் என்பதை நாம் 'சித்திரக்கதை வடிவில் டார்வினின் சுருக்கமான வாழ்க்கை வரலாறு' அத்தியாயத்தில் ஏற்கனவே பார்த்தோம். அந்தக் கடிதம் மட்டும் வராமல் இருந்திருந்தால், டார்வின் தன்னுடைய உலகப் புகழ் பெற்ற 'உயிரினங்களின் தோற்றம்' நூலை எழுதி முடித்திருந்திருப்பாரா என்பது சந்தேகமே. வாலஸ் டார்வினுக்கு அனுப்பி வைத்திருந்த கையெழுத்துப் பிரதியில் இடம்பெற்றிருந்த கருத்துகள், உயிரினங்கள் எப்படிப் பரிணாம வளர்ச்சி பெற்றன என்பது குறித்துத் தான் கொண்டிருந்த கருத்துகளோடு மிகவும் ஒத்துப் போனதைக் கண்டு டார்வின் அதிர்ச்சியடைந்தார். இதைப் பற்றி இருபது ஆண்டுகளுக்கும் மேலாக அவர் சிந்தித்து வந்திருந்தார். அவை குறித்த ஆய்வுகளை அவர் தொடர்ந்து மேற்கொண்டு வந்திருந்தார், மலையெனச் சான்றுகளைச் சேகரித்துக் கொண்டிருந்தார். அதன் முடிவை வெளியிடுவதை அவர் தள்ளிப்போட்டுக் கொண்டே இருந்தார். டார்வின், வாலஸ் ஆகிய இருவருமே, உயிர் பிழைத்திருத்தலுக்கான போராட்டம் மற்றும் விடாமுயற்சியின் மூலமாகவே, ஏற்கனவே இருக்கின்ற இனத்திலிருந்து புதிய உயிரினங்கள் தோன்றுகின்றன என்ற முடிவுக்கு வந்திருந்தனர். டார்வின் இதைப் பல ஆண்டுகளாக அறிந்திருந்தபோதிலும், அவர் மேலும் அதிகமான சான்றுகளைச் சேகரிக்க விரும்பியதால் அவர் அதை வெளியிடாமல் வைத்திருந்தார். கலைக்களஞ்சியத்திற்கு ஒப்பான, பல தொகுதிகளை உள்ளடக்கிய ஒரு பிரம்மாண்டமான நூலை வெளியிடவே அவர் விரும்பியிருந்தார். ஆனால், உலகிலுள்ள அனைத்து உயிரினங்களும் ஓர் ஒற்றை மூலத்திலிருந்து தோன்றின, உயிர்பிழைத்திருத்தலுக்கான போராட்டம்தான் உயிரினங்கள் தம்மைத் தகவமைத்துக் கொள்வதற்கும், புதிய உயிரினங்களாக

உருமாறுவதற்கும் வழிவகுத்தன என்ற மாபெரும் சிந்தனை தன்னுடைய சொந்தச் சிந்தனை என்று டார்வின் கருதினார். அதனால், அதை வேறு யாரோ ஒருவர் தன்னிடமிருந்து முழுமையாகத் தட்டிப் பறிக்கத் தான் அனுமதிக்கப் போவதில்லை என்ற முடிவுக்கு டார்வின் வந்தார். அதே நேரத்தில், அவர் வாலஸின் பெயரை மூடி மறைக்க முயலவில்லை. அதனால், பிரபலமான அறிவியலறிஞர்களும் தன்னுடைய நெருங்கிய நண்பர்களுமான சார்லஸ் லைலையும் ஜோசஃப் ஹுக்கரையும் அவர் இத்தகவல்களோடு அணுகினார். தன்னுடைய கண்டுபிடிப்புகளோடு வாலஸின் கையெழுத்துப் பிரதியையும் அவர் அவர்களிடம் கொடுத்தார். லைலும் ஹுக்கரும், பெரிதும் மதிக்கப்பட்ட ஓர் அறிவியல் கழகத்தில், இயற்கை தேர்ந்தெடுப்புக் கோட்பாட்டை உலகிற்கு அறிமுகப்படுத்தினர். அதில் அவர்கள் டார்வின் மற்றும் வாலஸின் இணைப் படைப்பாக அதைக் குறிப்பிட்டனர். இதைப் பற்றி எதுவும் அறியாத வாலஸ், களத்தில் தன் பணிகளைத் தொடர்ந்து கொண்டிருந்தார்.

அதற்கு அடுத்த ஆண்டு, 1859 இல், டார்வின் அவசர அவசரமாகத் தன்னுடைய ‘உயிரினங்களின் தோற்றம்’ நூலைத் தொகுத்து வெளியிட்டார். மேற்கத்திய உலகில் அதுவரை எழுதப்பட்டிருந்த அபுதின நூல்களிலேயே அளப்பரிய தாக்கங்களை ஏற்படுத்திய, அதே நேரத்தில், படிப்பதற்குப் படுசுவாரசியமாக இருந்த நூல் அதுதான்.[1]

1 டார்வினை நான் உயர்த்திப் பிடிப்பதற்காக ஐசக் நியூட்டனின் இரசிகர்கள் என்னிடம் சண்டைக்கு வந்துவிடாதீர்கள். நியூட்டனின் Principia நூலை அதன் மூல வடிவில் இனியும் எவரும் படிப்பதில்லை. அது வந்தபோதே விரல்விட்டு எண்ணக்கூடியவர்களே அதைப் படித்தனர். ஆனால், டார்வினின் நூல் அதன் மூல வடிவில் இன்றளவும் படிக்கப்பட்டும் மேற்கோள் காட்டப்பட்டும் வருகிறது. துரதிர்ஷ்டவசமாக, பரிணாம வளர்ச்சி குறித்தக் கீழை நாட்டுச் சிந்தனைகள் குறித்தத் தகவல்கள் அதிகமாக இல்லை. டார்வின் கொண்டிருந்த அதே கண்ணோட்டத்தை ஈரானியப் பல்துறை அறிஞரான அபு ரைஹான் அல்-பிரூனி கொண்டிருந்ததற்கான சில சான்றுகள் இருக்கின்றன. ஆனால், இது பற்றி அவர் அதிகமாக எழுதியிருக்கவில்லை. மருத்துவம், காலம், வெளி, மதம், இயற்கை உலகம் போன்ற துறைகளில், மத்திய ஆசிய அறிஞர்கள், மேற்கத்திய நாடுகள் மேற்கொண்ட அதே காலகட்டத்தில் அல்லது அதற்கு முன்பாக மேற்கொண்ட கண்டுபிடிப்புகளைப் பற்றி அறிந்து கொள்ள, ஃபிரடெரிக் ஸ்டாரின் Lost Enlightenment என்ற நூலை நீங்கள் படிக்கலாம். முதலாம் நூற்றாண்டைச் சேர்ந்த ஈராக்கிய அறிஞரான அல் ஜாகிஸ் எழுதிய The Book of Animals என்ற நூலில், டார்வின் காலத்திற்கு முந்தைய பரிணாம வளர்ச்சி யோசனைகள் இடம்பெற்றுள்ளன.

அக்காலத்திலேயே அது அடுத்தடுத்து ஆறு பதிப்புகள் கண்டது. அது சில தவறுகளை உள்ளடக்கியதாக இருந்தபோதிலும், மற்றப் பதிப்புகளோடு ஒப்பிடுகையில் அதன் முதல் பதிப்புதான் சிறந்தது என்று கருதப்படுகிறது. அது நேரடியான, பணிவான நடையில் எழுதப்பட்டிருந்ததுதான் அதற்குக் காரணம். அப்பதிப்பில், தன்னால் இன்னும் அதிகமான சான்றுகளைக் கொடுக்க முடியாமல் போனதற்கு அவர் வருத்தம் தெரிவித்திருந்தார். பின்னர் வந்த பதிப்புகளில், அவர் 'மாறுபாடுகளின் மூலாதாரம்', 'வம்சாவளியின் இயல்பு' போன்ற சில விஷயங்களை ஆழமாக விளக்க முற்பட்டிருந்தார். இவ்வளவுக்கும், மரபணுக்கள் எப்படி வேலை செய்கின்றன என்பது குறித்து அவருக்கு எந்த யோசனையும் இருக்கவில்லை. ஆனாலும், அதை அவர் சிறப்பாக விளக்கியிருந்தார். அதோடு, அவரைக் குறித்து வெளியிடப்பட்டுக் கொண்டிருந்த அபத்தமான கேலிச்சித்திரங்களையும் நையாண்டிக் கட்டுரைகளையும் அவர் எதிர்த்துப் போராட வேண்டியிருந்தது. மரபணு மாறுபாடுகளைப் புரிந்து கொள்வதற்கான மூலாதாரங்கள் எதுவும் அவருக்குக் கிடைத்திருக்கவில்லை. அதே காலகட்டத்தில், ஆஸ்திரியப் பாதிரியார் ஒருவர் இது குறித்த ஆய்வுகளில் ஈடுபட்டிருந்தார். துரதிர்ஷ்டவசமாக, அவரைப் பற்றி டார்வின் அறியாமல் இருந்துவிட்டார்.

அவரைத்தான் நாம் அடுத்துச் சந்திக்கவிருக்கிறோம்.

கிரெகர் மெண்டெலும் மரபியல் மாறுபாடும்

இந்த பூமியிலுள்ள அனைத்து உயிரினங்களும் ஓர் ஒற்றை மூலத்திலிருந்து வந்தன என்ற டார்வினின் கோட்பாட்டைப் பெரும்பாலான உயிரியலாளர்கள் அப்படியே ஏற்றுக் கொண்டனர். ஆனாலும், பெரும்பாலான உயிரினங்களின் சந்ததிகள், நடைமுறையில் தம்முடைய பெற்றோரைவிடக் கணிசமான அளவு வேறுபட்டு இருக்கின்றன என்ற உண்மை அவர்களை உறுத்திக் கொண்டே இருந்தது. டார்வின் பரிணாமக் கோட்பாட்டைப் புரிந்து கொண்டிருந்த அளவு அதன் செயல்பாடுகளைப் புரிந்து கொண்டிருக்கவில்லையோ என்று அவர்கள் சந்தேகித்தனர். குழந்தைகள் தங்களுடைய தாய் மற்றும் தந்தையின் கலவைதாம் என்ற கருதுகோள்தான் அக்காலகட்டத்தில் நடைமுறையில் இருந்து வந்தது. அதாவது, குழந்தைகள் பெற்றோரின் கலப்புப் பரம்பரைப் பண்புகளைப் பெற்றனர். எடுத்துக்காட்டாக, அம்மா செவ்வூதா நிறத்திலும், அப்பா வெள்ளையாகவும் இருந்தால், பிறக்கின்ற குழந்தை, இந்த இரண்டின் கலவையாக, இளஞ்சிவப்பு நிறத்தில் இருக்கும். இது நடைபெற்றால், வேறுபாடுகள் தலைமுறைக்குத் தலைமுறை மாறிக் கொண்டே இருக்கும் என்று ஆகிறது. இந்த இடத்தில்தான் கிரெகர் மெண்டெல் உள்ளே நுழைகிறார்.

பல தலைமுறைகளின் ஊடாக மாறுபாடுகள் எவ்வாறு நிலைப்படுகின்றன என்பதை மெண்டெல் கண்டுபிடித்தார். அவர் பட்டாணிச் செடியின் வேறுபட்டப் பண்புகளைக் கொண்டிருந்த இனங்களைக் கலந்து கலப்பினங்களை

உருவாக்கினார். எடுத்துக்காட்டாக, செவ்வூதாப் பூக்கள் மற்றும் வெள்ளைப் பூக்களைக் கொண்ட பட்டாணிச் செடிகளைக் கலந்து அவர் ஒரு கலப்பினத்தை உருவாக்கினார். அதன் முதல் தலைமுறையில் அவர் முழுவதுமாகச் செவ்வூதா நிறப் பூக்களைக் கொண்டிருந்த செடிகளைப் பெற்றார். இங்குக் கலப்பு நிகழ்ந்திருக்கவில்லை. அடுத்து, முதல் தலைமுறையில் கிடைத்திருந்த செவ்வூதா நிறப் பூக்களைக் கொண்ட செடிகளை அவர் ஒன்றோடொன்று கலந்தார். அவருக்குக் கிடைத்திருந்த அடுத்தத் தலைமுறைச் செடிகளில், முக்கால்வாசி ஊதா நிறப் பூக்களைக் கொண்டவையாகவும், கால்வாசி வெள்ளை நிறப் பூக்களைக் கொண்டவையாகவும் இருந்தன. முதலில் தொலைந்து போன பண்பு மீண்டும் சிறிதளவு வந்து சேர்ந்துவிட்டது. இது குறித்து அவர் மேலும் தீவிரமான ஆய்வுகளில் ஈடுபட்டார். அதிலிருந்து அவர் கண்டறிந்தவை பின்வருமாறு: ஒரு தலைமுறையின் பண்புகள் ஜோடிகளாக அடுத்தத் தலைமுறைக்குக் கடத்தப்படுகின்றன. அந்த ஜோடியில், ஒன்று ஆதிக்கப் பண்பாகவும் (அதை நாம் பெண்ணிடமிருந்து பெறப்படுகின்ற *B* என்று வைத்துக் கொள்வோம்), மற்றொன்று ஒடுங்கிய பண்பாகவும் (அதை நாம் ஆணிடமிருந்து பெறப்படுகின்ற *b* என்று வைத்துக் கொள்வோம்) இருக்கும். முதல் தலைமுறையில், வாரிசிடம் ஆண், பெண் ஆகிய இரண்டு பகுதிகளும் கலக்கின்றபோது, ஆதிக்கப் பண்புபின் (*B*) பிரதிகள், ஒடுங்கிய பண்பின் பிரதிகள் (*b*) வெளிப்படாமல் தடுத்துவிடுகின்றன (இங்கு *B* மற்றும் *b* ஆகியவை ஜோடியாகச் சேர்ந்து *Bb* என்று தம்மை வெளிப்படுத்திக் கொண்டாலும், நம்மால் *B* பண்பை மட்டுமே பார்க்க முடிகிறது). இரண்டாவது தலைமுறையில், *Bb* அம்மாக்களும் *Bb* அப்பாக்களும் சந்தித்துக் கொள்கின்றபோது, பண்புகள் *B* மற்றும் *b* ஆகப் பிரிகின்றன (படம் 9). அப்போது, கால்வாசி வாரிசுகளில், இரண்டு ஒடுங்கிய *b* பண்புகளும் (ஆதிக்கப் பண்பான *B* இல்லாமல்) ஒன்றாகத் தோன்றக்கூடும் (இங்கு அது வெள்ளைப் பூக்களைக் கொண்ட செடிகளாகக் காட்சியளிக்கும்).

மென்டெல் மற்றொன்றையும் அவதானித்திருந்தார். அவர் ஆய்வு செய்து கொண்டிருந்த அனைத்துப் பண்புகளும் (விதையின் நிறம், தாவரத்தின் உயரம் போன்றவை), இரண்டாவது தலைமுறையில் முக்கால்வாசி, கால்வாசி என்ற ஒரே விகிதத்தைக் கொண்டிருந்ததை அவர்

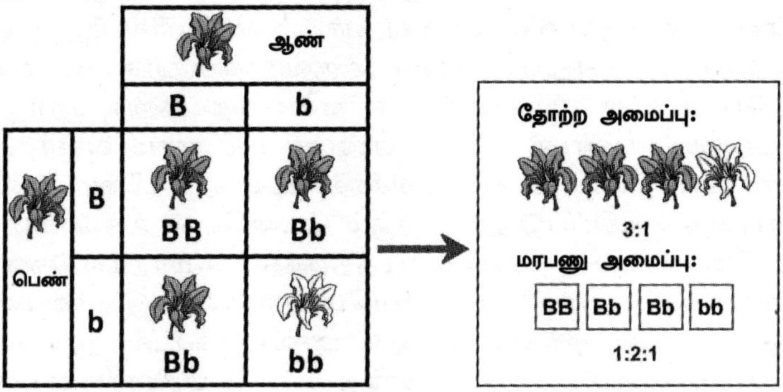

படம் 9: *உயிரினங்களில் ஏற்படுகின்ற மாறுபாடுகளை விவரிப்பதற்கு இங்கு மரபணு அமைப்பு மற்றும் தோற்ற அமைப்பில் ஏற்படுகின்ற மாறுபாடுகள் பிரித்துக் காட்டப்பட்டுள்ளன. இங்கு B என்பது ஆதிக்கப் பண்பு, b என்பது ஒடுங்கிய பண்பு.*

கண்டறிந்தார். ஆனால், அந்தப் பண்புகள் ஒன்றோடொன்று தொடர்பு கொண்டிருக்கவில்லை (எடுத்துக்காட்டு: பச்சை நிற விதைகளும் உயரமான தாவரங்களும் எப்போதும் ஒன்றாகத் தோன்றவில்லை). அவை அடுத்தடுத்தத் தலைமுறைகளுக்குக் கடத்தப்படுகின்றபோது, எப்படியோ கலந்தும் பிரிந்தும் இருந்தன (இதை இப்போது நாம் 'மரபணு மறுசீரமைப்பு' என்று அழைக்கிறோம்). மென்டெல் கண்டுபிடித்திருந்த விஷயங்கள் இப்போது 'மென்டெலிய விதிகள்' என்று அழைக்கப்படுகின்றன. அவருடைய கண்டுபிடிப்புகள் உயிரியல் வரலாற்றில் மிகவும் முக்கியமானவை. அவற்றை அவர் நுண்ணோக்கி அல்லது 'டிஎன்ஏ சீக்வென்சர்' என்ற நவீனக் கருவி போன்ற எதுவும் இல்லாமல் வெறும் பட்டாணிச் செடிகளை மட்டும் வைத்துக் கொண்டு கண்டுபிடித்துள்ளார் என்பது நம்புதற்கரிய ஒரு செய்தியாகும்![1] ஆனால், எல்லா பண்புகளும் பிரிக்கப்படக்கூடியவை அல்ல. எல்லோருக்கும்

1 மென்டெலின் கண்டுபிடிப்புகளுக்கு அளவுக்கதிகமான முக்கியத்துவம் கொடுக்கப்படுகிறதா? இருக்கலாம். பலருக்கு அவர் ஒரு சௌகரியமான கதாநாயகனாக இருந்தார். ஆனால், அவருடைய கண்டுபிடிப்புகள் காலம் கடந்து நிற்கின்றன. இந்த ஒரு காரணத்திற்காகவே நான் அவரை ஐன்ஸ்டைனின் நிலையில் வைத்துள்ளேன்.

பெரிய மூக்கு அல்லது சிறிய மூக்கு ஆகிய இரண்டில் ஒன்று இருப்பதில்லை. அவை பல அளவுகளில் இருக்கும். தோற்றத்தில் மாறுபாடுகளை உருவாக்குவதற்கு மரபியல் கட்டுப்பாடுகள் இருக்கின்றன என்பதை நிறுவுவதற்கும், பரம்பரைப் பண்புக் கலப்பு என்பது பரிணாம வளர்ச்சிக் கோட்பாட்டுக்கே உலை வைக்கக்கூடிய ஒரு பிழை அல்ல என்பதை உறுதிப்படுத்துவதற்கும் மென்டெல் உதவினார்.

மென்டெல் கண்டுபிடித்திருந்த மாறுபாடுகளை உண்டாக்கி, அவற்றை நிர்வகிப்பதற்கான இயக்கமுறை எந்த அளவு முக்கியமானது? பாலினக்கூடல் மூலமாக இனப்பெருக்கம் செய்கின்ற உயிரினங்களுக்கும் தாவரங்களுக்கும் மட்டுமே மென்டெலின் விதிகள் பொருந்தின. தம்மைத் தாமே பிரதியெடுத்துக் கொள்கின்ற சில நுண்ணுயிரிகளுக்கும் தாவரங்களுக்கும் சில முதுகெலும்பிகளுக்கும் இந்த விதிகள் பொருந்தாது. அவை தம்முடைய மொத்த டிஎன்ஏவையும் அடுத்தத் தலைமுறைக்குக் கடத்திவிடும். இவற்றுக்கு இந்த அனுகூலம் இருந்தாலும், சுற்றுச்சூழல் மாறுபாட்டுக்கு ஏற்பத் தம்மை மாற்றிக் கொள்ள அவற்றால் முடியாது என்பதால், அவை அழிந்துவிடக்கூடிய அபாயம் இருக்கிறது. துரதிர்ஷ்டவசமாக, மனிதகுலம் ஒரு பிரம்மாண்டமான அறிவுசார் பாய்ச்சலை நிகழ்த்துவதற்குத் தான் ஒரு மாபெரும் பங்களிப்பை வழங்கியிருந்ததை மென்டெல் தன் வாழ்நாளில் அறிந்திருக்கவில்லை.

டார்வின் மட்டும் மென்டெலின் கண்டுபிடிப்புகளைப் பற்றிப் படித்திருந்தால், பரிணாம வளர்ச்சியின்போது உயிரினங்களில் நிகழ்ந்து கொண்டிருந்த மாற்றங்களுக்கான விடையைக் கண்டுபிடிப்பதற்கான சரியான பாதையில் அவர் பயணித்திருந்திருப்பார். மென்டெலின் மரபியல் கண்டுபிடிப்புகளின் மகத்துவத்தை எவரும் புரிந்து கொள்வதற்கு முன்பாகவே டார்வினும் மென்டெலும் இறந்துவிட்டனர். மென்டெல் மற்றும் அவருக்குப் பின்னால் வந்தவர்களின் கண்டுபிடிப்புகளின் காரணமாகத்தான் மரபணுவில் வெளிப்படையாகத் தெரிகின்ற ஆதிக்கப் பண்புநலன், மறைந்திருக்கின்ற ஒடுங்கிய பண்புநலன் ஆகிய இரண்டும் இருக்கின்றன என்பதையும், இந்த மறைந்திருக்கின்ற ஒடுங்கிய பண்புநலன் பல தலைமுறைகளுக்குப் பின்னால் திடீரென்று தோன்றக்கூடும்

என்பதையும் நாம் அறிந்து கொண்டோம். இரத்தம் உறையாமல் போகின்ற அரிய பரம்பரை நோயான ‘ஹீமோபிலியா’ இதற்கான ஓர் எடுத்துக்காட்டு. இரத்த வகைகள் ஏன் முன்கூட்டியே கணிக்கப்படக்கூடிய ‘மென்டெலிய விகிதத்தின்படி’ இருக்கின்றன என்பதையும் இது விளக்குகிறது. மென்டெலின் கண்டுபிடிப்புகள் நிகழ்ந்து வெகுகாலம் கழித்தே, நம்முடைய டிஎன்ஏவில் இருக்கின்ற மரபியல் மாறுபாடுகளுக்கான உண்மையான மூலத்திற்கான காரணங்கள் கண்டுபிடிக்கப்பட்டன. பின்னர் மென்டெல் வேறு சில தாவரங்களில் ஆய்வுகள் மேற்கொண்டபோது உணர்ந்து கொண்டிருந்ததைப்போல, மற்றத் தாவரங்களும் விலங்கினங்களும் ஒரு பட்டாணிச் செடியைப்போல எளிமையானவை அல்ல.[2]

2 மென்டெல் முதலில் பட்டாணிச் செடிகளில் தன் ஆய்வுகளைத் துவக்கியது அவருடைய அதிர்ஷ்டம் என்றுதான் கூற வேண்டும். அச்செடியில், பூக்களின் நிற வேறுபாடு போன்ற தனித்துவமான அம்சங்கள் இருந்தது அவர் தன் முடிவுகளை எட்டுவதற்கு வசதியாக இருந்தது. மென்டெல் ஒரு தேனீ வளர்ப்பாளராக இருந்ததால், பின்னர் அவர் தேனீக்களை வைத்து இதைப் போன்ற ஆய்வுகளை மேற்கொண்டார். ஆனால், அதில் அவரால் வெற்றி பெற முடியவில்லை. ஏனெனில், தேனீக்கள் சிக்கலான பரம்பரைப் பண்புகளைக் கொண்டிருந்தன.

மரபணுச் சடுதிமாற்றமும் புதிய உயிரினங்களும்

உயிரினங்களிடம் ஏற்படுகின்ற மாற்றங்களைப் பொறுத்தவரை, தவறுகள் ஏற்படாமல் புதிய வகைகள் தோன்றுவதற்கு வாய்ப்பில்லை என்பது டார்வினும் மென்டெலும் அறிந்திராத ஒன்று. உங்களுடைய டிஎன்ஏ குறியீட்டில் ஏற்படுகின்ற தவறுகள் 'மரபணுச் சடுதிமாற்றங்கள்' என்று அழைக்கப்படுகின்றன. மரபணுச் சடுதிமாற்றங்களோடு உருவாகின்ற உயிரினங்கள்தாம் மரபியல்ரீதியான மாறுபாடுகளின் வேர்கள். மரபணுச் சடுதிமாற்றங்களுக்கு ஆளான உயிரினங்கள் என்றவுடன் விகாரமான உருவம் கொண்ட உயிரினங்கள் பற்றிய காட்சிகள்தாம் பெரும்பாலானோரின் மனங்களில் தோன்றும். சிறுவர்களைப் பொறுத்தவரை, லேசர் கண்களுடன்கூடிய, பறக்கும் சக்தி படைத்த அதிநாயகர்கள் அவர்களுடைய மனங்களில் தோன்றுவர். உண்மையில், நாம் அனைவருமே மரபணுச் சடுதிமாற்றங்களைப் பெற்றிருக்கின்ற உயிரினங்கள்தாம். மரபணுச் சடுதிமாற்றங்கள் என்பவை டிஎன்ஏக்களிலுள்ள இயல்பான மாறுபாடுகளே. டிஎன்ஏக்களைப் பிரதியெடுக்கின்றபோது உண்டாகின்ற தவறுகள் அவை. உயிரணுக்களின் பிரிவுகள் நிகழ்கின்றபோதெல்லாம் அவை நிகழ்கின்றன. மிகச் சிறந்த பத்திரிகைகளில்கூட, அவற்றின் மெய்திருத்துநர்கள், கண்களில் விளக்கெண்ணெயை விட்டுக்கொண்டு சரிபார்ப்புகளை நிகழ்த்தினால்கூட, அவர்களையும் மீறி, அவர்களை மிகவும் அசௌகரியத்திற்கு ஆளாக்குகின்ற

தவறுகள் நிகழ்ந்துவிடுவதைப்போலத்தான் இதுவும். எடுத்துக்காட்டாக, 'கல்வி' என்ற சொல்லில் ஒரு புள்ளி விட்டுப் போய் அது 'கலவி' என்று ஆகிவிட்டால், அச்சொல்லின் அர்த்தம் இடக்குமடக்காகிவிடும். அதேபோல, டிஎன்ஏ பிரதியெடுக்கப்படுகின்றபோது, ஏசிடிடிஜி என்று எழுதப்படுவதற்குப் பதிலாக, ஏசிடிஜி[1] என்று எழுதப்பட்டுவிடுகின்றபோது மரபணுச் சடுதிமாற்றம் ஏற்படுகிறது. ஆனால், மூன்று பில்லியன் பாலணுக்களின் கருவமிலக்கூறு அடிப்படை ஜோடிகளில் பத்து முதல் நூறு வரையிலான தவறுகளே ஏற்படுகின்றன. இந்தத் தவறுகளின் விகிதம் *0.00000001* சதவீதமே.

உங்களை உருவாக்கி, நீங்கள் செய்கின்ற விஷயங்களைக் கட்டுப்படுத்துகின்ற புரதங்களின் திட்ட வரைபடம்தான் டிஎன்ஏ என்கின்ற மரபியல் குறியீடு. இந்தக் குறியீட்டில் ஏற்படுகின்ற தவறுகளால் எதுவுமே நிகழ்வதில்லை. சுத்தமாக எதுவுமே நிகழ்வதில்லை. முந்தைய அத்தியாயம் ஒன்றில் நாம் ஏற்கனவே சந்தித்திருந்த உயிரியலாளர் மோட்டூ கிமுரா, பெரும்பாலான மரபணுச் சடுதிமாற்றங்கள் ஓர் உயிரினத்தின் உயிர்பிழைத்திருத்தல் மற்றும் இனப்பெருக்கத் திறன்மீது எந்தத் தாக்கமும் ஏற்படுத்துவதில்லை என்ற வியப்பான விஷயத்தைக் கண்டுபிடித்தார். அதாவது, தோற்ற அமைப்பில் அது எந்தவிதமான தாக்கமும் ஏற்படுத்துவதில்லை. அவருடைய 'மூலக்கூறு பரிணாமத்தின் நடுநிலைக் கோட்பாடு,' இன்று 'மரபணு விலகல் போக்கு' என்று அழைக்கப்படுகிறது. உயிரினங்கள் படிப்படியாக இப்படி விலகிச் செல்வது இயற்கை தேர்ந்தெடுப்புக்குப் பக்கபலமாக இருக்கிறது.

ஒரு டிஎன்ஏ கருவமிலக்கூறு மற்றொரு கருவமிலக்கூறாக மாறுதல் (எடுத்துக்காட்டு: அடினீன், சைட்டோசீனாக மாறுதல்) போன்றவை சில நேரங்களில் நேர்கின்றன. வேறு சில நேரங்களில் நீக்கல்களும், மற்ற சில நேரங்களில் செருகல்களும் நிகழ்கின்றன. நாம் முன்பு பார்த்த எடுத்துக்காட்டில், 'ஏசிடிடிஜி' என்று எழுதப்படுவதற்குப் பதிலாக, 'ஏசிடிஜி' என்று எழுதப்படும்போது, அங்கு ஒரு 'டி

1 ACTG: அடினீன் (Adenine), சைட்டோசீன் (Cytosine), தயமீன் (Thymine), குவானீன் (Guanine) ஆகிய நான்கு கருவமிலக்கூறுகளின் ஆங்கில முதல் எழுத்துகளின் கூட்டு.

(தயமீன்)' நீக்கப்பட்டுவிடுகிறது. சில நேரங்களில் ஒரு கூடுதல் கருவமிலக்கூறு சேர்க்கப்படக்கூடும். இந்த நீக்கல்களும் செருகல்களும் நடைபெறும் இடங்களைப் பொறுத்து அவை விளைவிக்கின்ற தாக்கங்களின் அளவுகள் இருக்கும். எடுத்துக்காட்டாக, இப்படிப்பட்ட நீக்கங்கள் அல்லது செருகல்கள் ஒரு புரதக் குறியீடு எப்படிப் படிக்கப்படுகிறது என்பதை மாற்றக்கூடும். ஒரு குறிப்பிட்ட வகையான புரதம் தயாரிக்கப்படாமல் இருப்பது தோற்ற அமைப்பில் பயங்கரமான பின்விளைவுகளை ஏற்படுத்தக்கூடும்.

பரிணாம வளர்ச்சி குறித்து நீங்கள் என்ன கேள்விப்பட்டிருக்கிறீர்களோ எனக்குத் தெரியாது. ஆனால், பரிணாம வளர்ச்சி என்பது இங்கொன்றும் அங்கொன்றுமாக நிகழ்வதல்ல. மேலே விவரிக்கப்பட்டிருந்த மரபணுச் சடுதிமாற்ற எடுத்துக்காட்டுகள்கூட எதேச்சையாக நிகழ்ந்தவை அல்ல. மரபணுத் தொகுதியின் சில பகுதிகள் எளிதாக மாற்றத்திற்கு உள்ளாகக்கூடியவையாக இருக்கும். ஆனால், பெரும்பாலும் அவை குறியீடுகளைப் பிரதிபலிக்காத இடங்களில் நடைபெறுவதால், அவற்றால் எந்த பாதிப்பும் ஏற்படுவதில்லை. வேறு சில பகுதிகளில் 'சுத்திகரிப்புத் தேர்ந்தெடுப்பு' என்ற ஒன்றின் மூலம் நிகழ்கின்ற மரபணுச் சடுதிமாற்றங்கள் உடனுக்குடன் களையப்பட்டுவிடுகின்றன. உயிரணுப்பிரிவு நிகழ்கின்றபோதெல்லாம் மரபணுச் சடுதிமாற்றங்கள் தன்னிச்சையாகவும் நிகழ்கின்றன, விபத்தாகவும் நிகழ்கின்றன. ஆனால், அவை விந்தணு அல்லது சினைமுட்டைக்குள் செல்லாதவரை, அடுத்தத் தலைமுறைக்குக் கடத்தப்படுகின்ற டிஎன்ஏக்களின் ஒரு பகுதியாக ஆவதில்லை. இப்படித் தன்னிச்சையாக நிகழ்கின்ற மாற்றங்கள், ஒரு குறிப்பிட்ட அளவுக்குப் பரவுகின்றபோது, அவை அந்த இனத்தின் பரிணாம வரலாற்றின் ஒரு பகுதியாக ஆகிவிடுகின்றன. அது எப்படிப் பரவுகிறது? தனிநபர்கள் இனப்பெருக்கத்தில் ஈடுபடுகின்றபோது, அவர்கள் தங்களுடைய டிஎன்ஏவை (மரபணுச் சடுதிமாற்றங்களும் இதில் அடங்கும்), இயற்கை தேர்ந்தெடுப்பு மூலமோ (அது தன்னைத் தகவமைத்துக் கொள்ளத்தக்கதாக இருக்கும் பட்சத்தில்) அல்லது மரபணு விலகல் போக்கு மூலமோ (அது நடுநிலையாக இருக்கும் பட்சத்தில்) தங்களுடைய சந்ததியினருக்குக் கடத்துகின்றனர். சூழல் உகந்ததாக இருக்கும்போதோ அல்லது அந்த மரபணுச் சடுதிமாற்றம்

நன்மை பயப்பதாக இருக்கும்போதோ, அது படுவேகமாகப் பரவிவிடும். இல்லையெனில், ஒரு சொடுக்குப் போடும் நேரத்தில் அது மறைந்துவிடும்.

மரபணுச் சடுதிமாற்றம் குறித்து நீங்கள் என்ன கேள்விப்பட்டிருக்கிறீர்கள் என்று எனக்குத் தெரியாது. ஆனால், பெரும்பாலான மரபணுச் சடுதிமாற்றங்கள் உங்களைக் கொன்றுவிடாது. ஆனால், அவற்றைப் பற்றிய உங்களுடைய கவலைகள் உங்களுக்கு எமனாக வந்து முடியக்கூடும். ஒரு மரபணுச் சடுதிமாற்றம் படுமோசமானதாக இருந்து, மரணத்திற்கு வழி வகுப்பதாக இருந்தால், அது ஏன் விடாப்பிடியாகத் தொடர்கிறது? அதற்குப் பல காரணங்கள் இருக்கலாம். எடுத்துக்காட்டாக, சில மரபணுச் சடுதிமாற்றங்கள், நாம் அவற்றை அடுத்தத் தலைமுறைக்குக் கடத்திய பிறகு, வாழ்வில் பின்னாளில் தலைகாட்டுகின்றன (எடுத்துக்காட்டு: ஹன்டிங்டன் நோய்). நமக்கு வயதாகின்றபோது நமது உயிரணுக்களின் செயல்திறன் குறைவதால், மரபணுச் சடுதிமாற்றத்தின் அளவு அதிகரிக்கிறது. புகைபிடித்தல், மது அருந்துதல், அளவுக்கதிகமாக இனிப்பைச் சேர்த்துக் கொள்ளுதல் போன்றவை இதற்குத் துணை போகின்றன. இப்பழக்கங்கள் ஒருவர் அவற்றில் ஈடுபடுகின்றபோது உற்சாகமளிக்கலாம், ஆனால் அவை அந்நபரின் வாழ்நாளைக் குறைக்கக்கூடும். இப்பழக்கங்களால் உருவாகின்ற மரபணுச் சடுதிமாற்றங்கள் உங்கள் உடலிலுள்ள சாதாரணமான உயிரணுக்களில் நிகழ்வதால், அவை அடுத்தத் தலைமுறைக்குக் கடத்தப்படுவதில்லை.

சில நேரங்களில், ஒரு மரபணுச் சடுதிமாற்றம், பயனுள்ள மரபணு வரிசைக்கு மிகவும் நெருக்கமான ஓர் இடத்தில் இருப்பதன் மூலம் அடுத்தத் தலைமுறைக்குக் கடத்தப்படலாம். இது 'மரபணுத் தொற்றல் சவாரி' என்று அழைக்கப்படுகிறது. ஒரு குரோமோசோமில் நெருக்கமாக இடம்பெற்றிருக்கின்ற மரபணுக்கள், தலைமுறை தலைமுறையாகக் கடத்தப்படுவதற்கு வாய்ப்புகள் அதிகம். சீட்டுக்கட்டைக் கலைத்தாடும் ஆட்டத்தோடு இதை ஒப்பிடலாம். நீங்கள் ஒரு சில முறை மட்டுமே கலைத்தால், கலைக்கப்படுவதற்கு முன்பு அடுத்தடுத்து இருந்த சீட்டுகள், கலைக்கப்பட்டப் பிறகும் அதேபோல அடுத்தடுத்து இருப்பதற்கான வாய்ப்புகள் அதிகம். பின்னர்

பிரிக்கப்படும் குரோமோசோம் ஜோடிகளுக்கு இடையில் அந்தக் கலைப்பு நடைபெறுகிறது. கலைப்புக்குப் பிறகு, உங்களுடைய டிஎன்ஏவில் பாதி, மறுபடி அடுக்கப்பட்டு, விந்தணு அல்லது சினைமுட்டையை உருவாக்குவதற்காக ஒதுக்கி வைக்கப்படுகிறது. நீங்கள் இத்தகைய பாலணுக்களை ஏராளமாக உருவாக்குவீர்கள். அவை ஒவ்வொன்றிலும் இந்தப் 'பாதி ஒதுக்கப்படுதல்' நிகழ்ந்திருக்கும். இதுதான் மரபணு மறுசீரமைப்பாகும். உங்களுடைய பெற்றோரின் டிஎன்ஏவின் தனித்துவமான கலவையாக நீங்கள் இருப்பதற்கு இதுதான் காரணம். உங்களுடைய அம்மாவை ஒரு கட்டுச் சீட்டுகளாகவும் உங்களுடைய அப்பாவை இன்னொரு கட்டுச் சீட்டுகளாகவும் கற்பனை செய்து கொள்ளுங்கள். அந்த இரண்டு சீட்டுக்கட்டுகளும் கலைக்கப்பட்டு, அவற்றில் பாதி வெளியே எடுக்கப்பட்டுவிடுகிறது. இப்போது மீதியிருக்கும் சீட்டுகள் சேர்க்கப்படுகின்றபோது, அது ஒரு புதிய சீட்டுக்கட்டாகிறது (படம் 10). குழந்தைகளின் உற்பத்தி என்று வரும்போது, எவருமே முழு சீட்டுக்கட்டை வைத்துக் கொண்டு விளையாடுவதில்லை. ஆனால், கிடைத்திருக்கின்ற புதிய சீட்டுக்கட்டில், சரியான எண்ணிக்கையில் அனைத்துச் சீட்டுகளும் இடம்பெற்றிருக்க வேண்டும். எண்ணற்ற முறை விளையாடப்பட்டுள்ள சீட்டுகள், மடிந்தும் ஓரங்கள் இலேசாகக் கிழிந்தும் இருக்குமல்லவா? அதை நீங்கள் மரபணுச் சடுதிமாற்றம் என்று எடுத்துக் கொள்ளலாம். பொதுவாக அத்தகைய சீட்டுகள் இருந்தாலும் ஆட்டம் பாதிக்கப்படாது. நீங்கள் சீட்டுகளைக் கலைக்கின்றபோது, ஏதாவது ஒரு சீட்டைத் தவறவிட்டுவிட்டால், அது பிரச்சனையாகக்கூடும். ஆனால், ஒதுக்கி வைக்கப்பட்டது போக உங்களுக்குக் கிடைத்திருக்கின்ற சீட்டுகளில், நீங்கள் தொலைத்திருந்த அதே சீட்டு இடம்பெற்றுவிட்டால் (இரண்டு கட்டுகள் இருக்கின்றன, இல்லையா?), பிரச்சனை ஒன்றும் இல்லை.

சில நேரங்களில், மோசமான மரபணுச் சடுதிமாற்றங்களோடு சேர்த்து, நல்ல மரபணுச் சடுதிமாற்றங்களும் கலைக்கப்பட்டுவிடுவதால், மரபணுச் சடுதிமாற்றங்களை நீக்குகின்ற பொறுப்பு மரபணு மறுசீரமைப்பினுடையதாகிவிடுகிறது. இந்த நோக்கில் பார்த்தால், மரபணு மறுசீரமைப்பு மரபியல் மாறுபாடுகளை (அதாவது, மரபணுச் சடுதிமாற்றங்களை) உருவாக்குகின்ற

ஒன்றாக இருக்கின்ற அதே வேளையில், அவற்றை நீக்குகின்ற ஆற்றலைக் கொண்டதாகவும் விளங்கும்.

பெரும்பாலான மரபணுச் சடுதிமாற்றங்கள் பரிணாம வளர்ச்சியில் பெரிய தாக்கம் எதையும் விளைவிப்பதில்லை என்றாலும், சிறிய மாற்றங்கள், தோற்றத்தில் பெரிய வித்தியாசங்களை விளைவிக்கவல்லவை என்பதை நீங்கள் நினைவில் வைத்திருக்க வேண்டும். எடுத்துக்காட்டாக, 'அகோன்ட்ரோபிளாஸ்டிக் குள்ளத்தன்மை' என்ற நோய், ஒற்றை டிஎன்ஏவில் ஏற்படுகின்ற மாற்றத்தால் விளைகின்ற ஒரு நோய். இது எலும்பு வளர்ச்சிக் குறைபாட்டு நோய். இதற்கு நேர்மாறானது 'புரோட்டியஸ் சின்ட்ரோம்.' இந்த அரிய நோயில், எலும்புகள், தோல், உடலுறுப்புகள் போன்றவை அதீதமாக வளரும். இந்த மரபணுச் சடுதிமாற்றமும் ஒரே ஓர் உயிரணுவில் தொடங்கி உடலெங்கும் பரவும். இது போன்ற பல அரிய நோய்கள் அல்லது நோய்க்குறிகள் இருக்கின்றன.

இங்கு நான் என்னுடைய சொந்தக் கதை ஒன்றையும் உங்களுடன் பகிர்ந்து கொள்ள ஆசைப்படுகிறேன். எங்களுடைய முதல் இரட்டையர் பிறப்பதற்கு முன்பு, கருத்தரித்து எட்டு வாரங்களில் என் மனைவிக்குக் குறைப்பிரசவம் ஏற்பட்டது. அது எங்களுக்குக் கவலையையும் பயத்தையும் அளித்ததால், நாங்கள் அந்தக் கருவைச் சோதித்தோம். அதில் ஒரு பிரச்சனை இருந்தது. அதற்கு 'டிரிப்ளாய்டு' என்று பெயர். கருவில் 46 குரோமோசோம்களுக்குப் பதிலாக 69 குரோமோசோம்கள் இருக்கும். ஒரே ஒரு குரோமோசோம் கூடுதலாக இருந்தால்கூட (46க்குப் பதிலாக 47), அது 'டவுன்ஸ் சின்ட்ரோம்' என்ற பிரச்சனைக்கு இட்டுச் செல்லக்கூடும். எங்களுடைய விஷயத்தில் இருந்ததைப்போலக் கூடுதலாக ஒரு 'செட்' குரோமோசோம்கள் இருந்தால், அந்தக் குழந்தை பிறப்பதற்கு முன்பே இறந்துவிடும். இது ஏன் நிகழ்ந்தது என்பதைக் கண்டுபிடிப்பதற்காக நானும் என் மனைவியும் டிஎன்ஏ சோதனைகளை மேற்கொண்டோம். என்னுடைய குரோமோசோம் எண் 8 இல் 'தலைகீழ் மாற்றம்' என்று சொல்லப்படுகிற ஒன்று நிகழ்ந்திருந்தது. அந்தக் குரோமோசோமின் ஒரு பகுதி உடைந்து, தலைகீழாக அதில் ஒட்டிக் கொண்டிருந்தது. அதற்கும் என் மனைவியின் குறைப்பிரசவத்திற்கும் ஏதாவது தொடர்பு

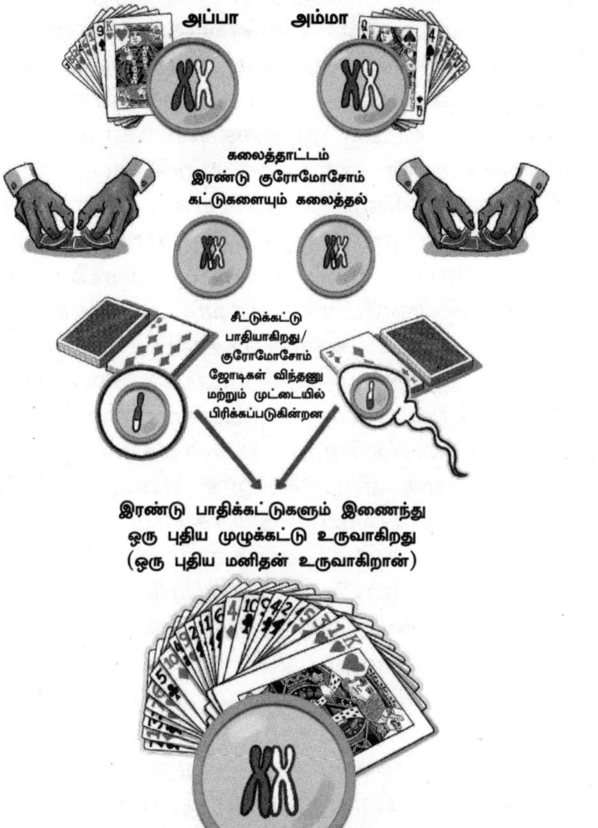

படம் 10: *மரபணு மறுசீரமைப்பு இங்குச் சீட்டுக்கட்டு விளையாட்டாக உருவகப்படுத்தப்படுகிறது. உங்களுடைய பெற்றோர் ஆளுக்கு 23 ஜோடி குரோமோசோம்களைக் கொண்டிருப்பர் (மொத்தம் 46). மரபணு மறுசீரமைப்பு மூலம் அவை கலைத்தாடப்படுகின்றபோது உங்களுடைய பெற்றோரின் சினைமுட்டை மற்றும் விந்தணுவில் அந்தக் குரோமோசோம்களின் அளவு பாதியாகக் குறைகிறது (அதாவது, 23 ஆகிறது). இனப்பெருக்கத்தின்போது, சினைமுட்டையும் விந்தணுவும் இணைகின்றபோது, அந்தக் குரோமோசோம்களின் எண்ணிக்கை மீண்டும் 46 ஆகிறது. மரபணு மறுசீரமைப்பு நிகழ்கின்றபோது, சில மரபணுச் சடுதிமாற்றங்கள் இழக்கப்படுகின்றன (அவற்றில் நல்லவையும் இருக்கும், மோசமானவையும் இருக்கும்). அதே நேரத்தில், இச்செயல்முறை தனித்துவமான கலப்புகளை உருவாக்குவதால்தான் நீங்களும் உங்களுடைய உடன்பிறப்புகளும் ஒரே உருவத்தைக் கொண்டிருப்பதில்லை. ஏன், நீங்கள் உங்களுடைய பெற்றோரின் உருவத்தைக்கூடக் கொண்டிருப்பதில்லை.*

இருந்ததா? இல்லை என்றுதான் தோன்றியது. ஆனால், அந்தக் கண்டுபிடிப்பின் விளைவாக, பின்னர் நாங்கள் என் மனைவியின் சினைமுட்டையை மேலும் கூடுதலான மரபியல் சோதனைகளுக்கு உட்படுத்தினோம். இறுதியில் எங்களுக்கு இரட்டைக் குழந்தைகள் பிறந்தனர். இதைப் பற்றிப் பின்னர் நான் விரிவாகக் கூறுகிறேன்.

என் கதையில் நிகழ்ந்ததைப்போலக் குரோமோசோமில் பெரும் மாற்றங்கள் ஏற்படுவது அரிது என்று கருதப்பட்டது. 1940களில், நோபல் விருதாளரும் மரபியலாளருமான பார்பரா மெக்கிளின்டோக், 'தாவும் மரபணுக்கள்' என்ற ஒரு கோட்பாட்டைக் கண்டுபிடித்தார். மரபணுவின் சிறு பகுதிகள் உடைந்து இடம் மாறி ஒட்டிக் கொள்ளும் என்றும், அது தோற்றத்தில் மாறுபாடுகளை விளைவிக்கக்கூடும் என்றும் அவர் விளக்கினார். டிஎன்ஏக்களில் ஏற்படுகின்ற மாறுபாடுகள் எங்கு ஏற்படுகின்றன என்பதைப் பொறுத்து, அவற்றின் தாக்கம் பலமாக இருக்கலாம் அல்லது தாக்கம் எதுவும் ஏற்படாமலும் இருக்கலாம் என்பதைப் புரிந்து கொள்ள அவர் உதவினார். மரபியல் மாறுபாடுகள் உள்ளேயிருந்து மட்டுமல்லாமல் வெளியேயிருந்தும் வரக்கூடும் என்பதை நான் அறிந்து கொள்ளவும் அவர் உதவினார்.

சில நேரங்களில், பரிணாம வளர்ச்சியில் முக்கிய மாற்றங்களுக்குப் போட்டி காரணமாக இல்லாமல், ஒத்துழைப்பு காரணமாக இருந்துள்ளது என்ற கோட்பாட்டை 1960களில் லின் மார்குலிஸ் முன்மொழிந்தார். 'இழைமணியையும்' 'பசுங்கனிகத்தையும்' வேறு உயிரணுக்களுக்குள் புகுத்தியபோது, அது எப்படி ஓர் 'ஒன்றிய வாழ்வுக்கு' இட்டுச் சென்று புதிய வகை உயிரினங்களை உருவாக்கியது என்பதை அவர் விளக்கியிருந்தார். தாவரங்கள், பூஞ்சைகள் மற்றும் விலங்குகளில் இப்படிப் புதிய இனங்கள் உருவாயின. உயிரணுக்களின் ஆற்றல் தளமாக விளங்குகின்ற இழைமணிக்கும் பசுங்கனிகத்திற்கும் இடையே ஒன்றிய வாழ்வு உறவு ஏற்படுவதன் மூலம், அவை பிற உயிரினங்களோடு சிறப்பாகப் போட்டி போடுகின்ற நிலைக்கு மாறுகின்றன. அதே சமயம், இந்தப் பரிணாம நகர்தல், டார்வினின் கோட்பாட்டோடும் கச்சிதமாகப் பொருந்திவிடுகிறது. வைரஸ் மூலமாகப் பிற உயிரினங்களுக்குத் தாவுகின்ற மரபணுக்கள்கூட இருக்கலாம். பலவிதமான மீன்கள், பாலூட்டிகள் மற்றும் பிற

உயிரினங்கள், தனித்தனியாகத் தமக்குள் தொப்புள்கொடி போன்ற உடலுறுப்பைப் பரிணாமரீதியாக வளர்த்துக் கொண்டதற்கு இதுதான் காரணமாக இருந்திருக்க வேண்டும் என்று ஒரு கருதுகோள் முன்மொழிகிறது. மேலும் சில முக்கிய உடலுறுப்புகள்கூட வைரஸின் உதவியால் பல உயிரினங்களில் தனித்தனியாக உருவாகியிருந்தது என்றுகூடக் கண்டுபிடிக்கப்படலாம். முதுகெலும்பிகளிலும், சில வகை முதுகெலும்பிலிகளிலும் கண்கள் இப்படிப்பட்ட முறையில் தனித்தனியாகத் தோன்றியிருந்தன என்று கண்டுபிடிக்கப்பட்டால் நான் வியப்படைய மாட்டேன்.

மனிதனின் மரபணுத் தொகுதிகளில் 9 சதவீதம் வைரஸ் மூலாதாரங்களைக் கொண்டுள்ளது என்பது வியப்புக்குரிய செய்தியாகும். இவற்றில் பல, முதுகெலும்பிலிகள், பூஞ்சைகள் மற்றும் தாவரங்களிலும் காணப்படுகின்றன என்பது அதைவிட வியப்பான தகவலாகும் (இவற்றை நாம் பொதுவான மூதாதையரிடமிருந்து பெற்றுள்ளோம்). தனிப்பட்ட உயிரினங்களும் அவற்றோடு பரஸ்பரம் ஒன்றிய வாழ்வு வாழ்ந்த உயிரினங்களும் (எடுத்துக்காட்டு: உங்களுடைய தோல் மற்றும் குடலில் வாழ்கின்ற பாக்டீரியாக்கள்) சேர்ந்த ஒன்று, புதிய உயிரினங்களின் தோன்றல்களுக்கு இட்டுச் சென்றிருக்கலாம் என்ற கருத்தை அந்தக் காலத்திலேயே லின் மார்குலிஸ் முன்மொழிந்திருந்தார். அதை அவர் ‘ஒன்றிய வாழ்வுத் தோற்றக் கோட்பாடு’ என்று அழைத்தார். ஆனால், அது பெரிதாகப் பிரபலமாகவில்லை.

மரபணு மாறுபாடுகள் குறித்த நம்முடைய புரிதல், மென்டெலின் காலத்திலிருந்து வெகுவாக முன்னேறியிருக்கிறது. டார்வினும் மென்டெலும் கற்பனை செய்திருந்திருக்கக்கூடியதைவிட மாறுபாட்டின் மரபியல் மிகவும் சிக்கலானது. இயற்கை தேர்ந்தெடுப்பு முறையில் பரிணாம வளர்ச்சி நகர்வதைப்போலவே அறிவியலும் படிப்படியாக ‘ஒரு நேரத்தில் ஓர் இறுதிச்சடங்கு’[2] என்ற

---

2 இது குவான்டம் கோட்பாட்டிற்காக நோபல் பரிசு பெற்ற இயற்பியலாளர் மேக்ஸ் பிளாங்கின் பிரபலமான மேற்கோள். அவர் தன்னுடைய சுயசரிதையில் இவ்வாறு எழுதியுள்ளார்: “எந்தவொரு புதிய அறிவியல் உண்மையும், அதன் எதிர்ப்பாளர்களை ஒப்புக் கொள்ள வைப்பதன் மூலம் வெற்றியடைவதில்லை. மாறாக, எதிர்ப்பாளர்கள் இறுதியில் இறந்து போய், அந்தக் கொள்கையோடு பரிச்சயம் கொண்ட ஒரு புதிய தலைமுறை தோன்றுவதால்தான் அது வெற்றியடைகிறது.”

விதத்தில்தான் முன்னேறிக் கொண்டிருக்கிறது. அறிவியலைப் பொறுத்தவரை, அந்தப் படிப்படியான முன்னேற்றங்கள் அனைத்தும் ஆவணப்படுத்தப்பட்டிருக்கின்றன. ஆனால், பரிணாம வளர்ச்சியின் விஷயம் அப்படியில்லை.

புதிய இனங்கள் உருவாதல்

லின் மார்குலிஸின் ஒன்றிய வாழ்வு தோற்றக் கோட்பாடு முன்வைக்கின்ற யோசனைப்படி புதிய இனங்கள் உருவாகவில்லை என்றால், இனத்தோற்றம் நடைபெறுவதற்கு வேறு ஏதாவது ஒரு சூத்திரம் இருக்கிறதா? இருக்கிறது: தனிமைப்படுத்துதல் + நீண்டகாலம். நீங்கள் ஓரினத்தின் ஒரு சிறு பகுதியைப் பிரித்து அதைத் தனிமைப்படுத்த வேண்டும். இப்படித் தனிமைப்படுத்தப்பட்டுள்ள சிறு குழு, காலப்போக்கில் சூழலுக்கு ஏற்பத் தன்னைத் தகவமைத்துக் கொள்வதன் மூலமும் (இயற்கை தேர்ந்தெடுப்பு) மாற்று வழிகளின் மூலமும் (மரபணுச் சடுதிமாற்றம், மரபணு விலகல் போக்கு) விரிவுறும். துவக்கத்தில், பெரிய குழுவைக் காட்டிலும் சிறிய குழுவில் மரபியல் பல்வகைமை குறைவாக இருக்கும். சிறு குழுவின் 'மரபணுச் சேமகம்' சிறிதாக இருக்கும் என்பதால், பெரிய குழுவோடு ஒப்பிடுகையில், சில மரபணு மாறுபாடுகளை அவற்றால் எளிதாகக் களைந்துவிட முடியும். ஒன்று, சிறு குழுவிலுள்ள உறுப்பினர்கள் அனைவருக்கும் அந்த மாறுபாடு பரவிவிடும் அல்லது அனைவரும் அதை இழந்துவிடுவர். மென்டெலின் பரிசோதனைகளில் வேறுபட்டப் பண்புகளைக் கொண்டிருந்த பட்டாணி இனங்கள் செவ்வூதா அல்லது வெள்ளை நிறப் பூக்களை உருவாக்கியிருந்ததற்கு இதுதான் காரணம். நீங்கள் குறைவான எண்ணிக்கையிலுள்ள செடிகளை மட்டும் வைத்துக் கொண்டு கலப்பினங்களை உருவாக்க முயன்றால், விரைவில் உங்களுக்கு எல்லாம் வெள்ளை நிறப் பூக்களைக் கொண்ட செடிகள் அல்லது

எல்லாம் செவ்வூதா நிறப் பூக்களைக் கொண்ட செடிகள் கிடைக்கும். மென்டெல் முதலில் ஒரே நிறப் பூக்களைக் கொண்ட இனங்களைத் தேர்ந்தெடுத்து, அவற்றை மீண்டும் மீண்டும் பயிரிட்டு, ஒரே பண்பைக் கொண்ட செடிகள் வளர்வதை உறுதி செய்த பிறகுதான் அவற்றைப் பிற நிறப் பூக்கள் கொண்ட செடிகளோடு கலந்தார். ஆனால், நிஜ உலகச் சூழலில், ஓர் இனத்தின் எண்ணிக்கையில் வேறுபாடு இருப்பதோடு மட்டுமல்லாமல், அவை இருக்கும் இடத்தின் சுற்றுச்சூழலும் மாறுபடும், அல்லது அவற்றை இரையாக்கிக் கொள்கின்ற கொன்றுண்ணிகள் மாறுபடும். அதனால், தனிமைப்படுத்தப்படுகின்ற குழுக்களிலிருந்து இறுதியில் புதிய வகை உயிரினங்கள் உருவாகும்.

பொதுவாக ஓரிடத்தில் ஓர் இனத்தின் குழுக்கள் பரவிக் கிடக்கும். அந்தக் குழுக்களுக்கு இடையே, இடம்பெயர்தல் மூலமாகவோ அல்லது ஒரு சில விலங்குகள் இரண்டு குழுக்களுக்கும் இடையே அங்குமிங்கும் போய் வந்து கொண்டிருப்பதாலோ இனக்கலப்பு நடைபெற்றுக் கொண்டுதான் இருக்கும். அந்தக் குழுக்களில் ஒன்று ஏதோ ஒரு காரணத்தால் தனிமைப்படுத்தப்படுகின்றபோது அவற்றுக்கு இடையே இனக்கலப்பு ஏற்படுவது கடினமாகிவிடக்கூடும். எடுத்துக்காட்டாக, திடீரென்று ஓர் ஆற்றின் போக்கு மாறுவதன் காரணமாக இரண்டு குழுக்கள் பிரிந்து போய்விடுகின்றன என்று வைத்துக் கொள்வோம். இந்தப் புவியியல்ரீதியான தடையின் காரணமாக அவற்றால் ஒன்றோடொன்று இனக்கலப்பில் ஈடுபட முடியாமல் போய்விடும். அந்த இரண்டு குழுக்களிலும் காலப்போக்கில் ஏற்படும் சிறு சிறு மாறுதல்கள் கூடிக் கொண்டே போகும். ஒரு கட்டத்தில், அந்த ஆற்றின் போக்கு மீண்டும் மாறி, அந்த இரண்டு குழுக்களும் மீண்டும் அருகருகே வசித்தாலும், அவை தம்மை முற்றிலும் வேறுபட்ட இனங்களாக அடையாளம் கண்டுகொள்ளும் என்பதால் அவற்றுக்கு இடையே இனக்கலப்பு ஏற்படாது. அவை இரண்டும் தம்முடைய சொந்த இனத்திற்கு உள்ளே மட்டுமே இனப்பெருக்கத்தில் ஈடுபடும் (படம் 11). இப்படியாக ஒரு புதிய இனம் உருவாகிறது.

இப்படி ஒரு புதிய புவியியல் தடுப்பு ஏற்படுவதால் விளைகின்ற இனத்தோற்றத்திற்கு ‘வேற்றுநில இனக்கிளைப்பு’ என்று பெயர். ‘தனிமைப்படுத்துதல் + நீண்டகாலம்’

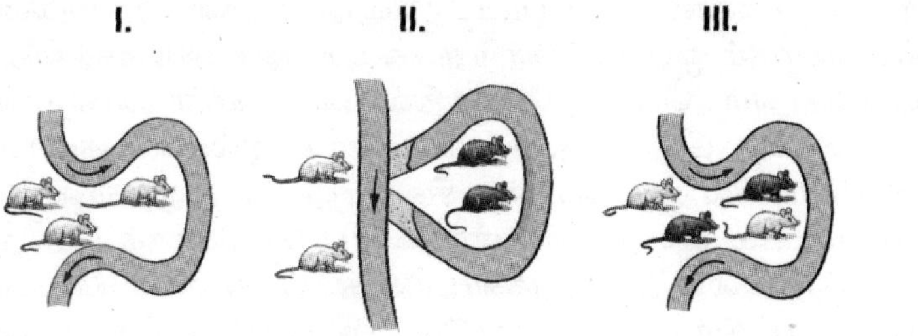

படம் 11: *வளைந்து வளைந்து செல்லும் ஓர் ஆற்றுக்கு அருகே ஒரே எலி இனத்தைச் சேர்ந்த பல குழுக்கள் வசித்து வருகின்றன (I.). திடீரென்று அந்த ஆறு தன் போக்கை மாற்றிக் கொள்கிறது. அதன் விளைவாக ஓர் எலிக் குழு தனிமைப்படுத்தப்படுகிறது (II.). அந்தத் தனிமைப்படுத்தப்பட்ட இடம் முந்தைய இடத்தைவிடக் குளுமையாக இருக்கிறது. கழுகு போன்ற கொன்றுண்ணிகளின் எண்ணிக்கையும் அங்குக் குறைவு. அங்கு உணவும் மறைவிடமும் குறைவு. அந்த இடம் சகதியாகவும் இருக்கும். அந்த இடத்திற்கு ஏற்பத் தம்மைத் தகவமைத்துக் கொள்வதற்காக, தனிமைப்படுத்தப்பட்டுள்ள அந்த எலிக் குழு, காலப்போக்கில் கரிய நிறம் கொண்ட எலிகளாக (சூழலோடு ஒத்துப் போகின்ற விதத்தில்) மாறுகின்றன. இறுதியில் அந்த ஆறு மீண்டும் பழைய போக்கிற்குத் திரும்புகிறது (III.). இதற்கிடையே, தனிமைப்படுத்தப்பட்டிருந்த எலிகள், மரபியல்ரீதியாகவும் தோற்றரீதியாகவும் ஒரு புதிய இனமாகக் கருதப்படத்தக்க அளவுக்கு மாறிவிடுகின்றன.*

முறையில் ஒருவிதமான நிச்சயத்தன்மை இருப்பது உண்மைதான் என்றாலும் வேறு சில தோற்ற வகைகளும் இருக்கின்றன. அவற்றில் ஒன்றுக்கு, 'உள்ளினக்கிளைப்பு' என்று பெயர். இதில் புவியியல்ரீதியான தடைகள் கிடையாது. அதோடு, இது நிகழ்வதற்கு நீண்ட காலமும் ஆவதில்லை. (என்ன செய்ய வேண்டும் என்று தன்னிடம் கூறப்படுவது பரிணாம வளர்ச்சிக்குப் பிடிக்காது!) இந்த வகை, மற்ற உயிரினங்களைக் காட்டிலும் தாவரங்களில் பரவலாகக் காணப்படுகிறது. அதில் ஒரு முறையில், மரபணுத் தொகுதியின் நகலெடுப்பு நிகழ்கின்றபோது, அதன் குரோமோசோம்களின் எண்ணிக்கை வழக்கமான ஒரு ஜோடிக்கும் அதிகமானதாக இருக்கும். அதன் காரணமாகப் புதிய இனத்தோற்றம் ஏற்படும். இந்த உள்ளினக்கிளைப்பு, அழிந்து போன உயிரினங்களில்கூட நிகழ்ந்திருக்கலாம்.

இனங்கள் என்பதற்கான வரையறை என்ன என்ற கேள்வியை நீங்கள் கேட்கலாம். அதற்குத் துல்லியமாக விடையளிப்பது சிரமம். ஏனெனில், இந்த உலகிலுள்ள

உயிரினங்களில் ஏகப்பட்ட வேறுபாடுகள் நிலவுகின்றன. எல்லோரும் ஒப்புக் கொள்ளக்கூடிய ஒரு விளக்கத்தை நாம் ஒருபோதும் பெறப் போவதில்லை. உயிரியலாளர்களான எங்களுக்கு இது திருப்தியளிப்பதாக இல்லை. குவான்டம் இயற்பியலில் இது போன்ற சில பகுதிகள் இருந்தாலும், அது குவான்டம் இயற்பியலாளர்களைப் பெரிதாகத் தொந்தரவு செய்வதில்லை (எடுத்துக்காட்டு: துகள் அலைக் கோட்பாடு, ஐயப்பாட்டுக் கோட்பாடு, ஷிரோடிங்கரின் பூனைக் கருதுகோள் போன்றவை). ஆனால், நாடுகளுக்கு இடையே நிலவுவதைப் போன்ற தெளிவான எல்லைக்கோடுகளை விரும்புகின்ற இரகத்தைச் சேர்ந்தவர்கள் உயிரியலாளர்கள். ஆனால், அநேக நேரங்களில், இனங்கள் அப்படித் தெளிவான வரையறைக்கு உட்படுத்தப்பட முடியாதவையாகவே இருக்கின்றன.

பொதுவாக, ஓரினத்தின் இரண்டு குழுக்களால் தங்களுக்குள் இணைந்து இனப்பெருக்கத்தில் ஈடுபட்டு, பிழைத்திருக்கக்கூடிய வம்சாவளியை உருவாக்க முடியவில்லை என்றால், அவை ஒரே இனத்தைச் சேர்ந்தவை என்று கருதப்படுவதில்லை. ஆனால், இந்த 'விதிக்கு' சில விதிவிலக்குகள் இருக்கின்றன. ஓரினத்தில் இரண்டு குழுக்களால் தங்களுக்குள் இனப்பெருக்கம் செய்து கொள்ள முடியுமா என்று பொதுவாக நாங்கள் சோதிப்பதில்லை. அப்படிச் சோதிப்பதற்கான ஒரு வழி, அந்த இரண்டு குழுக்கள் இருக்கின்ற இடத்திலிருக்கின்ற கலப்பினங்களை ஆராய்வதாகும். ஆனால், கலப்பினத்தை உருவாக்குகின்ற ஆற்றல் படைத்திருப்பதனாலேயே அந்த இரண்டு குழுக்களும் பரிணாமரீதியாகத் தனித்தனியான பரம்பரையைக் கொண்டவை என்று கூறிவிட முடியாது. சுமார் 200 மில்லியன் ஆண்டுகளாகத் தனித்தனியாக இருந்த 'ஸ்டர்ஜன்', 'பேடில்பிஷ்' என்ற இரண்டு மீனினங்களின் கலவையாக, பரிசோதனைச்சாலையில் எதேச்சையாக 'ஸ்டர்டில்பிஷ்' என்ற கலப்பினம் உருவான செய்தியைக் கேட்டு நான் வியப்படைந்தேன்.

உயிரின வகைபிரிப்பியலாளர்கள், வம்சாவளியாகக் கடத்தப்படத்தக்கப் பண்புகளிலுள்ள வேறுபாடுகளாடு (நீலச் செதிள்கள் மற்றும் சிவப்புச் செதிள்கள்), மூலக்கூறுரீதியான சான்றுகளின் அடிப்படைகளைச் சேர்த்துக் கொண்டுதான் இனங்களை வகைபிரிக்கின்றனர், அவற்றுக்குப்

பெயரிடுகின்றனர். ஆண்டுதோறும் ஆயிரக்கணக்கான இனங்களைக் கண்டுபிடிக்கின்ற புதைபடிமவியலாளர்கள், பெரும்பாலும் தங்களுக்குக் கிடைக்கின்ற அரைகுறையான புதைபடிமங்களை வைத்துக் கொண்டே அவற்றை அடையாளம் காண வேண்டிய நெருக்கடியில் இருக்கின்றனர். கலவியற்ற இனப்பெருக்கத்தில் ஈடுபடுகின்ற நுண்ணுயிரிகளை ஆய்வு செய்கின்ற உயிரியலாளர்கள், முதுகெலும்பிகளிடம் இருக்க முடியாத பண்புகள் அவற்றிடம் இருக்கலாம் என்ற நோக்கையே நம்பியிருக்க வேண்டியிருக்கிறது. இவர்களுடைய அணுகுமுறைகளுக்கு இடையே வேறுபாடுகள் இருந்தாலும், இனங்கள் என்பவை நிஜமானவை என்பதையும், அவை பரிணாம வளர்ச்சியின் விளைவாக உருவானவை என்பதையும் ஒப்புக் கொள்ள அவர்கள் தயங்குவதில்லை. ஓர் இனத்தைத் தற்சார்புடைய குழுவிலிருந்து தனித்துவமான இனம் என்ற அந்தஸ்துக்கு உயர்த்துவதற்குப் போதுமான காரணங்கள் இல்லாமல் இருக்கும்போது அவர்கள் தங்களுக்குள் முரண்பட்டுக் கொள்வதும் உண்டு (படம் 12).

கலாபகஸ் தீவுகள் பரிணாம வளர்ச்சி அறிவியலின் பிறப்பிடமாகக் கருதப்படுவதற்குக் காரணம், அங்கிருந்த தனித்தனித் தீவுகளில் வசித்து வந்த ஆமைகளும் பறவைகளும் ஒன்றிலிருந்து மற்றொன்று வேறுபட்டிருந்தாலும் (குறிப்பாக அவற்றின் அலகுகள்), அவை அனைத்திற்கும் ஒரே மூதாதையர் இருக்க வேண்டும் என்றும், அவை அருகேயுள்ள தென் அமெரிக்காவிலிருந்து வந்தவையாக இருக்க வேண்டும் என்றும் டார்வின் அடையாளம் கண்டுகொண்டதுதான். அந்தத் தீவுகளின் சுற்றுச்சூழல் தனித்துவமாக இருந்ததால், அந்தச் சூழலுக்கு ஏற்ப அவை தம்மைத் தகவமைத்துக் கொள்ள முயன்றதால், காலப்போக்கில் அவை வித்தியாசமாக மாறிவிட்டன. சில சமயங்களில், ஒரு தீவுக்கு உள்ளாகவே, பருவகாலங்களை ஒட்டி சூழல் வேறுபட்டபோதும்கூட, அவற்றுக்கு இடையே மாறுதல் ஏற்பட்டிருந்ததையும் அவர் பின்னர் கண்டறிந்தார். மாறிவிட்டிருந்த தட்பவெப்பச் சூழலுக்கு ஏற்பவும், கிடைத்துக் கொண்டிருந்த உணவுகளின் பற்றாக்குறைகளுக்கு ஏற்பவும் அவை தம்மைத் தகவமைத்துக் கொள்ள வேண்டியிருந்ததுதான் அதற்குக் காரணம். இதற்கு எல்லா இடங்களிலும் காட்டப்படுகின்ற எடுத்துக்காட்டு,

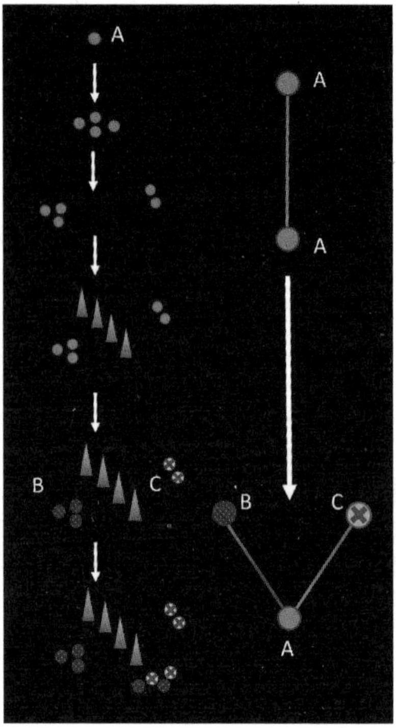

படம் 12: *இனத்தோற்றம் குறித்து இப்படி நாம் ஒன்றைக் கற்பனை செய்து கொள்ளலாம். மற்ற இனங்களைப்போலவே, பல பகுதிகளில், பல குழுக்களாகப் பரவியிருக்கின்ற 'A' என்ற இனம் இருப்பதாக வைத்துக் கொள்வோம் (இடது புறம்). அந்தக் குழுக்கள், ஏதாவது இயற்கைத் தடைகளால் (எடுத்துக்காட்டு: இதில் காட்டப்பட்டுள்ள கூரான முக்கோண வடிவ மலைகள்) நீண்டகாலமாகப் பிரிக்கப்பட்டிருந்தால், அந்தக் குழுக்கள் நாளடைவில் ஒரு தனி இனமாக உருவெடுத்துவிடும் ('B' மற்றும் 'C'). இனத்தோற்றம் உருவெடுப்பதற்கு எந்த அளவு மாற்றம் தேவை என்பதை அறிவது கடினம். அவை Aயிலிருந்து Bக்கும், Aயிலிருந்து Cக்கும் (வலது பக்கம் கீழே) கிளைவிடும். இந்த விலகலின்போது ஏற்படும் மாற்றங்கள் புதிய சூழலுக்கு ஏற்பத் தம்மைத் தகவமைத்துக் கொள்ளத்தக்கவையாக இருக்கலாம் அல்லது டிஎன்ஏவில் ஏற்படுகின்ற மாற்றங்களாக இருக்கலாம். நீண்டகாலம் கழித்து அவை மீண்டும் ஒன்றுசேர்ந்தால்கூட, அவற்றுக்கு இடையே இருக்கும் வித்தியாசங்கள் பெருமளவுக்கு இருக்கும் என்பதால், அவை ஒரே இடத்தில் இருந்தாலும் அவற்றால் ஒன்றுகூடி இனப்பெருக்கத்தில் ஈடுபட முடியாத நிலை இருக்கும் (இடது பக்கம் கீழே). ஒன்று, அந்த இரண்டு இனங்களின் தோற்றத்திலும் மாறுதல் ஏற்பட்டிருக்கலாம். இங்கு அவற்றை வேறுபடுத்திக் காட்ட, B குழுவிற்குப் புள்ளிகளும், C குழுவிற்கு 'X' என்ற குறியீடும் காட்டப்பட்டுள்ளன. அதாவது, B குழு, இனப்பெருக்கத்திற்காக, புள்ளிகளைக் கொண்டுள்ள விலங்குகளையே நாடும். அதேபோல, C குழு, இனப்பெருக்கத்திற்காக, 'X' என்ற குறியீட்டைக் கொண்டுள்ள விலங்குகளையே நாடும். (இங்குப் புள்ளிகளும் 'X' குறியீடுகளும் இவற்றை வேறுபடுத்திக் காட்டுவதற்காகக் கூறப்பட்டுள்ளன, அவற்றின் உடலில் புள்ளிகள் தோன்றியிருக்கும் என்று எடுத்துக் கொள்ளக்கூடாது.) அல்லது, அவற்றுக்கு இடையே மரபியல்ரீதியான மாற்றங்கள் ஏற்பட்டிருக்கலாம். அப்போது அவை ஒன்றுகூடி இனப்பெருக்கம் செய்தால்கூட, பிறக்கின்ற கலப்பினங்கள் மலட்டுத்தன்மையுடன் இருக்கும்.*

‘டார்வின் ஃபிஞ்ச்’[1] பறவைகள்தாம். அவை ‘நுண்பரிணாம வளர்ச்சி’ என்று அழைக்கப்படுகின்ற ஒன்றுக்கான எடுத்துக்காட்டுகளாகும். குறுகிய காலத்தில் இனங்களுக்கு இடையே ஏற்படுகின்ற சிறிய மாற்றங்கள் அவை. இந்த மாற்றங்கள் நீண்டகாலம் நீடிக்கின்றபோது, அது பெருநிலைப் பரிணாம வளர்ச்சி என்று அழைக்கப்படுகிறது (எடுத்துக்காட்டு: பூ பூக்கின்ற தாவரங்களும், அதனோடு தொடர்புடைய பூச்சிகளும்).

1 கலாபகஸ் ஃபிஞ்ச் பறவைகள் என்ற பறவைக் கூட்டங்களைப் பற்றி டார்வின் தன் எழுத்துகளில் பெரிதாகக் குறிப்பிடவில்லை. பின்னர்தான் அது பரிணாம வளர்ச்சிக் கொள்கையின் முன்மாதிரியாக உருவெடுத்தது. லண்டனிலுள்ள அவருடைய சக உயிரியலாளர்கள்தாம் அந்தப் பறவைகள் ஃபிஞ்ச் பறவையின் வெவ்வேறு வகைகள் என்பதைக் கண்டறிய அவருக்கு உதவினர். ஆனால், அந்தப் பறவைகள் அனைத்தும் தென் அமெரிக்காவிலிருந்த ஓர் ஒற்றை மூதாதையரிடமிருந்து உதித்தவை என்பதை டார்வின் முதலிலிருந்தே உணர்ந்திருந்தார்.

புதைபடிமங்களும் ஜீவ நூலும்

உயிரினங்களில் ஏற்பட்ட மாற்றங்கள் படிப்படியாக அதிகரித்துக் கொண்டே போயின (நுண் பரிணாம வளர்ச்சியிலிருந்து பெருநிலைப் பரிணாம வளர்ச்சியை நோக்கி) என்பதற்கான புதைபடிமச் சான்றுகள் எதையும் டார்வின் முன்வைக்கவில்லை என்ற நியாயமான குற்றச்சாட்டு அவர்மீது வைக்கப்பட்டது. இதில் வேடிக்கை என்னவென்றால், 'உயிரினங்களின் தோற்றம்' என்ற தன்னுடைய நூலில் அவரே அதைக் குறிப்பிட்டுள்ளார். அழிந்து போன பெரும்பாலான உயிரினங்கள் தம்முடைய புதைபடிமங்களை விட்டுச் சென்றிருக்கவில்லை என்ற கருத்துத்தான் டார்வின் காலத்தில் மேலோங்கியிருந்தது.

பூமியில் தோன்றியிருந்த அனைத்து உயிரினங்களின் வரலாறுகளும் ஒரு புத்தகமாக ஆவணப்படுத்தப்படுகிறது என்று கற்பனை செய்தால், அதை நாம் 'ஜீவ நூல்' என்று அழைக்கலாம். ஒவ்வோர் உயிரினத்திற்கும் அப்புத்தகத்தில் ஒரு பக்கம் ஒதுக்கப்பட்டிருக்கும். அவற்றில் பெரும்பாலான பக்கங்கள் கிழிந்து போயிருக்கும், சில பக்கங்கள் படிக்கப்பட முடியாதவையாக இருக்கும். சில பக்கங்கள் வேறு இடங்களுக்கு மாற்றப்பட்டிருக்கும். பல விலங்குகளைக் கொண்ட ஒரு 'தொகுதியை' (படம் 13) நாம் ஓர் 'அத்தியாயம்' என்று வைத்துக் கொண்டால், அத்தியாயங்கள் குறித்து நாம் ஓரளவு நன்றாகவே அறிந்து வைத்துள்ளோம் என்று கருதிக் கொள்ளலாம். ஆனால், கடந்தகாலத்திலிருந்த விலங்குகள் குறித்து நாம் அறிந்து கொண்டவை, இன்று நம்மிடையே உயிருடன் நடமாடிக்

இராச்சியம்: விலங்கு
தொகுதி: முதுகுநாணி
வகுப்பு: பாலூட்டி
வரிசை: முதனி
குடும்பம்: ஹோமினிடி
பேரினம்: ஹோமோ
இனம்: சேப்பியன்ஸ்

படம் 13: *நைந்தும், கசங்கியும், ஆங்காங்கே கிழிந்தும் போயுள்ள ஒரு முழுமையற்றப் புத்தகம்தான் 'ஜீவ நூல்'. இந்நூலில், இராச்சியம், தொகுதி, வகுப்பு, வரிசை, குடும்பம், பேரினம், இனம் என்று உயிரினங்கள் வகைப்படுத்தப்பட்டுள்ளன. இங்கு நாம் மனிதகுலத்தை மட்டும் பார்க்கலாம். முதலில் இராச்சியம்: இதில் மனிதன், அனைத்து விலங்குகளையும் உள்ளடக்கியுள்ள 'விலங்குகள்' என்ற பிரிவுக்குள் வருகிறான். அடுத்தது தொகுதி: இதில் மனிதன், முதுகெலும்பிகள் மற்றும் மீன் இனங்கள் சிலவற்றை உள்ளடக்கிய 'முதுகுநாணிகள்' என்ற பிரிவுக்குள் வருகிறான். அதையடுத்து வகுப்பு: இதில் மனிதன், டால்பின்கள் மற்றும் சில விலங்குகளை உள்ளடக்கியுள்ள 'பாலூட்டிகள்' என்ற பிரிவுக்குள் வருகிறான்). அதையடுத்தப் பிரிவு வரிசை: இதில் மனிதன், குரங்குகள், லெமூர்கள் போன்றவற்றை உள்ளடக்கியுள்ள 'முதனிகள்' என்ற பிரிவுக்குள் வருகிறான். அதற்கு அடுத்தது குடும்பம்: இதில் மனிதன், சிம்பன்சி, ஒராங்குட்டான் போன்றவற்றை உள்ளடக்கியுள்ள 'ஹோமினிடி' என்ற பிரிவுக்குள் வருகிறான். அடுத்தது பேரினம்: இதில் மனிதன், நியாண்டர்தால் உட்பட, கிட்டத்தட்டப் பன்னிரண்டு மனித இனங்களை உள்ளடக்கியுள்ள 'ஹோமோ' என்ற பிரிவுக்குள் வருகிறான். இறுதியாக இனம்: ஹோமோ என்ற பேரினத்தில் இப்போது எஞ்சியுள்ள ஒரே மனித இனம் 'சேப்பியன்ஸ்' என்று அழைக்கப்படுகின்ற நாம்தாம்.*

கொண்டும், நீந்திக் கொண்டும், ஊர்ந்து கொண்டும் இருக்கின்ற உயிரினங்களைப் படிப்பதன் மூலம் நாம் ஊகித்தறிந்து கொண்டவையே. இவை 'அத்தியாயங்களின்' கடைசிச் சில பக்கங்கள். 'ஜீவ நூலின்' இப்பக்கங்கள் நன்றாக இருப்பதால், அவற்றை அடிப்படையாக வைத்துக் கொண்டு நம்மால் ஒரு முழு புத்தகத்தையுமே கற்பனை செய்து எழுதிவிட முடியும்.

'ஜீவ நூலில்' நல்ல நிலையில் இருக்கும் பக்கங்கள் உயிரினங்களின் பரிணாம வளர்ச்சி குறித்த நம்முடைய கண்ணோட்டத்தைச் செதுக்குவதில் ஒரு முக்கியப் பங்காற்றியுள்ளன. நுண்ணுயிரிகளில் சிலவே புதைபடிமச் சான்றுகளை விட்டுச் செல்கின்றன. ஆனாலும் இங்கு ஒரு முக்கியமான விஷயத்தைக் குறிப்பிட்டாக வேண்டும். பூமியில் உயிரினங்கள் இருந்ததற்கான மிகவும் பழைய சான்று 3.5 பில்லியன் ஆண்டுகள் பழமையான நுண்ணுயிரிகளிடமிருந்துதான் நமக்குக் கிடைத்துள்ளது. ஆழ்கடல் வெப்ப ஊற்றுக்கு அருகே வசித்து வந்த நீலப்பச்சை பாக்டீரியாக்கள் (ஒரு வகையான கடற்பாசி) புதைபடிம வடிவில் விட்டுச் சென்றுள்ள சுண்ணாம்புப் பாறை அடுக்குகள்தாம் அவை. நிலவியல் சான்றுகளின்படி பூமியின் வயது 4.5 பில்லியன் ஆண்டுகள். அப்படியெனில், உயிரினங்கள் பூமியில் தோன்றுவதற்கு சுமார் ஒரு பில்லியன் ஆண்டுகளை எடுத்துக் கொண்டுள்ளன. துரதிர்ஷ்டவசமாக, இந்த நூலின் முதல் அத்தியாயத்தை நாம் இழந்துவிட்டோம். ஆதி உயிர் நமக்கு எந்தவிதமான துப்புகளையும் விட்டுச் செல்லவில்லை.

புதைபடிமமாக மாறுவதற்கு ஏற்றச் சூழலில் வாழ்ந்து வந்த, பாதுகாக்கப்படுவதற்கு ஏற்ற எலும்புகள் மற்றும் ஓடுகள் போன்ற கடினமான உடற்பகுதிகளைக் கொண்டிருந்த உயிரினங்களைப் பற்றிய விபரங்களே ஜீவ நூலின் தொடக்கப் பக்கங்களை ஆக்கிரமித்திருந்தன. சூடான நிலப் பகுதியில் வாழ்ந்து வந்த விலங்குகள், புதைபடிமங்களாக மாறுவதற்கு முன்பே பிற விலங்குகளின் வயிறுகளுக்குள் சங்கமமாகிவிட்டன அல்லது மக்கிப் போய்விட்டன. புதைபடிமங்கள் நிலத்தைவிட நீரில் அபரிமிதமாகக் கிடைக்கின்றன. ஒரு பொருள் புதைபடிமமாக மாற வேண்டுமென்றால், அது ஆக்சிஜனற்ற ஒரு சூழலில் புதையுற வேண்டும். அப்படிப்பட்டச் சூழலை, நிலத்தைவிட நீர் எளிதாக வழங்குகிறது. டார்வினின் காலத்திற்குப் பிறகு நாம் மில்லியன் கணக்கான புதைபடிமங்களைக் கண்டுபிடித்துள்ளோம். சரியாகச் சொல்ல வேண்டுமென்றால், அவர் நினைத்திருந்ததற்கு மாறாக, நாம் உயிருள்ள இனங்களைக் கண்டுபிடித்துக் கொண்டிருப்பதைவிட, அற்றுவிட்ட உயிரினங்களைப் புதைபடிமங்களிலிருந்து அதிகமாகக் கண்டுபிடித்துக்

கொண்டிருக்கிறோம். சராசரியாக ஒரு நாளைக்கு ஐந்திலிருந்து பத்துப் புதைபடிமங்கள் கண்டுபிடிக்கப்பட்டுக் கொண்டிருக்கின்றன.

டார்வின் உயிரோடு இருந்தபோது நிலைமை இப்படி இருக்கவில்லை. புதைபடிமங்கள் என்ற 'விநோதப் பாறைகள்' எதைப் பிரதிநுதப்படுத்தின என்பது குறித்து அறிவியலறிஞர்களிடம் ஒத்தக் கருத்து இருக்கவில்லை. பூமியில் எந்த உயிரினங்கள் உயிருடன் உலவிக் கொண்டிருந்தனவோ அவை மட்டும்தான் எப்போதுமே இருந்து வந்திருந்தன என்றுதான் மக்கள் நீண்டகாலமாக நினைத்துக் கொண்டிருந்தனர். அதனால், மேரி அன்னிங் *(1799-1847)* எனும் புதைபடிமவியலாளர், பிரம்மாண்டமான வடிவில் இருந்த, பறக்கும் 'டெரோசார்' மற்றும் நீந்தும் 'இக்தியோசார்' போன்றவற்றின் புதைபடிமங்களைக் கண்டுபிடித்தபோது, மக்களால் அதை நம்பவே முடியவில்லை. ஆனால், அந்தப் புதைபடிமங்கள், இதுபோன்ற விலங்குகள் மிக நீண்டகாலத்திற்கு முன்பு பூமியில் உலவிக் கொண்டிருந்தன என்பதையும், அவை இப்போது அற்றுவிட்ட உயிரினங்களாக மாறிவிட்டிருந்தன என்பதையும் உறுதி செய்தன.

கடவுளின் படைப்புகளில் சில முற்றிலுமாக அழிந்துவிட்டிருந்தன என்ற உண்மை, அதுவரை மக்களிடம் ஆழமாக படிந்திருந்த மத நம்பிக்கைகளைக் கேள்விக்கு உட்படுத்தியது. சில உயிரினங்கள் அற்றுப் போயிருந்தன என்ற காரணத்தினாலேயே மக்கள் பரிணாம வளர்ச்சிக் கோட்பாட்டை ஏற்றுக் கொள்ளவில்லை. மாறாக, அவர்கள் ஒரு புதிய மதக் கருதுகோளை உருவாக்கினர். அதன்படி, கடவுள், குறிப்பிட்டக் கால இடைவெளிகளில் உலகிலுள்ள அனைத்து உயிரினங்களையும் அழித்து மீண்டும் அவற்றைப் படைத்துக் கொண்டிருந்தாராம். அதை அவர்கள் 'கடவுளின் சிறப்புப் படைப்புச் செயல்பாடு' என்று அழைத்தனர். பூமியின் வரலாற்றில் ஐந்து முக்கிய அற்றுப் போதல் நிகழ்வுகள் நடந்தன. அவற்றில், பூமியிலிருந்த பெரும்பாலான உயிரினங்கள் அழிந்துவிட்டிருந்தன. பின், பிழைத்திருந்த இனங்கள் மீண்டும் தழைத்து பூமியை நிரப்பின. கிரெட்டேசியஸ் யுகத்தின் முடிவில் நிகழ்ந்த பேரழிவில் டைனோசார்கள் முற்றிலுமாக அழிந்து போனவுடன் பாலூட்டிகள் பல்கிப்

பெருகியது இதற்கான ஓர் எடுத்துக்காட்டு.[1] அறிவியல் இதை 'அழிவமைவுக் கோட்பாடு' என்று அழைத்தது. உண்மையில் டார்வினின் பரம எதிரிகளாகச் செயல்பட்டப் பலர், 'கடவுளின் சிறப்புப் படைப்புச் செயல்பாட்டை' உயர்த்திப் பிடித்தனர். அவர்களில் குறிப்பிடத்தக்கவர் லூயிஸ் அகாசிஸ்.[2] அமெரிக்காவில் டார்வினின் இயற்கை தேர்ந்தெடுப்புக் கோட்பாட்டுக்கு எதிராகப் பலரைத் தூண்டிவிட்டவர்களில் அவர் முக்கியமானவர். தற்போது அமெரிக்காவில் படைப்புவாதமும் இனமேம்பாட்டுவாதமும் மீண்டும் தலைதூக்கிக் கொண்டிருப்பதில் அவருடைய வழித்தோன்றல்களுக்குப் பெரும் பங்கு இருக்கிறது.

டார்வின் தென் அமெரிக்காவில் இருந்தபோது அவரே சில புதைபடிமங்களைக் கண்டுபிடித்தார். இனங்கள் அற்றுப் போவதோடு, அவை ஒன்றிலிருந்து மற்றொன்றாகப் பரிணாம வளர்ச்சி அடைந்தன என்பதை அவை அவருக்கு உறுதிப்படுத்தின. எறும்புண்ணிகள் போன்ற, பெரிய வடிவில் இருந்த கவச உடலிகள் மற்றும் அசையா கரடிகளின் புதைபடிமங்கள், டார்வின் அங்கு இருந்தபோது அவருக்குக் கிடைத்தன. அதே இனத்தின் சிறிய வடிவங்களை அவர் அதே இடங்களில் பார்த்தார். அதைக் கொண்டு, அவை இரண்டும் பரிணாமரீதியாக ஒன்றோடொன்று தொடர்புடையவை என்ற முடிவுக்கு அவர் வந்தார். அவர் கண்டுபிடித்திருந்த புதைபடிம உயிரினங்கள் வாழ்ந்து கொண்டிருந்த காலத்தில் நிலவிய சுற்றுச்சூழல் இப்போது இருந்ததைவிடப் பெருமளவு மாறுபட்டு இருந்திருக்கும் என்றும் அவர் கருதினார். பூமி என்ற கிரகமும் பரிணாம வளர்ச்சி அடைந்திருந்தது, அதிலிருந்த உயிரினங்களும்

---

1 இது குறித்து ஏராளமான புத்தகங்கள் இருந்தாலும், 2017 இல் தொல்லுயிரியலாளரான லாரன் சல்லன் நிகழ்த்திய 'டெட்' உரை, கடந்தகாலங்களில் நிகழ்ந்த மாபெரும் பேரழிவுகளில் தப்பிப் பிழைத்த உயிரினங்களால் பூமி எவ்வாறு மீண்டும் இட்டு நிரப்பப்பட்டது என்பதைச் சுருக்கமாகவும் தெளிவாகவும் விளக்குகிறது. அந்த வீடியோவைப் பார்க்க: https://www.ted.com/talks/lauren_sallan_how_to_win_at_evolution_and_survive_a_mass_extinction

2 அகாசிஸ் ஓர் இனவெறியர். அமெரிக்காவிலும் ஐரோப்பாவிலும், குரூரச் சித்தாந்தமான இனமேம்பாட்டுவாத இயக்கத்தைத் தூக்கிப் பிடித்தவர்களில் முன்னணியில் இருந்த டேவிட் ஸ்டார் ஜோர்டன், அகாசிஸின் சீடர். ஏழைகள், மாற்றுத்திறனாளிகள், குடிகாரர்கள் போன்ற 'தகுதியற்ற' மக்கள், சமுதாயத்திலிருந்து அழித்தொழிக்கப்பட வேண்டும் என்று அவர் விரும்பினார்.

பரிணாம வளர்ச்சி அடைந்திருந்தன என்பதை அவரால் பார்க்க முடிந்தது.

கடவுளின் மூலப்படைப்புக் கோட்பாட்டையே ஏற்றுக் கொள்ளாதிருந்த டார்வினால் 'கடவுளின் சிறப்புப் படைப்புச் செயல்பாட்டை' எப்படி ஏற்றுக் கொள்ள முடியும்? அதனால், அப்போது நிலவியல் துறையில் இருந்த 'சீரொழுங்கமைவுவாதம்' என்ற கொள்கையை அவர் உயிரியலுக்குள் புகுத்தினார். அந்த நிலவியல் கொள்கை, இன்று நம் கண் முன்னால் நிகழ்ந்து கொண்டிருக்கின்ற நிலவியல் மாற்றங்களும் செயல்முறைகளும் எப்போதுமே இருந்து வந்திருந்தன என்ற வாதத்தை முன்வைத்தது. பூமி என்ற கிரகத்தில் ஏற்பட்டிருந்த மெதுவான, படிப்படியான மாற்றங்கள், காலப்போக்கில் மாபெரும் மாற்றங்களாக மாறின. இன்று நம் கண்களில் படுகின்ற மலைத்தொடர்கள், செங்குத்துப் பள்ளத்தாக்குகள் போன்றவை அப்படித்தான் உருவாயின. டார்வின் தென் அமெரிக்காவில் இருந்தபோது ஒரு நிலநடுக்கத்தை நேரில் அனுபவித்தார். சிறிய அளவிலான நிலவியல் மாற்றங்கள் படிப்படியாகப் பெரியதொரு மாற்றத்திற்கு இட்டுச் செல்லக்கூடும் என்பதை அது அவருக்குப் புரிய வைத்தது. டார்வின் முன்மொழிந்த இயற்கை தேர்ந்தெடுப்புக் கோட்பாடு என்பது இந்த நிலவியல் கொள்கையின் பிரதிபலிப்புதான். அங்கு டார்வின் அவதானித்த நுண்பரிணாம மாற்றங்கள் (எடுத்துக்காட்டு: பறவைகள் இரையை உண்கின்ற முறையில் ஏற்பட்டிருந்த சிறு மாற்றங்கள்), பல மில்லியன் கணக்கான ஆண்டுகளில் ஒரு பெருநிலைப் பரிணாம மாற்றமாக (எடுத்துக்காட்டு: அவர் அங்குக் கண்டுபிடித்திருந்த புதைபடிமங்கள்) மாறும் என்று அவர் கருதினார்.

டார்வின் தன்னுடைய 'உயிரினங்களின் தோற்றம்' நூலில், தன்னால் இன்னும் நிறைய புதைபடிம ஆதாரங்களை அளிக்க முடியாமல் போனதற்கு வருத்தம் தெரிவித்திருந்ததற்கு ஒரு வலுவான காரணம் இருந்தது. ஒரு பறவைக்கும் ஊர்கின்ற ஒரு விலங்கிற்கும் இடையிலும், ஒரு திமிங்கலத்திற்கும் ஒரு பாலூட்டிக்கும் இடையிலும் இருந்த, அற்றுப் போயிருந்த இனங்களின் புதைபடிமங்கள் கிடைக்கும் என்ற நம்பிக்கை அப்போது நிலவியது. டார்வின் அவற்றின் கண்டுபிடிப்புகளுக்காகக் காத்திருந்தார். அப்படிக் கண்டுபிடிக்கப்பட்டால், பூமியிலிருந்த உயிரினங்களின்

மாற்றம் தொடர்ந்து நடைபெற்று வந்திருந்த ஒன்று, அவை ஒரு சில தடவைகள் முற்றிலுமாக அழிக்கப்பட்டு மீண்டும் உருவாக்கப்பட்டவையல்ல என்று நிரூபித்து, 'கடவுளின் சிறப்புப் படைப்புச் செயல்பாட்டு' யோசனையில் நம்பிக்கை வைத்திருந்தவர்களின் முகங்களில் தன்னால் கரியைப் பூச முடியும் என்று அவர் நம்பினார். 'உயிரினங்களின் தோற்றம்' நூலின் முதல் பதிப்பு வெளியான இரண்டு ஆண்டுகள் கழித்து அப்படிப்பட்டதொரு புதைபடிமம் கிடைத்திருந்தது என்றாலும், அதன் முக்கியத்தும் உணரப்படுவதற்கு மேலும் சில காலம் பிடித்தது. பின்னர் அது உலகிலேயே மிகவும் பிரபலமான புதைபடிமமாக மாறியது. அதன் பெயர் 'ஆர்க்கியோப்டெரிக்ஸ்'. அது பறவை வடிவிலிருந்த ஒரு டைனோசார். அதற்கு ஊர்வனவற்றைப்போலப் பற்களும் கால் நகங்களும் இருந்ததோடு, இறக்கைகளும் இருந்தன. அப்போது, அதன் கண்டுபிடிப்பு எல்லோருக்கும் அதிர்ச்சியைத் தந்தது. ஏனெனில், பறவைகளைத் தவிர வேறு எதற்கும் இறக்கைகள் இருந்ததை அவர்கள் அதுவரை பார்த்திருக்கவில்லை. அதுவும் அந்த விலங்கு ஒரு டைனோசாரைப்போல பிரம்மாண்டமான உருவத்தில் இருந்தது. துரதிர்ஷ்டவசமாக, டார்வினின் இன்னோர் எதிரியான ரிச்சர்டு ஓவன், அந்தப் புதைபடிமத்தை விலைக்கு வாங்கி, அந்த இடைநிலைப் புதைபடிமம் யார் கண்களிலும் படாமல் இருக்குமாறு பார்த்துக் கொண்டார். அதற்கு அவருக்கு டார்வின்மீது இருந்த தொழில்முறைப் பகைதான் காரணம். ஓவன்தான் டைனோசார் என்ற வார்த்தையையே உருவாக்கினார். 'உயிரினங்களின் உருமாற்றம்' என்ற ஒரு கட்டுரையைக்கூட அவர் எழுதினார். ஆனால், பின்னாட்களில், தன் பெயரைக் குறிப்பிடாமல், டார்வினின் 'உயிரினங்களின் தோற்றம்' நூலுக்கு, அமில வார்த்தைகளைப் பயன்படுத்தி, கடுமையான விமர்சனம் ஒன்றை அவர் எழுதினார். டார்வினும் இலேசுப்பட்ட ஆசாமி இல்லையே! டார்வின் தன் நூலின் மூன்றாவது பதிப்பைக் கொண்டுவந்தபோது, அதற்கு ஒரு சிறப்பு முன்னுரையை எழுதினார். அதில் அவர் பரிணாம வளர்ச்சி குறித்து அப்போது நிலவிய கருத்துகளைச் சுருக்கமாகக் கொடுத்திருந்தார். தன்னுடைய கோட்பாட்டை வந்தடைவதில் தனக்கு உதவியிருந்தவர்களின் பெயர்களை அவர் அதில் குறிப்பிட்டிருந்தார். அதில் ஓவனின் பெயரும் இடம்பெற்றிருந்தது!

இன்று நமக்கு ஏராளமான இடைநிலை உயிரினங்களின் புதைபடிமங்கள் கிடைத்துள்ளன. அவற்றில், பறக்கும் டைனோசார்களின் புதைபடிமங்களும் அடங்கும். 'ஜீவ நூலில்' முதலில் 'பறவைகள் அத்தியாயம்', 'ஊர்வனவற்றின்' அத்தியாயத்திலிருந்தும் 'டைனோசார்களின்' அத்தியாயத்திலிருந்தும் தனியாகப் பிரிந்து இருந்தது. இக்கண்டுபிடிப்புகளின் காரணமாக, பறவைகள், டைனோசார் அத்தியாயத்தின் உட்பிரிவாகப் பார்க்கப்பட்டன. இன்று நாம் பார்த்துக் கொண்டிருக்கின்ற பறவையினங்கள், இத்தகைய டைனோசார்களின் வழித்தோன்றல்களே. அதேபோல, திமிங்கலங்களுக்கும் பிற பாலூட்டிகளுக்கும் இடையேயிருந்த இடைநிலை உயிரினங்களின் புதைபடிமங்களும் நமக்குக் கிடைத்துள்ளன. முழுமையாக நீருக்குள் வசித்துக் கொண்டிருந்த நீர்யானையைப் போன்ற ஓர் உயிரினத்தின் புதைபடிமம் நமக்குக் கிடைத்திருந்தது. அதேபோல, 'டிக்டாலிக்' என்ற விலங்கின் புதைபடிமமும் (அது மீனுக்கும் நிலம்வாழ் உயிரினங்களுக்கும் இடையேயிருந்த ஓர் இடைநிலை விலங்கு) நமக்குக் கிடைத்திருந்தது. படிப்படியாக மீனின் அம்சங்கள் குறைந்து நிலம்வாழ் விலங்குகளின் அம்சங்கள் அதிகரித்துக் கொண்டிருந்த விலங்குகளின் புதைபடிமங்கள் நமக்கு ஏராளமாகக் கிடைத்துள்ளன. ஆமைக்கு ஓடு எப்படி உருவானது என்பதிலிருந்து, மனிதனுக்கு எப்படித் தரம் குறைந்த உடல் கிடைத்தது என்பதுவரை பல விஷயங்களை நாம் புரிந்து கொள்ள உதவுகின்ற புதைபடிமங்கள் நமக்குக் கிடைத்துள்ளன.

'ஜீவ நூலின்' அனைத்துப் பக்கங்களும் நமக்கு ஒருபோதும் கிடைக்கப் போவதில்லை என்றாலும், பரிணாம வளர்ச்சிக் கதையின் முக்கியப் பகுதிகளைப் பிணைத்துப் பார்ப்பதற்குத் தேவையான அளவு பக்கங்கள் நமக்குக் கிடைத்துள்ளன (மீண்டும் படம் 7க்குச் செல்லுங்கள்). 'ஜீவ நூலில்' பக்கங்களின் எண்கள் கொடுக்கப்பட்டிருக்கவில்லை என்பது வெளிப்படை. ஆனால், இன்று உயிருடன் இருக்கின்ற உயிரினங்களின் டிஎன்ஏ ஆய்வுகளை அடிப்படையாக வைத்துக் கொண்டு, எந்த உயிரினம், எதனுடைய உறவினர் என்பதை நம்மால் எளிதாகக் கண்டுபிடித்துவிட முடிகிறது. அதை வைத்துக் கொண்டு, அத்தியாயங்களின் சுருக்கங்களை நம்மால் உருவாக்கிக் கொள்ள முடிகிறது.

அதோடு, 'ஜீவ நூல்' முதலிலிருந்து கடைசிவரை ஒரு காலக்கிரம வரிசைப்படி படிக்கப்படக்கூடிய ஒரு நூல் அல்ல. ஒவ்வோர் அத்தியாயமும் தொடர்ந்து பரிணாம வளர்ச்சி அடைந்து கொண்டும் மாறிக் கொண்டும் இருக்கிறது. எடுத்துக்காட்டாக, மீன்கள் நிலத்திற்குக் கரையேறிவிட்டிருந்த காரணத்தால் 'மீன் அத்தியாயம்' முடிவுக்கு வந்துவிடவில்லை. அது தொடர்ந்து பரிணாம வளர்ச்சி அடைந்து கொண்டும் மாறிக் கொண்டும் இருக்கிறது. அதேபோல, பாலூட்டியினம் மனிதன்வரை பரிணாம வளர்ச்சி அடைந்திருந்த காரணத்தால், எலிகளோ, கரடிகளோ, அல்லது முதனிகளோ புதிய பக்கங்களை (புதிய உயிரினங்களை) உருவாக்காமல் இருந்துவிடவில்லை. இப்புத்தகத்தின் ஒவ்வோர் அத்தியாயத்தின் இறுதியும், சமீபத்திய உயிரினங்களைப் பற்றிப் பேசுகிறது. வம்சாவளியினரை விட்டுச் செல்லாமலேயே அற்றுவிட்ட உயிரினமாகிவிட்டிருந்தவற்றைப் பற்றிப் பேசுகின்ற பக்கங்கள் மட்டுமே நிறைவடைந்த பக்கங்கள். அப்படிப்பட்டப் பக்கங்கள் நிறைய இருப்பது வருத்தமான விஷயமே. இப்போது நாம் நம்முடைய செயல்களால் அதுபோன்ற புதிய பக்கங்களை உருவாக்கிக் கொண்டிருக்கிறோம் என்பது மேலும் கவலையளிக்கின்ற விஷயமாகும்.

<u>பகுதி 3</u>

வினாக்களும் தவறான புரிதல்களும்

முதிர்ச்சியற்றது என்றால் என்ன?

உங்களுடைய தொப்புளை உற்றுப் பாருங்கள். உங்களுடைய தாயார் தொப்புள்கொடியுடைய பாலூட்டி இனத்தைச் சேர்ந்தவர் என்பதால் உங்களுக்கு அது இருக்கிறது. நீங்கள் அவருடைய கருவறைக்குள் வளர்ந்து கொண்டிருந்தபோது, அந்தத் தொப்புள்கொடியின் வழியாகத்தான் நீங்கள் ஆக்சிஜனையும் ஊட்டச்சத்துகளையும் பெற்றுக் கொண்டிருந்தீர்கள். நீங்கள் பிறந்தவுடன் அது வெட்டப்பட்டது. அதன் ஞாபகார்த்தமாகத் தொப்புள் உங்களிடம் தங்கிவிட்டது. உங்களுடைய பிறப்பின் காரணமாக, உங்களை ஈன்றெடுத்த அன்னையின் உடலுறுப்புகள் கசக்கிப் பிழிந்தெடுக்கப்பட்டன, அவருடைய உடல் காயமடைந்தது, பசி அரக்கனாக இருந்த நீங்கள் எப்போதும் அவரிடம் பால் குடிக்க விரும்பினீர்கள், அவரைத் தூங்கவிடாமல் வைத்திருந்தீர்கள்.

இப்போது நாம் கங்காருவுக்கு வருவோம். கங்காருவும் நம்மைப்போலவே ஓர் இருகாலிதான். அதன் கனமான வால் அது நிற்பதற்கு மிகவும் உதவுகிறது. முழுவதும் வளர்ச்சி அடைந்திராத நிலையில் பிறந்தாலும், கங்காருக் குட்டி தானாகவே ஊர்ந்து சென்று தன் தாய்க் கங்காருவின் அடிவயிற்றுப் பைக்குள் புகுந்து கொள்ளும். அந்தப் பைக்குள்ளேயே இருக்கும் முலையிலிருந்து அது பால் குடித்துக் கொள்ளும். தான் வலுவாகின்றவரை அது அந்தப் பைக்குள்ளேயே இருந்து கொண்டிருக்கும். மனிதக் குழந்தையின் பிறப்பைவிட, இந்தப் ‘பைம்மா இனத்தின்’ குட்டிகளின் பிறப்பு சௌகரியமானதாக எனக்குப்

படுகிறது. மனிதர்கள் பெரிய மூளையுடன் இருப்பதால், பிறப்பின்போது மனிதக் குழந்தை ஓர் ஆபத்தான முறையில் பிதுக்கி வெளியே தள்ளப்பட வேண்டியிருக்கிறது. அதற்கு மேல் தாமதித்தால் வெளியே வர முடியாது என்பதால், முழு வளர்ச்சியடையாத நிலையிலேயே நாம் வெளியே வருகிறோம். ஓராண்டுவரை நம்முடைய தேவைகள் அனைத்திற்கும் நாம் பிறரையே சார்ந்திருக்கிறோம். வேறு எந்த விலங்கினத்தின் குட்டியாவது பிறந்த முதல் ஆறு மாதங்களுக்குத் தானாகவே எழுந்திருக்க முடியாத நிலையிலும், பிறர் ஊட்டிவிட வேண்டிய நிலையிலும் இருக்கிறதா? பிறந்த குழந்தை ஒன்றைக் கையில் ஏந்துகின்றபோதெல்லாம் நான் இவ்வாறு நினைத்துக் கொள்வேன்: “இது இன்னும் சிறிது நேரம் அடுப்பில் இருந்திருக்கலாம்!”

கங்காரு போன்ற பைம்மா இன விலங்குகளை ‘முதிர்ச்சியற்றவை’ என்று நாம் அழைக்கிறோம். அது தவறு. இன்று உயிரோடு இருக்கின்ற அனைத்து விலங்குகளும் பரிணாமப் போராட்டத்தில் தப்பிப் பிழைத்தவை, பரிணாம விருட்சத்தின் துளிர் இலைகள் அவை. கங்காரு போன்ற பைம்மா விலங்கினங்கள், நம்மைப் போன்ற தொப்புள்கொடி விலங்கினங்களின் சகோதரி இனங்கள், நமக்கு நெருங்கிய உறவுகள். இரண்டும் ஒரே காலத்தில் ஒரே மூதாதையரிடமிருந்து கிளைவிட்டவை. அதாவது, மூன்றாவது பாலூட்டி வகையைச் சேர்ந்த, முட்டையிடக்கூடிய பாலூட்டிகளான ‘மோனோட்ரீம்களோடு’ ஒப்பிடுகையில், நாம் பைம்மா இனத்துடன் அதிக நெருக்கமான உறவைக் கொண்டுள்ளோம். உடனே, மோனோட்ரீம் இனத்தைச் சேர்ந்த ‘வாத்தலகி’ போன்றவற்றை முதிர்ச்சியற்றவை என்று அழைத்துவிடாதீர்கள். அது பல சிறப்பு அம்சங்களைக் கொண்டுள்ளது. அதனிடம் இருக்கின்ற, வாத்தின் அலகைப் போன்ற அங்கத்தால், தன் இரையைச் சுற்றியிருக்கக்கூடிய மின் தளத்தை அதனால் அறிந்து கொள்ள முடியும். நீந்துவதற்கு வசதியாக அதன் கால் பாதங்களுக்கு இடையே சதை வளர்ந்திருக்கும். அவை தம் குஞ்சுகளுக்குப் பால் கொடுக்கும். ஆனால், அவற்றுக்கு முலைகள் கிடையாது. ஒளிர்விடுகின்ற உடலைக் கொண்டுள்ள மூன்று பாலூட்டிகளில் வாத்தலகியும் ஒன்று என்பது 2020 இல் கண்டுபிடிக்கப்பட்டது. பரிணாம வளர்ச்சிப் படியில்,

முட்டையிடுகின்ற விலங்கினங்கள் முன்னால் இருப்பதால், முட்டையிடுகின்ற இனத்தைச் சேர்ந்தவை முதிர்ச்சியற்றவை என்று கூற நீங்கள் முற்படலாம். ஆனால், நம்மிடமுள்ள குடல்வால், கடைவாய்ப்பல் (கடைசியாக முளைக்கின்ற இந்தப் பல், நம் வாய்க்குள் சரியாகப் பொருந்தாதிருக்கின்ற ஒரு பல் என்பது உங்களுக்குத் தெரியுமா?) போன்ற சில அம்சங்களை எந்தக் கணக்கில் சேர்ந்து கொள்வது? இவை ‘எச்ச உறுப்புகள்’ என்று அழைக்கப்படுகின்றன. அதனால், நாம் எந்த உயிரினத்தையும் முதிர்ச்சியற்றவை என்று அலட்சியப்படுத்தக்கூடாது. சில ஓரணு உயிரினங்கள், நம்மிடம்கூட இல்லாத மேம்பட்ட அம்சங்களைக் கொண்டுள்ளன. எடுத்துக்காட்டாக, யுரேனியம், கச்சா எண்ணெய் போன்றவற்றைச் சீரணிக்கின்ற தன்மை, உடல் இயக்கங்களைத் தற்காலிகமாக நிறுத்தி வைத்துக் கொள்ளக்கூடிய திறன் போன்றவற்றைக் கொண்ட ஓரணு உயிரினங்கள் இருக்கின்றன.

நீங்கள் ஒரு கிள்ளுக்கீரையாக நினைத்துக் கொண்டிருக்கின்ற சாதாரண மீனைப் பற்றிச் சொல்லவா? அனைத்து முதுகெலும்பிகளின் உடல் அமைப்புக்கும் அடிப்படையாக விளங்குகின்ற முதுகெலும்புகள், தாடை எலும்புகள் போன்றவற்றை உருவாக்கிக் கொண்ட முதல் உயிரினம் அதுதான். ஏனெனில், மீன்கள்தாம் முதல் முதுகெலும்பிகள்! நாம் நீரில் இருந்தபோதுதான், மண்டையோட்டுக்குள் ஒரு பெரிய மூளை, மூக்குத் துவாரங்கள், நுரையீரல்கள் போன்ற அம்சங்களை உள்ளடக்கிய ஓர் உடலுக்கான திட்டம் உருவானது. இப்போது நாம் நம்முடைய உடலமைப்புத் திட்டத்தை ஆக்டோபஸுடன் ஒப்பிடலாம். நாம் ஆக்டோபஸிலிருந்து பரிணாம வளர்ச்சி அடைந்திருந்தால், மென்மையான கைகள் மற்றும் கால்களையும், உடலில் ஆங்காங்கே இடம்பெற்றிருக்கின்ற பல மூளைகளையும் இதயங்களையும் நாம் பெற்றிருந்திருப்போம். மீன்கள்தாம் அனைத்து முதுகெலும்பிகளுக்குமான மூதாதையர். சுமார் 400 மில்லியன் ஆண்டுகளுக்கு முன், மீன்களின் ஓரினமான மடல் துடுப்பு மீன்களில் ஒரு குழு நிலத்திற்குள் புகுந்தது. அவற்றிலிருந்து நான்குகாலிகள் தோன்றின. இன்று சுமார் 40,000 நான்குகாலி இனங்கள் உயிருடன் இருக்கின்றன. எண்ணற்றவை அற்றுவிட்ட இனங்களாகிவிட்டன.

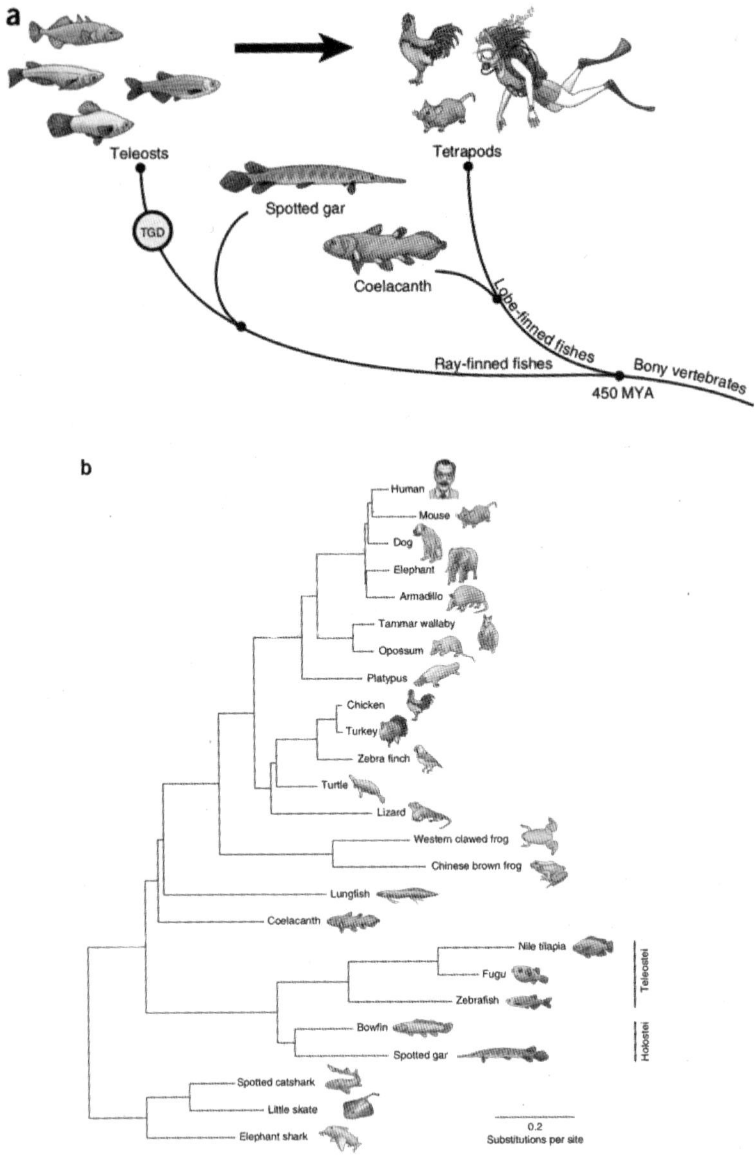

படம் 14a: *மீன் பரிணாம விருட்சம்.* **14b:** *முதுகெலும்பிப் பரிணாம விருட்சம். நாம் மடல் துடுப்பு மீன்களின் பிரிவான கோயலகாந்த் மீன்களின் வம்சாவளியைச் சேர்ந்தவர்கள் என்பதை இந்த இரண்டிலுமிருந்து நாம் தெரிந்து கொள்ளலாம்.*

பாலூட்டிகள், ஊர்வன, பறப்பன, நீர்நிலவாழிகள் போன்றவை அவற்றில் அடக்கம். எஞ்சிய மடல் துடுப்பு மீன் வகைகள் நீரிலேயே இருந்து கொண்டு இன்றளவும் தொடர்ந்து பரிணாம வளர்ச்சி அடைந்து கொண்டிருக்கின்றன. அவற்றில் கோயலகாந்த் மீன்களும் நுரையீரல் மீன்களும் அடங்கும். நுரையீரல்மீன்களுக்கு உண்மையிலேயே நுரையீரல் உண்டு என்பது உங்களுக்கு வியப்பளிக்கலாம். அவை சுவாசிப்பதற்குக் காற்று தேவை. அவற்றை நீருக்குள் நீண்ட நேரம் அமிழ்த்தி வைத்தால் அவை செத்துவிடும் என்பது விநோதம்தான். கோயலகாந்த் மீன்களின் செதிள்கள் பிற மீன்களின் செதிள்களைப்போல மென்மையாக இருக்காது. அதற்குள், மனிதர்களின் கைகளில் இருப்பது போன்ற தடிமனான எலும்புகள் இருக்கும். அதனால், கோயலகாந்த் மீன்களும் நுரையீரல் மீன்களும் உறவு முறையில் மற்ற மீன்களைவிட நமக்கு அதிக நெருக்கமானவையாகும். ஏனெனில், நமக்கும் அவற்றுக்கும் ஒரு பொதுவான மூதாதையராக மடல் துடுப்பு மீன்கள் இருந்தன. அதேபோல, கோயலகாந்த் மீன்களுக்கு உறவு முறையில் டிரவுட் அல்லது தங்கமீன்களைவிட நாம் அதிக நெருக்கமானவர்கள்.

நாம் இன்னும் பின்னோக்கிச் சென்றால், சுறாக்களோடு ஒப்பிடுகையில் நாம் தங்கமீன்களுக்கு மிகவும் நெருக்கமானவர்கள். ஏனெனில், நாம் தங்கமீன்களைப்போல எலும்புக்கூடுகளைக் கொண்டவர்களே அன்றி, சுறாக்களைப்போலக் குறுத்தெலும்புகளைக்கொண்டவர்கள் அல்லர். சுறாவை நீங்கள் ஒரு மீன் என்று கருதினால், அதைத் தவறு என்று சொல்ல முடியாது. ஆனால், ஆறுகளிலும் கடல்களிலும் நீந்திக் கொண்டிருக்கின்ற மீன்கள் அனைத்தும் உறவு முறையில் ஒன்றுக்கொன்று நெருக்கமானவை என்று நீங்கள் நினைத்தால் அது தவறு. சுறாவைப் போன்ற குறுத்தெலும்பு மீன்கள் அனைத்தும் ஒரே சமீபத்திய மூதாதையரைக் கொண்டிருக்கும். அதேபோல, தங்கமீன்களைப் போன்ற மடல் துடுப்பு மீன்கள் அனைத்தும் ஒரே சமீபத்திய மூதாதையரைக் கொண்டிருக்கும். இதை வேறு விதமாகச் சொல்ல வேண்டுமென்றால், 'ஜீவ நூலில்' எலும்பு மீன்கள் ஓர் அத்தியாயத்திலும், குறுத்தெலும்பு மீன்கள் வேறோர் அத்தியாயத்திலும் இடம்பெற்றிருக்கும். குறுத்தெலும்பு மீன்கள் இடம்பெற்றிருக்கும் அத்தியாயத்தில்

குறைவான இனங்களே இடம்பெற்றிருக்கும். ஆனால், எலும்பு மீன்கள் அத்தியாயத்தில், டூனா போன்ற மீன்கள் மட்டுமல்லாமல், நிலத்திலுள்ள அனைத்து முதுகெலும்பிகளும் இடம்பெற்றிருக்கும். அதில் நாமும் அடக்கம். அதனால்தான், நண்பரே, நீங்கள் ஒரு மீன் என்கிறேன் நான். தண்ணீரிலிருந்து துள்ளி நிலத்தில் விழுந்துள்ள மீன்!

நாம் மீனோரா?

மனித உடல் படுமோசமான ஓர் உருவாக்கம். நீங்கள் உலகப் பேரழகிபோல இருக்கலாம் அல்லது உலக ஆணழகனைப்போல இருக்கலாம். அது ஒரு பொருட்டல்ல. நாம் யார்? எண்ணெய் வடியும் தோல் பை ஒன்றுக்குள், இரத்தம் ஓடிக் கொண்டிருக்கின்ற இழைகளால் கட்டிப் போடப்பட்டுள்ள, நீர் தேங்கியுள்ள சதைகள், கால்சியக் குச்சிகள், பாக்டீரியப் பாக்கெட்டுகள் ஆகியவற்றைக் கொண்ட ஒரு தசைப் பிண்டம் நாம். லாலிபாப் குச்சிமிட்டாயைப் போன்ற ஒரு பெருந்தலையுடனும், எளிதில் காயமடையக்கூடிய விதத்தில் தொங்கிக் கொண்டிருக்கின்ற அவயங்களுடனும், தொடர்ந்து பத்து நிமிடங்கள்கூட நிற்க முடியாத அளவுக்கு வலுவற்ற ஓர் உடலுடனும் அலைந்து கொண்டிருக்கின்ற பலவீனமான மனிதக்குரங்குகள் நாம். இதற்கு என்ன காரணம்? நாம் நிலத்திற்குள் ஏறி வந்துவிட்ட மீன்கள் என்பதுதான் அதற்கான காரணம்.

மனிதன் கச்சிதமானவன் என்று நினைத்துக் கொள்ள நமக்குக் கற்றுக் கொடுக்கப்பட்டிருக்கிறது. பரிணாம வளர்ச்சியின் உச்சமாம் நாம். என்னவொரு பம்மாத்து இது? நமக்குச் சாதகமாக இருக்கின்ற ஒரே அம்சம் நம்முடைய மூளைதான். நாம் மற்ற அனைத்தையும்விட மேம்பட்டவர்கள் என்று சிந்திப்பதற்கும், நம்மை முக்கியத்துவம் வாய்ந்தவர்களாக உணர வைக்கின்ற விஷயங்களைக் கட்டியெழுப்புவதற்கும் மட்டுமே அதை நாம் பயன்படுத்திக் கொண்டிருக்கிறோம். இறுதியில், அந்தச்

செய்கையின் மூலம் நாம் இந்த உலகத்தையும் நம்மையும் அழித்துக் கொள்ளப் போகிறோம் என்பது உறுதி.

ஆனால், நீங்கள் மற்ற அனைத்தையும்விட மேம்பட்டவர் அல்லர். அதைப் புரிந்து கொள்வதற்கான வேளை வந்துவிட்டது. உங்களுடைய அபத்தமான கால்மூட்டுகளை உற்று நோக்குங்கள். உங்களுடைய தோள்பட்டையில் கைகள் இணைந்திருப்பது போன்ற பந்துக்கிண்ண மூட்டுகூட அதில் இல்லை. ஒரு விநோதமான வடிவில் இருக்கின்ற அந்த எலும்புத் துருத்தல், அருகிலிருக்கின்ற சில எலும்புகளோடு சில தசைநாண்களால் ரப்பர்பேன்டுகளைப்போல இழுத்துக் கட்டப்பட்டுள்ளன. அவை அருகருகே இருப்பதால், நம்முடைய வயதான காலத்தில் அவை ஒன்றோடொன்று உரசி நம்மைப் பாடாய்ப்படுத்துகின்றன.[1] நாம் ஏன் நிமிர்ந்து நடக்கிறோம்? உம்! இதைப் பற்றி நின்று கொண்டே சிந்தித்து எனக்கு அலுத்துவிட்டது. இக்கணத்தில், நீங்கள் நின்று கொண்டிருக்கலாம் அல்லது எப்போதடா அக்கடா என்று உட்காரலாம் அல்லது படுக்கலாம் என்று யோசித்துக் கொண்டிருக்கலாம். நாம் எப்போதும் புவியீர்ப்பு விசையை எதிர்த்துப் போராடிக் கொண்டிருப்பதுதான் அதற்குக் காரணம். இந்தப் புவியீர்ப்புப் பிரச்சனை எந்த உயிரினத்திற்கு இல்லை? நீரில் இருக்கின்ற மீனுக்கு இல்லை!

மடல் துடுப்பு மீன் வகுப்பின் உட்பிரிவான 'டெலியோஸ்ட்' மீனினம், 500 மில்லியன் ஆண்டுகால மீனினப் பரிணாம வளர்ச்சியின் மேம்பட்ட எலும்பு மீனினமாகும் (இதன் வம்சாவளியில் வந்து இன்று உயிருடன் இருக்கின்ற மீனினங்கள், பரிணாம வளர்ச்சிரீதியாகப் பார்த்தால் மிகவும் இளமையானவை). இதில் 20,000 இனங்கள் இருக்கின்றன. 400 மில்லியன் ஆண்டுகளுக்கு முன்னால் இவற்றிலிருந்து பிரிந்து, கரையேறி வந்து, உங்களைப் படைத்த மடல் துடுப்பு மீனோடு இவற்றைக் குழப்பிக் கொள்ளக்கூடாது. இந்த டெலியோஸ்ட் வகை மீன்களில் பெரும்பாலானவற்றின் உடலில் ஒருவிதமான காற்றுப்பை இருக்கும். அதைக் கொண்டு, அவை நீந்துவதற்கு ஆற்றலைச் செலவழிக்காமல் ஜாலியாக நீந்திக்

---

1 இது தொடர்பாக 2001 இல் பேராசிரியர் எஸ். ஜே ஓல்ஷான்ஸ்கி எழுதிய 'If humans were built to last' என்ற 7 பக்க அறிவியல் கட்டுரை மிகவும் நயமானது. இது இணையத்தில் வாசிக்கக் கிடைக்கிறது.

கொண்டிருக்கும்.

டெலியோஸ்ட்டுகளின் முதுகெலும்பு, கிட்டத்தட்ட நேர்க்கோட்டில் இணைக்கப்பட்டுள்ள எலும்புகளால் ஆனது. இந்த எலும்புகள், டெலியோஸ்ட்டுகள் தம்முடைய வாலை இலேசாக ஆட்டினாலேயே முன்னால் பாய்ந்து செல்லக்கூடிய அளவுக்கு வலுவானவை. கால்மூட்டை உடைத்துக் கொள்வோமோ அல்லது முதுகைச் சுளுக்கிக் கொள்வோமோ என்ற கவலை அவற்றுக்கு இல்லை. அவற்றின் இதயம், அவற்றின் தலைக்கு அருகே இருக்கிறது. அதனால், அந்த இதயத்தால், செவுள்களின் வழியாக ஆக்சிஜனைப் பெற்று, ஆக்சிஜனேற்றம் செய்யப்பட்ட இரத்தத்தை உடல் முழுவதும் விரைவாக அனுப்ப முடியும். டெலியோஸ்ட்டுகள் காயப்பட்டால்கூட விரைவாக அதிலிருந்து மீண்டுவிடுகின்றன. சில இனங்களால், அவற்றின் காயப்பட்ட மூளை, இதயம் மற்றும் முதுகுத்தண்டுத் திசுக்களைக்கூட மறுபடியும் உருவாக்கிக் கொள்ள முடியும்.

பல மில்லியன் ஆண்டுகளாகத் தொடர்ந்து தம்மை மேம்படுத்திக் கச்சிதப்படுத்திக் கொண்டுள்ள இந்த டெலியோஸ்ட்டுகளைப்போல இல்லாமல், பல மில்லியன் ஆண்டுகளுக்கு முன்னால் கரையேறிய மடல் துடுப்பு மீனின் அப்போதைய உடலமைப்பை வைத்துக் கொண்டு, நிலத்தில் அதை வேலை செய்ய வைக்க நாம் போராடிக் கொண்டிருக்கிறோம். அப்போதிருந்து, நீரிலிருந்து வெளியேறியதற்கான தண்டனையை நாம் அனுபவித்துக் கொண்டிருக்கிறோம். நாம் நம் உடலுக்குள் புவியீர்ப்பு விசைக்கு எதிராக இரத்தத்தைச் செலுத்த வேண்டியிருப்பதால், நம்முடைய இரத்த அழுத்தம் அதிகமாக இருக்கிறது. அது நம்முடைய பலவீனமான இதயத்திற்கு மேலும் அழுத்தத்தைக் கொடுக்கிறது. இதயத்திற்கு இரத்தத்தை எடுத்துச் செல்வதற்கு நம்மிடம் ஒரே ஒரு தமனிதான் இருக்கிறது. இருக்கின்ற அந்த ஒரே குழாயில் அடைப்பு ஏற்பட்டுவிட்டால், உங்கள் கதி அதோகதிதான். உங்கள் உடலுக்குள் மொத்த இரத்தத்தையும் ஒரு நிமிடத்திற்குள் அனுப்பிவிடுகின்ற இதயம், தனக்குத் தானே இரத்தத்தைச் செலுத்திக் கொள்ள ஒரே ஒரு சிறிய தமனியை மட்டும் நம்பியுள்ளது விநோதம்தான். நாம் நின்று கொண்டிருக்கும்போது, நாம் இன்னும் அதிகமாகப் புவியீர்ப்பு விசைக்கு எதிராகச் செயல்பட

வேண்டியிருக்கிறது. அதனால்தான், இதயத்துடிப்பைக் குறைப்பதற்குப் படுப்பது பரிந்துரைக்கப்படுகிறது. மீன்களின் இதயங்களுக்கு இந்தப் பிரச்சனை இல்லை.

நமது உடலமைப்பில் மற்றொரு முக்கியப் பிரச்சனையும் இருக்கிறது. குரல்வளை நரம்புதான் அது. அந்த நரம்பு நம்முடைய குரல்வளைக்கு உதவிகரமாக இருக்கிறது. நம்முடைய மூதாதையர் மீனின் செவுளின் அருகே இதேபோன்ற ஒன்று இருந்தது. மீன்களைப் பொறுத்தவரை, மூளையிலிருந்து வெளிப்படுகின்ற பன்னிரண்டு நரம்புகளில் பத்தாவது நரம்பான வேகஸ் நரம்பு, நேரடியாக மூளையை இதயத்தோடு இணைக்கிறது. மனிதர்களைப் பொறுத்தவரை, நம்முடைய பரிணாம வளர்ச்சியின் ஊடாக நம்முடைய குரல்வளை நரம்பு சிறிது கீழே இறங்கியுள்ளதால், அது வேகஸ் நரம்பைக் கீழே தள்ளி அதை ஓர் அசௌகரியமான நிலையில் வைத்திருக்கிறது.

அதற்காக எல்லாம் குடிமுழுகிப் போய்விட்டது என்று நான் சொல்ல வரவில்லை. நாம் நீரில் இல்லாமல் நிலத்தில் இருப்பதால், நம்மால் அதிக அளவு ஆக்சிஜனை சுவாசிக்க முடிகிறது (நீரிலுள்ள ஆக்சிஜனின் அளவு குறைவு). ஆனால், செவுள்களோடு ஒப்பிடுகையில் நுரையீரலின் காற்றுப் பரிமாற்றத் திறன் குறைவுதான். இருக்கின்ற கொஞ்சநஞ்சத்தையும் உணவுக்குழாய்க்கும் மூச்சுக்குழாய்க்கும் இடையே ஒரு மெல்லிய மூடியைப் பயன்படுத்துவதன் மூலம் நாம் மேலும் அலங்கோலமாக்கிவிட்டோம். உணவு மூச்சுக்குழலுக்குள் சென்றுவிடாமல் அது கச்சிதமாகத் தடுத்துவிடுகிறது என்று உறுதிபட நம்மால் கூறிவிட முடியாது. புரையேறுதலை அனுபவித்திராத நபர்களே இருக்க முடியாது, சரிதானே?[2] இவற்றையெல்லாம் கணக்கில் எடுத்துக் கொண்டால், எனக்கு வாய்ப்புக் கொடுத்தால், இடக்குமடக்கான மனித உடலுக்குப் பதிலாக மீனின் உடலையே நான் தேர்ந்தெடுப்பேன்.

2 “நாம் புரையேறுவதற்காகவே வடிவமைக்கப்பட்டவர்கள் போலும்!” என்று The Body: A Guide for Occupants என்ற தன் நூலில் பில் பிரைசன் என்ற எழுத்தாளர் கிண்டலடிக்கிறார். எண்ணற்ற அறிவியல் தகவல்களைச் சுவைபட எடுத்துரைக்கின்ற அவருடைய மற்றொரு நூலான A Short History of Nearly Everything என்ற நூலின் தமிழாக்கம், ‘கிட்டத்தட்ட அனைத்தையும் பற்றிய ஒரு சுருக்கமான வரலாறு’ என்ற பெயரில் வெளிவந்துள்ளது.

மீன்கள் குட்டிகளை உருவாக்குகின்ற அமைப்புமுறை முழுவதையும் தம்முடைய உடலுக்குள் வைத்திருக்கின்றன. ஆனால், மனிதர்களாகிய நாம் அப்படி இல்லை. நாம் நம் உடலுக்குள் அதிகமான சூட்டை உருவாக்கிக் கொள்வதால், ஆண்கள் குழந்தைகளை உருவாக்குகின்ற அங்கங்களை உடலுக்கு வெளியே தொங்கவிட்டுக் கொண்டு திரிகிறார்கள். ஆனால், விரைப்பைகள் உடலுக்கு உள்ளே இருந்துதான் தொடங்குகின்றன. மொத்தத்தில், சொதப்பலாக மாறியுள்ள அந்த இடத்தின் அமைப்பின் காரணமாக, பிற்காலத்தில் பல ஆண்களுக்குப் புரோஸ்டேட் புற்றுநோயும், இளமையிலேயே குடலிறக்க நோயும் வந்துவிடுகின்றன.

நம்முடைய சமீபத்திய மூதாதையரோடு நாம் கொண்டுள்ள பரிணாமத் தொடர்புகளை நம்முடைய உடலில் நம்மால் பார்க்க முடியும். நம்முடைய முதுகெலும்பின் முனையில் நம்முடைய மூதாதையரின் வாலின் எச்சம் ஒட்டிக் கொண்டிருக்கிறது. நம் உடலில் இல்லாத உரோமப் போர்வையைச் சிலுப்ப நாம் முயலும்போது நமக்கு மயிர்க்கூச்செறிதல் ஏற்படுகிறது. வால்களுடன்கூடிய மூதாதையர் நமக்கு இருந்திருக்கின்றனர் என்பது உண்மைதான். ஆனால், அந்த மூதாதையர் நீங்கள் நினைப்பதுபோலக் குரங்குகள் அல்ல. பெரும்பாலான மக்கள் நினைத்துக் கொண்டிருப்பதுபோல, நாம் குரங்கிலிருந்து பரிணாம வளர்ச்சி அடையவில்லை. அது ஒரு கட்டுக்கதை. நமக்கும் குரங்குகளுக்கும் ஒரு பொதுவான மூதாதையர் இனம் இருந்துள்ளது. அந்த மூதாதையரிடமிருந்து வாலுள்ள குரங்குகளும் வாலில்லா மனிதக்குரங்குகளும் (அதில் நாமும் அடக்கம்) தோன்றின.

“நாம் எங்கிருந்து வந்தோம்?” என்ற கேள்விக்கான உண்மையான விடையை அறிய நமக்கு ஒரு வரைபடம் தேவை. அந்த வரைபடம்தான் பரிணாம விருட்சம். நாம் உண்மையிலேயே எங்கு இருக்கிறோம் என்பதைக் கண்டறிய அதைப் படிக்க நாம் கண்டிப்பாகக் கற்றுக் கொள்ள வேண்டும்.

பரிணாம விருட்சம்

பரிணாமவிருட்சம் என்பது பூமியில் வாழ்ந்த உயிரினங்களுக்கு இடையேயான உறவுகளின் காட்சிப்படுத்தலாகும். மூதாதையரிடமிருந்து வம்சாவளியை நோக்கி நகர்கின்ற உறவுகளில் யார் யாருக்கு எப்படிச் சொந்தம் என்பதைக் காட்சிரீதியாக விவரிக்கின்ற ஒரு வழிமுறை இது (படம் 5க்கு மீண்டும் செல்லுங்கள்). அந்த விருட்சத்தில், விலங்குகள் என்ற பகுதியில் நான் கவனம் செலுத்துகிறேன். குறிப்பாக முதுகெலும்பிகள்மீது நான் என் கவனத்தைக் குவிக்கிறேன். இன்னும் குறிப்பாகச் சொல்ல வேண்டுமென்றால், மீன்கள்மீதே என் கவனம் முழுவதும் இருக்கிறது. மீன்களின் பகுதியை உற்றுக் கவனித்தால், அவற்றில் 35,000 இனங்கள் இருப்பதை உங்களால் அவதானிக்க முடியும். அவற்றில், இப்போது வாழ்ந்து கொண்டிருப்பவையும், அற்றுப் போன இனங்களில் நாம் அறிந்துள்ள இனங்களும் அடங்கும். இதை வைத்துப் பார்க்கும்போது, மொத்தப் பரிணாம விருட்சத்தில் மீன்கள் மிகச் சிறிய விகிதத்தையே பிரதிபலித்துக் கொண்டிருக்கின்றன என்பது உங்களுக்குப் புரியும். வண்டினங்களில் மட்டும் நாம் அறிந்துள்ளவற்றின் எண்ணிக்கை 3,50,000. அதே எண்ணிக்கையில் தாவரங்களும் இருக்கின்றன. நாம் அறிந்து வைத்துள்ள பாக்டீரியாக்களின் எண்ணிக்கையைப்போல இது பத்து மடங்காகும். உயிரினங்களை வகைப்படுத்துவதில் ஈடுபட்டுள்ள நுண்ணுயிர் வகைபிரிப்பியலாளர்களைவிட, பூச்சியியலாளர்களின் எண்ணிக்கை பல மடங்கு அதிகம் என்பதுதான் இதற்குக் காரணம். பூச்சிகளைவிட

பாக்டீரியாக்களின் எண்ணிக்கை கண்டிப்பாகப் பல மடங்கு அதிகம் இருக்கும் என்பது உண்மைதான். ஆனால், நுண்ணுயிரிகளை வகைப்படுத்துவது மிகவும் கடினம். வண்டினங்களைப் பொறுத்தவரை, அவற்றின் உடல் நிறம் அல்லது அவற்றின் இறக்கைகளின் வடிவம் போன்ற, தோற்றத்தில் இருக்கின்ற வேறுபாடுகளை வைத்து அவற்றை வகைபிரித்துவிடலாம். ஆனால், நுண்ணுயிரிகளின் கதை அப்படியல்ல. சில நேரங்களில், அவற்றின் உடலியங்கியலை விவரிப்பதோடு நீங்கள் நின்றுவிட முடியாது. அவை கண்ணுக்குத் தெரியாத அளவு சிறியவையாக இருப்பதால், அவற்றின் மூலக்கூறுச் சான்றுகளையும் நீங்கள் சமர்ப்பித்தாக வேண்டும். நுண்ணுயிரிகள் பூச்சிகளைப்போல உருவத்தில் பெரிதாக இருந்திருந்தால், நிலைமை வேறு மாதிரியாக இருந்திருக்கும். சமீப காலங்களில், ஒரு குறிப்பிட்டச் சுற்றுச்சூழலை ஆராய்ந்துவிட்டு, அந்த இடத்தில் இருக்கச் சாத்தியமுள்ள நுண்ணுயிரிகளின் எண்ணிக்கை தோராயமாகக் கணக்கிடப்படுகிறது. நுண்ணுயிரிகளின் இருப்பை அடையாளம் காண்பதும், அவற்றைக் கண்டுபிடித்து வகைப்படுத்துவதும் முற்றிலும் வெவ்வேறு விஷயங்களாகும்.

பரிணாம விருட்சம், இனங்களின் பல்வகைமையைத் தாண்டிப் பல கதைகளைப் பேசுகிறது. அது இனங்களுக்கு இடையேயான உறவுகளைப் பற்றிப் பேசுகிறது. எந்த இனங்கள் ஒற்றைத் தொகுதிக் குழுக்கள் என்று அது எடுத்துரைக்கிறது. ஒற்றைத் தொகுதிக் குழு என்பது தன் மூதாதையரையும் சந்ததியரையும் பிரதிபலிக்கின்ற ஓர் இனக்குழுவாகும். எடுத்துக்காட்டாக, குதிரையை எடுத்துக் கொண்டால், பரிணாம விருட்சத்தைப் பார்த்து அதன் மூதாதையரை நம்மால் இனம் காண முடிவதோடு, இன்று இருக்கின்ற அல்லது அற்றுப் போய்விட்ட அனைத்துக் குதிரை இனங்களையும் நம்மால் இனம் காண முடியும். அதேபோல, எவை ஒற்றைத் தொகுதிக் குழுக்கள் அல்ல என்பதையும் பரிணாம விருட்சத்தால் விளக்க முடியும். நாம் வழக்கமாக ஒரு குழு என்று மனத்தில் வைத்திருப்பவை, ஒற்றைத் தொகுதிக் குழுக்கள் அல்ல. இவற்றுக்கான எடுத்துக்காட்டுகள்: பல்லிகள் (இவற்றில் நீங்கள் பாம்புகளைச் சேர்த்துக் கொண்டாக வேண்டும்); கொன்றுண்ணிப் பறவைகள் (இவற்றில் நீங்கள் கொக்குகள்,

வாத்துகள், பெங்குயின்கள் போன்றவற்றைச் சேர்த்துக் கொண்டாக வேண்டும்); ஹோமினிடி (இவற்றில் நீங்கள் மனிதர்களைச் சேர்த்துக் கொண்டாக வேண்டும்). ஒரு மலர்ச்செடியிலிருந்து மலர்களை வெட்டி எறிந்துவிட்டு, அது ஒரு வெறும் புதர்ச்செடி என்றும், அந்த மலர்கள் தனியாக உதயமாயின என்றும் கூறுவதற்கு ஒப்பானது இது. பரிணாம விருட்சத்தின் ஒரு கிளையிலுள்ள கொப்புகள், இலைகள் மற்றும் மொட்டுகளும் அதன் பகுதிகள் என்பதை நீங்கள் ஏற்றுக் கொண்டாக வேண்டும்.

எனக்குப் பிடித்தமான குழுவான மீன்கள் குழுகூட ஓர் ஒற்றைத் தொகுதிக் குழு அல்ல. ஏனெனில், அது சிக்கலானது. மீன்கள் என்று எடுத்துக் கொண்டால், அது எலும்பு மீன்களையும் சிற்றெலும்பு மீன்களையும் உள்ளடக்கியதாக இருந்தாக வேண்டும். அவற்றின் பொதுவான மூதாதையரையும் வம்சாவளியினரையும் அதில் சேர்த்துக் கொள்ள வேண்டும். அதன்படி, நீங்கள் முதுகெலும்பிகளையும் மீன்கள் என்று அழைக்காதவரை அதை நீங்கள் ஒற்றைத் தொகுதிக் குழு என்று அழைக்க முடியாது. நான்குகாலிகளை நீங்கள் மீன்கள் குழுவிலிருந்து எடுத்துவிட்டாலும் இதுதான் நிகழும். ஓர் ஒற்றைத் தொகுதிக் குழுவிலிருந்து நீங்கள் சிலவற்றை நீக்கிவிட்டால், அதை இனியும் ஒற்றைத் தொகுதிக் குழு என்று அழைக்க முடியாமல் போய்விடும். அப்போது, நீக்கப்பட்ட அந்த வம்சாவளியை இதில் சேர்த்துக் கொள்ள முடியாது என்பதால், அது அதன் உண்மையான பரிணாம வரலாற்றைப் பிரதிபலிக்காமல் போய்விடும். உங்களுடைய பாட்டி உங்களுடைய குடும்பத்தின் உறுப்பினர் அல்லர் என்று கூறுவதற்குச் சமமானது இது. அவரை உங்களுக்குப் பிடிக்காத காரணத்தினால் நீங்கள் அவரை ஒதுக்கி வைத்திருக்கலாம். ஆனால், உயிரியல்ரீதியாக அவரும் நீங்களும் ஒரே குடும்பத்தைச் சேர்ந்தவர்தாம். பாம்புகள், பான்டா கரடிகள், சால்மன் மீன்கள், மயில்கள் ஆகியவற்றோடு சேர்ந்து நீங்களும் ஒரு மீன்தான் என்று நீங்கள் ஒப்புக் கொள்ளாவிட்டால், நீங்கள் ஓர் ஒற்றைத் தொகுதிக் குழுவைப் புறக்கணிக்கிறீர்கள் என்று அர்த்தம், நீங்கள் உங்களுடைய குடும்பத்தைப் பிளக்கிறீர்கள் என்று

அர்த்தம் (படம் 14க்கு மீண்டும் செல்லுங்கள்).[1]

தொடர்ந்து புதிய இனங்கள் கண்டுபிடிக்கப்பட்டுக் கொண்டிருப்பதாலும், உயிரினங்களுக்கு இடையே புதிய உறவுகள் வெளிப்பட்டுக் கொண்டிருப்பதாலும், புதிய தரவுகள் கிடைத்துக் கொண்டிருப்பதாலும், பரிணாம விருட்சம் குறித்த நம்முடைய பார்வை தினமும் மாறிக் கொண்டேயிருக்கிறது. பரிணாம விருட்சத்தின் பெரும்பகுதி, குறிப்பாக, அடிமரப் பகுதியும் நடுமரப் பகுதியும் பெரும் மாற்றங்களின்றி உறுதியாக இருக்கின்றன. பெரும்பாலான மாற்றங்கள் அதன் நுனிக் கொப்புகளில்தான் நிகழ்ந்து கொண்டிருக்கின்றன. உயிரினங்களை அடையாளம் கண்டு, அவற்றை வகைப்படுத்தி, அவற்றுக்குப் பெயரிடுதல் பற்றிய ஆய்வு ‘உயிரியல் அமைப்புமுறையியல்’ என்று அழைக்கப்படுகிறது. இது பரிணாம விருட்சத்தில் இடம்பெற்றுள்ள உயிரினங்களின் உறவுகளைப் பற்றிய ஆய்வும்கூட.

கடந்த சில ஆண்டுகளில் உயிரியல் அமைப்புமுறையியல் துறை பெருமளவு மாறியுள்ளது. இப்போது உயிருடன் இருக்கின்ற உயிரினங்களைப் பற்றிய ஆய்வுகளில் ஈடுபடுகின்ற ஆய்வாளர்கள், அவை பிற உயிரினங்களுடன் கொண்டுள்ள உறவுகளை நிர்ணயிப்பதற்குக் கிட்டத்தட்ட டிஎன்ஏக்களை மட்டுமே பயன்படுத்திக் கொண்டிருக்கின்றனர். தரவுகள் அதிகமாகக் கிடைக்கக் கிடைக்க, குறிப்பாக, மரபணு அளவிலான தரவுகள் அதிகமாகக் கிடைக்கின்றபோது, பரிணாம விருட்சம் மாறுதலடைகிறது. இதன் அடிப்படையில் பார்க்கின்றபோது, பரிணாம விருட்சமே, ஓர் உண்மையான மரத்தைப்போல, பரிணாம வளர்ச்சி அடைந்து கொண்டிருக்கின்ற ஜீவனுள்ள ஒரு மரமாகத் தோன்றுகிறது.[2]

பரிணாம விருட்சம் குறித்த ஒரு முக்கியமான விஷயத்தை இங்கு நான் உங்களுடன் பகிர்ந்து கொள்ள

---

1 இது தொடர்பான, ஆறு நிமிடங்கள் ஓடக்கூடிய என்னுடைய ‘டெட்’ உரையைப் பார்ப்பதற்கு இந்த இணைப்பைச் சொடுக்கவும்: https://www.ted.com/talks/prosanta_chakrabarty_four_billion_years_of_evolution_in_six_minutes?language=en

2 பிரம்மாண்டமான அளவில் இணையத்தில் ‘Open Tree of Life Project’ என்றொரு திட்டம் செயல்படுத்தப்பட்டுக் கொண்டிருக்கிறது. 2015 இல் வெளியிடப்பட்ட அதன் முதல் தரவில் 2.3 மில்லியன் உயிரினங்கள் இடம்பெற்றன.

விரும்புகிறேன். பரிணாம விருட்சம், மூதாதையர்–வம்சாவளி உறவைப் பிரதிபலிக்கின்ற ஒன்று. இதில் இனங்களின் பெயர்கள் குறிக்கப்பட்டிருக்கும். ஆனால், மூதாதையரின் பெயர்கள் இடம்பெற்றிருக்காது. அதற்குப் பதிலாக அந்தக் கிளையின் 'கணு' காட்டப்பட்டிருக்கும். பரிணாம உயிரியலாளர்களாகிய நாங்கள் ஒருபோதும் 'இந்த இனம், இந்த இனத்தின் மூதாதையர்' என்று குறிப்பிடவே மாட்டோம். இதற்குச் சில அபூர்வமான விதிவிலக்குக்குள் உண்டு (எடுத்துக்காட்டு: நாய்களின் மூதாதையர் ஓநாய் என்று நாங்கள் கூறுவோம்). நாங்கள் மூதாதையரைத் தேடுவதில்லை. ஏனெனில், பொதுவாக, மூதாதையர் 'அறியப்பட முடியாதவர்கள்.' ஒரு குறிப்பிட்ட இன வம்சாவளியைத் தோற்றுவித்த ஓரினத்தைக் கண்டுபிடிப்பது என்பது அரிது. அப்படியானால், எங்களால் எப்படி ஒரு மூதாதையரை அடையாளம் காண முடியும் என்பது தெளிவாக வரையறுக்கப்படவில்லை. நாங்கள் தேடுவதெல்லாம், மிகச் சமீபத்திய பொது மூதாதையரிடமிருந்து ஒன்றாகப் பரிணாம வளர்ச்சி அடைந்துள்ள, பரஸ்பரம் நெருங்கிய உறவு கொண்டுள்ள, சகோதரப் பரம்பரை இனங்களை மட்டுமே. பரிணாம வளர்ச்சி எப்படி ஏற்பட்டது என்பதைத் துல்லியமான வார்த்தைகளில் விளக்குவதற்கு இந்தச் சகோதரப் பரம்பரையின உறவு எங்களுக்கு உதவுகிறது. தென் அமெரிக்கக் கண்டமும் ஆப்பிரிக்கக் கண்டமும் பிரிந்து விலகியபோது, அல்லது ஒரு புதிய மலைத்தொடர் உருவானபோது, அல்லது ஓரினத்தின் மரபணுத் தொகுதி பிரதியெடுக்கப்பட்டபோது எந்தெந்த இனங்கள் பிரிந்தன என்று எங்களால் சொல்ல முடிந்தது. வம்சாவளியாக உருவெடுக்கத்தக்கப் பண்புகளைக் கொண்ட மாதிரிகளின் அடிப்படையில், நாங்கள் இனங்களுக்கு இடையேயான உறவுகள் குறித்தக் கருதுகோளை உருவாக்குகிறோம். ஒரு குழுவிலுள்ள இனங்களுக்கு இடையே எந்தப் பண்புகள் பகிரப்பட்டு மாறுதல் அடைந்துள்ளன என்று நாங்கள் அவதானிப்போம். செதில்கள் இறக்கைகளாக மாறக்கூடும். தெரோபோடா டைனோசார் இனம் இதற்கான ஓர் எடுத்துக்காட்டு. அதில் சில பறவையினங்களும் அடக்கம்.

பரிணாம விருட்சம் இந்த பூமியின் பரிணாம வரலாற்றின் ஒரு வரைபடம். துரதிர்ஷ்டவசமாக, இது முழுமையானதாக

இல்லை. இப்போது உயிருடன் இருக்கின்ற அனைத்து உயிரினங்களையும் நமக்குத் தெரியாது என்பதுதான் அதற்குக் காரணம். அதிலும், குறிப்பாக, பூமியின் சுமார் 4 பில்லியன் ஆண்டுகாலப் பரிணாம வரலாற்றின் ஊடாக முற்றிலுமாக அழிந்து போய்விட்டிருந்த இனங்களில் 99 சதவீதத்தைப் பற்றி நமக்கு எதுவுமே தெரியாது. பெரும்பாலான இனங்களின் ஆயுட்காலம் குறுகியது. இன்று நம்மைச் சுற்றி இருக்கின்ற இனங்களின் வயது, கிட்டத்தட்ட நம்முடைய ஹோமோ சேப்பியன்ஸ் இனத்தின் வயதை ஒத்ததுதான். இப்போது உயிரோடு இருக்கின்ற இனங்கள் ஒரு சில மில்லியன் ஆண்டுகளுக்கும் குறைவாகவே இந்த பூமியில் இருந்து வந்துள்ளன. இப்போது உயிருடன் இருக்கின்ற அனைத்து இனங்களும், உயிரினத் தோற்றத்தின் துவக்கமான 'பெரும் பிறப்பு' மையத்திலிருந்து சம அளவு தூரத்தில்தான் இருக்கின்றன (மீண்டும் படம் 7க்குச் செல்லவும்). மேலோட்டமாகப் பார்க்கும்போது, இன்றுள்ள சில உயிரினங்கள் பூமியின் தொடக்க காலத்திலிருந்த உயிரினங்களைப்போல இருக்கலாம். இதற்குக் காரணம், முதல் உயிர் தோன்றிய காலத்திலிருந்து கிட்டத்தட்ட 2 பில்லியன் ஆண்டுகளுக்கு பூமியில் இருந்த உயிரினங்கள் பெருமளவு சுவாரசியமற்றவையாக இருந்ததுதான். ஏனெனில், அவை அனைத்துமே ஒற்றை உயிரணுவை மட்டுமே கொண்டிருந்த உயிரினங்கள்.

இந்த ஒற்றை உயிரணு உயிரினங்கள் சுவாரசியமற்றவையாக இருந்தபோதிலும், அவை பெரும் பல்வகைமையைக் கொண்டிருந்தன. சில தீவிரமான சுற்றுச்சூழல்களில் இன்று காணப்படுகின்ற சில உயிரினங்கள், பூமியின் தொடக்க காலத்தில் இருந்த உயிரினங்களைப் போன்ற தோற்றத்தைக் கொண்டுள்ளன. அவற்றை நாங்கள் 'உச்சவிரும்பிகள்' என்று அழைக்கிறோம். அவை பெரும்பாலும் ஆர்க்கீயா என்ற பிரிவைச் சேர்ந்தவை. அவை ஆழ்கடலிலுள்ள மிகச் சூடான பகுதிகளிலும், மனிதனால் வசிக்க முடியாத சில சூழல்களிலும் வசிக்கின்றன. அச்சூழல்கள் கிட்டத்தட்ட 4 பில்லியன் ஆண்டுகளுக்கு முன்பாக பூமி இருந்த சூழலை ஒத்திருக்கின்றன. சில ஒற்றை உயிரணு உயிரினங்கள் இழைமணியையும் பசுங்கனிகத்தையும் தமக்குள் இணைத்துக் கொண்டன. அப்போது அவை நம் உடலிலுள்ள உயிரணுக்களின்

உள்ளூறுப்புகளைப்போலவே தோற்றமளித்தாலும், அப்படி இணைக்கப்படுவதற்கு முன்பாக அவை தனியாக உயிர் வாழ்ந்திருந்தன. உட்கருக்களைக் கொண்டிருந்த ஒற்றை உயிரணு உயிரினங்கள்தாம் பாக்டீரியாக்கள். பல உயிரணுக்களைக் கொண்டவை மெய்க்கருவுயிரி என்று அழைக்கப்பட்டன. நாம் இப்பிரிவின் கீழ்தான் வருகிறோம். இதெல்லாம் கிடக்கட்டும். முதலில் இந்த உயிர்கள் எப்படி உண்டாயின? ஓ, அதுவா? தெரியாது! ஒன்றைத் தெரியாமல் இருப்பது ஒன்றும் மோசமானதல்ல. இன்னும் சொல்லப் போனால், எங்களுடைய அறியாமையை ஒப்புக் கொள்வதில்தான் அறிவியலறிஞர்களாகிய எங்களுடைய பலமே அடங்கியிருக்கிறது. அறியாமை மற்றும் சந்தேகத்திலிருந்துதான் ஆர்வம் பிறக்கிறது. ஆர்வத் தூண்டுதலிலிருந்து அவதானிப்பும் பரிசோதனைகளும் முளைக்கின்றன. அது விடைகளுக்கு இட்டுச் செல்லக்கூடும். ஆனால், கிடைக்கின்ற விடைகள்கூடக் கருதுகோள்கள்தாம். அவற்றையும் நாங்கள் கேள்விக்கு உட்படுத்தி, மேன்மேலும் பரிசோதனைகளில் ஈடுபட்டுக் கொண்டே இருப்போம். அதனால்தான், முதல் உயிர் எப்படி உருவானது என்பது குறித்து எங்களுக்கு உறுதியாகத் தெரியவில்லை. (நீங்கள் பெருமூச்செறிவதைச் சற்று நிறுத்துங்கள். இது குறித்து விரிவாக அடுத்த அத்தியாயத்தில் பார்க்கலாம்.)

ஆனால், ஓர் உயிர் மற்றோர் உயிரை உருவாக்குகிறது என்பதை நாங்கள் திட்டவட்டமாக அறிவோம். அனைத்து உயிரினங்களுக்கும் பொதுவான ஒரு மூதாதையரை நோக்கிப் பின்னோக்கிச் செல்கின்ற, ஒரு கண்ணிகூட அறுந்து போகாத ஒரு பரிணாமச் சங்கிலியின் ஓர் அங்கம் நீங்கள். அதற்கு முன்புங்கூட உயிர் இருந்திருக்கலாம். ஆனால், இன்றுவரை தொடர்கின்ற விதத்தில் வெற்றிகரமான வம்சாவளியை அது கொண்டிருக்கவில்லை. அது சரி, ஆனால் அந்த முதல் உயிர் எப்படி உருவானது? 'உயிர்' என்றால் என்னவென்று விவரிப்பது மிகவும் கடினம். "சுயவாழ்வாதாரம், வளர்ச்சி, இனப்பெருக்கம் ஆகியவற்றைக் கொண்டிருக்கின்ற ஒன்றுதான் உயிர்," என்ற அரிஸ்டாட்டிலின் விளக்கத்தையே இன்றுவரை சிலர் பயன்படுத்திக் கொண்டிருக்கிறார்கள். சில உயிரினங்கள் சுயவாழ்வாதாரங்களைக் கொண்டிருப்பதில்லை. தமக்காக பாக்டீரியாக்கள் சீரணித்துக் கொடுக்கும் ஊட்டச்சத்தை

மட்டுமே நம்பி உயிர் வாழ்கின்ற உயிரினங்கள் இருக்கின்றன (எடுத்துக்காட்டு: ஆழ்கடலில் வசிக்கின்ற, வாயும் செரிமான உறுப்புகளும் இல்லாத பெருங்குழாய்ப் புழு); ஒற்றை உயிரணு உயிரினங்களில் பல வளர்வதே இல்லை; எல்லா உயிரினங்களும் இனப்பெருக்கத்தில் ஈடுபடுவதில்லை (எடுத்துக்காட்டு: வேலைக்காரத் தேனீக்கள்). அடுத்த அத்தியாயத்தில், அரிஸ்டாட்டிலின் இந்த விளக்கத்தைப் பரிணாம வளர்ச்சிக் கண்ணோட்டத்துடன் நான் சிறிது திரிக்க இருக்கிறேன்.

உயிரினத்தின் தோற்றம்

நிச்சயமின்மை இல்லாமல் அறிவு இல்லை. இது ஒன்றும் திருப்தியளிக்கின்ற கூற்று அல்ல. ஆனால், இதில் உண்மை இருக்கிறது. ஒரு நல்ல அறிவியல் நோக்கத்தை விளக்குவதற்கு மார்க் டுவைனின் இந்த மேற்கோளைப் பலர் சுட்டிக்காட்டுகின்றனர்: "நீங்கள் அறிந்திராத விஷயங்கள் உங்களைப் பிரச்சனைக்குள் மாட்டிவிடுவதில்லை. மாறாக, நீங்கள் அறிந்துள்ளதாக உறுதியாக நம்புகின்ற விஷயங்கள்தாம் அந்தக் கைங்கரியத்தில் ஈடுபடுகின்றன."

நாம் எங்கிருந்து வருகிறோம்? வேறோர் உயிரிலிருந்து. ஆதி உயிர் எங்கிருந்து வந்தது? அது உறுதியாகத் தெரியாது. அறிவியலறிஞர்களாகிய எங்களுக்கு அது தெரியவே தெரியாது. அந்த முதல் உயிரின் புதைபடிமமோ அல்லது சடப்பொருளுக்கும் உயிருக்கும் இடைப்பட்ட இடைநிலை ஒன்றின் புதைபடிமமோ நம்மிடம் இல்லை என்பதுதான் அதற்கான காரணம். அதற்காக, அதை நாங்கள் தேடவில்லை என்று நீங்கள் எடுத்துக் கொள்ளக்கூடாது. பறக்கும் டைனோசார்கள் கண்டுபிடிக்கப்பட்டதுபோல, டார்வினின் 'உயிரினங்களின் தோற்றம்' நூல் வெளியான சில காலத்திற்குப் பிறகு, அப்படிப்பட்ட இடைநிலை வடிவம் ஒன்று ஆழ்கடற்படுகையில் கண்டுபிடிக்கப்பட்டது. டார்வினின் தீவிர ஆதரவாளரான தாமஸ் ஹென்ரி ஹக்ஸ்லி, அது ஓர் இடைநிலை வடிவத்திற்கான நிரூபணமான 'புரோட்டோபிளாசம்' என்று கருதிவிட்டார். தன் கண்டுபிடிப்பில் உறுதியாக இருந்த ஹக்ஸ்லி, அதற்கு, 'பாத்திபியஸ் ஹேக்கெலீ' என்று பெயரும் சூட்டிவிட்டார்.

ஆனால், பின்னர் அது ஒரு கனிமச் சேர்மம் என்பது தெளிவானபோது, ஹக்ஸ்லி அதற்காக மன்னிப்புக் கேட்டுக் கொண்டார். ஆனால், அந்தப் பெயருக்குச் சொந்தக்காரரும், 'சூழலியல்,' 'முதலாம் உலகப் போர்' போன்ற பல புதிய வார்த்தைகளை உருவாக்கியவரும், 'டார்வினின் செல்ல நாய்க்குட்டி' என்று கேலி செய்யப்பட்டவரும், பிரபல ஜெர்மானிய உயிரியலாளரும், தத்துவவியலாளருமான எர்னஸ்ட் ஹேக்கெல், வெகுகாலம்வரை அந்தத் தவறை ஒப்புக் கொள்ள மறுத்து வந்தார். அதற்குப் பிறகு அது தொடர்பான உருப்படியான கண்டுபிடிப்புகள் எதுவும் நிகழவில்லை.

எது எப்படியோ, ஒரு சடப்பொருள் எப்படி உயிருள்ள ஒரு பொருளாக மாறியது என்பதற்கான நேரடியான சான்றுகள் எதுவும் நமக்குக் கிடைக்கவில்லை. சில நேரங்களில் அறிவியல் அப்படித்தான் இயங்குகிறது. வேறு வழியில்லை. விஷயங்களை நூறு சதவீத நிச்சயத்தன்மையுடன் அறிந்திராமல் இருப்பது, குறிப்பாக வரலாற்றுரீதியான அறிவியல் துறைகளைப் பொறுத்தவரை எதார்த்தமான உண்மை. இதுபோன்ற துறைகளில் நம்மால் கடந்தகாலத்திற்குள் நேரடியாகச் சென்று அவதானிக்க முடியாது என்பதால், தற்சமயம் நம்மிடம் இருக்கின்ற தகவல்களையும் தரவுகளையும் வைத்துக் கொண்டு கடந்தகாலத்தைக் கணிக்க வேண்டியது கட்டாயமாகிறது.

அதோடு, ஒரு பரிசோதனைக்கூடத்தில் ஓர் உயிரை உருவாக்குவதில் நாம் இதுவரை வெற்றி பெற்றிருக்கவில்லை. வேறு கிரகத்தில் அப்படி உயிர் பரிணமித்துக் கொண்டிருப்பதையும் நாம் அவதானித்திருக்கவில்லை. அது துரதிர்ஷ்டவசமானது என்பதில் சந்தேகமில்லை. ஆனால், நம்மால் நேரடியாக அதை அவதானிக்க முடிந்திருக்கவில்லை என்ற காரணத்தால் அது நம் பூமியிலோ அல்லது வேறு ஓர் இடத்திலோ நடைபெற்றிருக்கவில்லை என்று ஒதுக்கித் தள்ளிவிட முடியாது. நீங்கள் உங்களுடைய கொள்ளுப் பாட்டனையோ அல்லது எள்ளுப் பாட்டனையோ சந்திக்காமல் இருந்திருக்கலாம். அல்லது அவருடைய புகைப்படங்கள்கூட உங்களிடம் இல்லாமல் இருக்கலாம். ஆனால், அவர் இருந்தார் என்பதையும், அவர் மனித இனத்தைச் சேர்ந்தவர் என்பதையும் நீங்கள் அறிவீர்கள். பூமியில் உயிரின் தொடக்கத்தை விவரிக்கப்பட

முடியாத ஒன்றாக ஒதுக்கித் தள்ளிவிடுவது மிக எளிது. ஆனால், அது அறிவியலுக்கு அழகல்ல. நாம் தொடர்ந்து கேள்விகளைக் கேட்டுக் கொண்டும், பதில்களைத் தேடிக் கொண்டும் இருக்க வேண்டும்.

"பூமியில் உயிரினங்கள் எங்கிருந்து வந்தன?" என்ற கேள்விக்குப் பற்பல விதங்களில் பதிலளிக்க முடியும். உங்களுடைய விடை அல்லது ஊகத்தில் இவையும் அடங்கியிருக்கலாம்: "பூமியில் உயிரினங்களைக் கடவுள் படைத்தார்," என்று நீங்கள் சொன்னால், உங்களுடைய கூற்று தவறென்று என்னால் நிரூபிக்க முடியாது. ஏனெனில், "கடவுள்தான் அதைச் செய்தார்," என்ற கூற்று சோதிக்கப்பட முடியாத ஒன்று. நீங்கள் உங்களுடைய அண்டைவீட்டுக்காரரைக் கொன்றுவிட்டு, "கடவுள்தான் அப்படிச் செய்யும்படி என்னைத் தூண்டினார்," என்று நீங்கள் முழங்கினால், உங்களுடைய கூற்றைத் தவறென்று நிரூபிக்க முடியாதுதான். ஆனாலும், நீங்கள் சிறைக்குத்தான் செல்வீர்கள். அதனால், நாம் இயற்கை குறித்த, அவதானிக்கப்படக்கூடிய, பரிசோதனைக்கு உட்படுத்தப்படக்கூடிய யோசனைகளை மட்டுமே கருத்தில் எடுத்துக் கொள்ளலாம். அது தொடர்பான இரண்டு முக்கியக் கருதுகோள்களை இங்கு நாம் பார்க்கலாம். முதலாவது கருதுகோள், பூமியிலுள்ள டிஎன்ஏ/ஆர்என்ஏ அடிப்படையிலான உயிரினங்கள் பிரபஞ்சத்தில் வேறு எங்கோ தோன்றி, எரிகல் அல்லது வேறு ஏதாவது ஒன்றின் மூலம் பூமியை அடைந்திருக்க வேண்டும் என்ற யோசனையை முன்வைக்கிறது. இரண்டாவது கருதுகோள், பூமியில் ஆதி உயிர் ஒரு சடப்பொருளிலிருந்து தோன்றியிருக்க வேண்டும் என்ற யோசனையை முன்வைக்கிறது. இயற்கையில் நம்மால் அவதானிக்கப்படக்கூடியவற்றைக் கையில் எடுத்துக் கொண்டு, அவற்றைப் பரிசோதித்து, இந்த இரண்டு கருதுகோள்களில் உண்மை இருக்கிறதா இல்லையா என்று நாம் ஆராயலாம். இறுதியில், இந்த இரண்டு கருதுகோள்களுமே சரியானவையாக இருக்கலாம் அல்லது இரண்டுமே தவறானவையாக இருக்கலாம். இதுவரை நாம் யோசித்திராத மாற்றுக் கருதுகோள் ஒன்றுகூட இருக்கலாம்.

இன்று பூமியில் இருக்கின்ற உயிரினங்களை அவதானித்தால், அவை அனைத்தும் டிஎன்ஏவை அடிப்படையாகக் கொண்டவையாக இருப்பதை உங்களால்

பார்க்க முடியும். அதனால், சமீபத்திய பொது மூதாதையர் உயிரினமும் கண்டிப்பாக டிஎன்ஏவை அடிப்படையாகக் கொண்டதாகத்தான் இருக்க வேண்டும் என்ற முடிவுக்கு நம்மால் வர முடியும். எப்போதும் அப்படி இருத்தல் சாத்தியமா? அவசியமில்லை. ஏனெனில், முதலில் தோன்றிய உயிரினங்கள் எளிமையான ஆர்என்ஏ வடிவத்தையோ அல்லது, எளிதாகப் பிரதியெடுக்கப்படக்கூடிய ஒரு குறியீட்டையோ கொண்டிருந்திருக்கலாம். மரபியல் குறியீட்டுக்கு ஆர்என்ஏவைப் பயன்படுத்துகின்ற வைரஸ்கள் சில இருக்கின்றன. ஆனால், அவற்றுக்கும் டிஎன்ஏ உயிரினங்கள் தேவைப்படுகின்றன. வைரஸ்கள் இன்றளவும் இருந்து வருகின்றன. தொடக்க காலத்தில் இருந்த சில வைரஸ்களுக்கு இப்படிப்பட்ட டிஎன்ஏ உயிரினங்களின் தயவு தேவைப்படாமல் இருந்திருக்கலாம். அந்த வைரஸ்கள், நாம் தேடிக் கொண்டிருக்கின்ற இடையூடகக் குழுக்களாக இருந்திருக்கலாம். அதனால், உலகின் ஆதி உயிரினம் இப்படிப்பட்ட ஆர்என்ஏ அடிப்படையில் அமைந்த வைரஸாக இருந்திருக்கலாம், அல்லது, அதைவிட எளிமையான, நாம் ஆராய்வதற்கு எந்தச் சந்ததியையும் விட்டுச் சென்றிராத ஒன்றாக இருந்திருக்கலாம். நாம் அறிந்துள்ள அனைத்து உயிரினங்களும் டிஎன்ஏவைப் பயன்படுத்துவதால், அதன் அடிப்படையிலேயே உயிரினம் என்றால் என்ன என்று விளக்க நாம் முற்படுகிறோம். ஒருவேளை, தன்னைத் தானே பிரதியெடுத்துக் கொள்ளக்கூடிய வைரஸ்களை நாம் புதன் கிரகத்தில் கண்டுபிடித்தால் எப்படியிருக்கும்? அல்லது சனிக்கிரகத்தின் நிலா ஒன்றில் மீத்தேனைச் சாப்பிடுகின்ற நுண்ணுயிரிகள் கண்டுபிடிக்கப்பட்டால்? ஒரு புதிய வடிவ உயிரினத்தை நாம் வேறு எங்கோகூடக் கண்டுபிடிக்கலாம். அல்லது பூமியிலேயே அப்படிப்பட்ட ஒன்று இருந்ததற்கான சான்றுகளை நாம் கண்டுபிடிக்கலாம். ஓர் உயிரினம் என்றால் என்ன என்பதற்கு நாம் கொண்டுள்ள குறுகிய அர்த்தத்தின்[1]

---

1 உயிருள்ளது என்றால் எது? சடப்பொருளுக்கும் உயிருள்ள பொருளுக்கும் என்ன வித்தியாசம்? இந்தப் புராதனக் கேள்வியால் அரிஸ்டாட்டிலே தூக்கம் கெட்டு அலைந்தார். ஒன்று உயிருடன் இருக்கிறது என்பதை நீங்கள் எப்படி அறிவீர்கள்? நீங்கள் உயிருடன் இருப்பதை நீங்கள் எப்படி அறிவீர்கள்? “நான் சிந்திக்கிறேன், அதனால் நான் இருக்கிறேன்!” என்ற தத்துவார்த்த விளக்கத்தை அளிக்கப் போகிறீர்களா? ஒருவேளை, சடப்பொருளுக்கும் உயிருள்ள பொருளுக்கும்

காரணமாக, நாம் எதைத் தேடிக் கொண்டிருக்கிறோம் என்பதே நமக்குத் தெரியாமல் இருக்கிறது என்ற புரிதல் நமக்கு வேண்டும். ஒருவேளை, உயிரின் தோற்றம் என்பது இயற்கை ஆற்றலின் தவிர்க்கப்பட முடியாத விளைவாக இருக்கலாம். அமெரிக்க இயற்பியலாளரான ஜெர்மி இங்கிலாந்து, 'உயிரின இயற்கைக் கோட்பாடு' என்ற ஒன்றை உருவாக்கியுள்ளார். இதுபோல, உயிரினத்தின் தோற்றம் குறித்துப் பல கோட்பாடுகள் இருக்கின்றன.

ஓர் உயிரினம் என்றால் என்ன என்பது குறித்த என்னுடைய சொந்த விளக்கம் இதுதான்: "பரம்பரைப் பண்புகளை மரபுரிமையாகப் பெறக்கூடிய, அல்லது அடுத்தச் சந்ததிக்குக் கடத்தக்கூடிய மற்றும் பரிணாம வளர்ச்சியடையக்கூடிய ஒன்றுதான் உயிரினம்." நாம் அறிந்து வைத்துள்ள அனைத்து உயிரினங்களும் பரிணாம வளர்ச்சி அடைந்துள்ளவையே. அவை கடத்தப்படக்கூடிய மரபியல் பண்புகளைக் கருவமிலத்தின் வடிவில் (அதாவது, டிஎன்ஏ அல்லது ஆர்என்ஏவின் வடிவில்) தன்னகத்தே கொண்டிருக்கின்றன. ஆதி உயிரினத்தை, குறைந்தபட்சம், சமீபத்திய பொது மூதாதையர் உயிரினத்தைக் கண்டுபிடிப்பதற்கு நமக்கு இந்த விளக்கம் தாராளமாகப் போதும்.

இப்போது நாம் கருவமிலங்களை இன்னும் உன்னிப்பாகப் பார்க்கலாம். டிஎன்ஏ அப்படி எதைப் பிரமாதமாகச் செய்து கிழித்துவிடுகிறது? டிஎன்ஏ ஆர்என்ஏவின் உதவியுடன் அமினோ அமிலங்களை உற்பத்தி செய்கிறது. அவை புரதங்களை உருவாக்குகின்றன. புரதங்கள் உங்களை உருவாக்குகின்றன. வேறு வார்த்தைகளில் கூற வேண்டுமென்றால், கருவமிலங்கள் உங்களை உருவாக்குகின்ற பொருட்களை உருவாக்குகின்றன. அதோடு, நீங்கள் எதைச் செய்கிறீர்களோ அதைச் செய்ய

இடையேயுள்ள வேறுபாடு, விளக்கத்திற்கு அப்பாற்பட்டதாக இருக்கலாம் அல்லது பொருத்தமற்றதாக இருக்கலாம். ஒரு பருப்பொருள் குவியல் என்ற முறையில், ஆற்றலை நாம் எப்படி உருமாற்றம் செய்கிறோம் என்பதுதான் ஒருவேளை எல்லாவற்றையும்விட மிக முக்கியமானதாக இருக்கலாம். இந்தப் பிரபஞ்சம் தன்னுடைய கடைசி ஒளியை அணைக்கின்றவரை, கால வெளியில் மிதந்து கொண்டிருக்கின்ற வெறும் ஆற்றல் தளங்கள்தாம் நாம் போலும். சரி, இறப்பு என்றால் என்ன? நீங்கள் இறந்தால்கூட எல்லாம் முடிவுக்கு வந்துவிடுவதில்லை என்றுதான் தோன்றுகிறது. டிஎன்ஏவின் மூலமாக நீங்கள் உங்களுடைய மரபு எச்சத்தை அடுத்தத் தலைமுறையிடம் விட்டுச் செல்வீர்கள்!

வைக்கத் தேவையானவற்றையும் அவை உருவாக்குகின்றன. மொத்தத்தில், டிஎன்ஏ தன்னைப் படியெடுத்துக் கொள்வதற்கான ஒரு வாகனமாக நீங்கள் விளங்குகிறீர்கள், அவ்வளவுதான். அதாவது, நம்மைப் போன்ற உயிரினங்கள், இன்னும் அதிகமான டிஎன்ஏக்களை உருவாக்கி அவற்றைப் பரப்புவதற்கு அவற்றுக்கு உதவுகின்ற வெறும் கருவிகள் மட்டுமே. அமினோ அமிலங்களால் பல விஷயங்களைச் செய்ய முடியும் என்றாலும், அவற்றை உருவாக்குவது மிக எளிது.

அமெரிக்க வேதியியலாளர்களான ஸ்டான்லி மில்லரும் ஹெரால்டு உரேயும் சேர்ந்து நடத்திய, உலகப் புகழ் பெற்ற ஒரு பரிசோதனையில், வாயுக்களால் நிரப்பப்பட்டிருந்த ஒரு சோதனைக்கூடத்தில், பூமியின் தொடக்ககாலச் சூழலை அவர்கள் மறுஉருவாக்கம் செய்தனர். அடுத்து, அவர்கள் அதில் மின்சக்தியைப் பாய்ச்சினர். உடனே அங்குப் பல அமினோ அமிலங்கள் தோன்றின. பூமியிலேயே உயிரினங்கள் தோன்றியிருக்க முடியும் என்ற கருதுகோளுக்கு இது ஆதரவாக இருந்தது. ஆனால், இதில் இரண்டு சிக்கல்கள் இருந்தன. ஒவ்வொரு புரதமும் ஒரு குறிப்பிட்ட வரிசையில் அமைந்திருந்த அமினோ அமிலங்களை உள்ளடக்கியிருக்கும். அந்த வரிசைக்கிரமத்தில் அதை அமைப்பது சிக்கலானதாக இருந்தது. இரண்டாவது, பூமியை வந்தடைந்திருந்த சில எரிகற்களில், சேதமடையாத நிலையிலிருந்த அமினோ அமிலங்கள் கண்டுபிடிக்கப்பட்டிருந்தன. இது, ஆதி உயிரினம் பிரபஞ்சத்தில் வேறு எங்கோ தோன்றி, எரிகல் அல்லது வேறு ஏதாவது ஒன்றின் மூலமாக பூமியை வந்தடைந்திருக்க வேண்டும் என்ற கருதுகோளுக்கு ஆதரவாக இருந்தது. ஆனால், பிரபஞ்சத்தின் அளவிடப்பட முடியாத விஸ்தீரணம், இந்தக் கருதுகோளைச் சாத்தியமற்றதாக ஆக்குகிறது. அதோடு, அப்படி பூமியை வந்தடைந்துள்ள உயிரினம், அந்த மூலக்கிரகத்தில் எப்படி உருவானது என்பதற்கு இது விடையளிப்பதில்லை.

இது ஒரு புறமிருக்கட்டும். பூமியிலுள்ள நீரின் பெரும்பகுதி ஒருவேளை வேற்றுக் கிரகத்திலிருந்து வந்திருக்கலாம். அது நம்முடைய சூரியக் குடும்பத்தைவிட மிகவும் வயதானதாக இருக்கலாம். நீர் இருந்தால், அங்கு உயிர் இருப்பதற்கு வாய்ப்புகள் உண்டு. நம்மைச் சுற்றியுள்ள பல கிரகங்களில் நீர் இருக்கிறது. பூமியில் இருப்பதைவிட

அதிகமான நீர் (பனிக்கட்டி வடிவில்) வியாழன் கிரகத்தின் மூன்று நிலாக்களில் இருக்கிறது. கடும் வெப்பம், கடும் குளிர் இரண்டையும் மாறி மாறிக் கொண்டிருக்கும் புதன் கிரகத்தில்கூட நீர் இருக்கிறது. அதாவது, நம்முடைய சூரியக் குடும்பத்தில் நீர் ஓர் அரிய பொருள் அல்ல. அதற்காக, அந்த இடங்களிலெல்லாம் உயிரினம் இருக்க வேண்டும் என்று அவசியமில்லை. 2020 ஆம் ஆண்டுவாக்கில் வெளியான இரண்டு செய்திகள் பெரும் பரபரப்பைத் தோற்றுவித்தன. முதலாவது, சந்திரனில் நீர் இருக்கிறது என்ற செய்தி. இரண்டாவது, சுக்கிரன் கிரகத்தில் உயிரினங்கள் இருப்பதற்குச் சாதகமான உயிர்வேதியியல் அறிகுறி இருக்கிறது என்ற செய்தி. இவற்றைப் பற்றிய சூடான விவாதங்கள் இன்னும் தொடர்ந்து கொண்டிருக்கின்றன.

இப்படி மாறுபட்டக் கருதுகோள்கள் இருக்கின்றபோதிலும், பூமியிலுள்ள உயிரினங்கள் அனைத்தும் ஒரே பொதுவான மூதாதையரிடமிருந்து பிறந்தன என்பதற்கு நம்மிடம் ஆதாரம் இருக்கிறது. பூமியிலுள்ள அனைத்து உயிரினங்களும் அமினோ அமிலங்களின் இடக்கை ஆப்டிகல் ஐசோமர்களைப் பயன்படுத்துகின்றன, வலக்கை ஆப்டிகல் ஐசோமர்களைப் பயன்படுத்துவதில்லை (இவை இரண்டும் கண்ணாடியில் தெரியும் இலக்கை, வலக்கை பிம்பங்களைப் போன்றவை). அதேபோல, பூமியிலுள்ள அனைத்து உயிரினங்களும் வலக்கைச் சர்க்கரையை மட்டுமே பயன்படுத்துகின்றன. அமினோ அமிலங்களின் வலக்கை ஆப்டிகல் ஐசோமர்களையும் இடக்கைச் சர்க்கரையையும் சேர்க்கலாம் என்றாலும், அப்படி நிகழ்வதில்லை. அப்படியெனில், உலகிலுள்ள அனைத்து உயிரினங்களும், புரதச் சேர்மானத்திற்கும் வளர்சிதை மாற்றத்திற்கும் ஒரே மரபியல் குறியீட்டையே பயன்படுத்துகின்றன என்று அர்த்தம்.

அமினோ அமிலங்களை எளிதாகச் சோதனைக்கூடத்தில் தயாரிக்க முடியும் என்பதும், விண்வெளியில் அவை கிடைக்கின்றன என்பதும், வாழ்வின் அந்த அடிப்படைக் கூற்றிலிருந்து உயிரினம் எப்படி உருவாகிறது என்பதை வெளிப்படுத்துவதற்குப் போதுமானதாக இல்லை. ஆனால், அந்தக் குறியீட்டைப் பிரதியெடுப்பதற்கு ஆர்என்ஏ அல்லது டிஎன்ஏவைப்போல ஏதோ ஒன்று தேவை. அறிவியலறிஞர்கள் உலகெங்கும் டிஎன்ஏவைப்

பிரதியெடுப்பதில் வெற்றி பெற்றுள்ளனர். அதற்கு அவர்கள் வெப்ப நீரூற்று ஒன்றில் வசித்து வந்த ஓர் உச்சவிரும்பி நுண்ணுயிரியைப் பயன்படுத்தினர். அது குறிப்பிடத்தக்கது. ஏனெனில், நாம் முன்பே பார்த்ததுபோல, 3.5 பில்லியன் ஆண்டுகளுக்கு முன்னால் நிலவிய பூமியின் சுற்றுச்சூழலை அந்த வெப்ப நீரூற்றுச் சூழல் பிரதிபலித்தது. பூமியில் உயிரினங்கள் இவ்வளவு நீண்ட காலமாக இருந்து வந்துள்ளதை நாம் எப்படி அறிந்து கொண்டோம்? புதைபடிமங்களின் மூலமாகத்தான்.

பூமியில் இதுவரை கிடைத்துள்ள புதைபடிமங்களிலேயே மிகவும் வயதான புதைபடிமம், பூமியின் மிகப் பழமையான உயிரினத்தின் புதைபடிமம் அல்ல. அந்த உயிரினங்கள் உருவாக்கியிருந்த உபபொருள் ஒன்றின் புதைபடிமம் அது. புராதன எகிப்தியர்களைக் கண்டுபிடிப்பதற்குப் பதிலாக, அவர்கள் கட்டியிருந்த பிரமிடுகளைக் கண்டுபிடிப்பதற்கு ஒப்பானது இது. நீலப்பச்சைப் பாக்டீரியாக்கள் உருவாக்கியிருந்த கசடுப் படிமப் பாறை அடுக்குகள் அவை. நவீனக் கடற்பாசிகள் இப்படி உருவாகிக் கொண்டிருப்பதை நாம் கண்கூடாகப் பார்த்துக் கொண்டிருக்கிறோம். ஆகவே, பூமியில் மூல முதல் உயிரினம் துல்லியமாக எப்போது உருவானது, எப்படி உருவானது என்பது நமக்குத் தெரியாது என்றாலும், அது சுமார் 3.5 பில்லியன் ஆண்டுகளுக்கு முன்னால் உருவாகியிருக்க வேண்டும் என்பதை நாம் அறிந்துள்ளோம். ஏனெனில், நமக்குக் கிடைத்துள்ள மிகப் பழைய புதைபடிமங்கள் அக்காலகட்டத்திலிருந்துதான் துவங்குகின்றன.

உயிரினத்தின் வரலாறு

பூமியில் முதல் உயிரினம் தோன்றி 2 பில்லியன் ஆண்டுகளுக்கு வாழ்க்கை சுவாரசியமற்றதாகத்தான் இருந்தது. ஏனெனில், அந்தக் காலகட்டம் முழுவதும் ஒற்றை உயிரணு உயிரினங்கள் மட்டுமே பரிணாம வளர்ச்சி அடைந்து கொண்டிருந்தன. அதற்குப் பிறகு, பல்லுயிரணு உயிரினங்கள் தோன்றின. அதற்காக ஒற்றை உயிரணு உயிரினங்கள் அழிந்து போய்விடவில்லை. இன்றும் அவை பரிணாம வளர்ச்சி அடைந்து கொண்டுதான் இருக்கின்றன. இன்று அவைதாம் உலகைப் பெருமளவுக்கு ஆக்கிரமித்துள்ளன. உங்களுடைய உடலையும் அவைதாம் ஆக்கிரமித்துள்ளன. இந்த நுண்ணுயிரிகள் இல்லாமல் நம்மால் உயிர்வாழவே முடியாது. உங்கள் உடலிலுள்ள உயிரணுக்களில் பெரும்பாலானவை உண்மையில் நுண்ணுயிரிகளே. உங்களுடைய மரபணுவின் பெரும்பகுதி, நுண்ணுயிர் மூலத்தைக் கொண்டுள்ளன (அப்படியானால், நீங்கள் உண்மையில் யார்?). கண்ணுக்குத் தெரியாத இந்த எளிய ஜீவன்களின் பேருந்துதான் நாம் என்றொரு வாதம் வைக்கப்படுகிறது.[1] அது வேடிக்கையாக இருந்தாலும், அது உண்மை. அந்த சலிப்பான பில்லியன்கணக்கான

---

1 நம்மைக் கட்டுப்படுத்தும் பல நுண்ணுயிரிகளுக்கு மனிதர்கள் ஏன் வசதியானதொரு வாகனமாக இருக்கிறார்கள் என்பதை விளக்கும் சாரா ஹிர்டி என்ற அறிவியல் ஆய்வாளரின் இந்த அசத்தலான வீடியோவை நீங்கள் அவசியம் பார்க்க வேண்டும். ஒரு தீவிரமான விஷயத்தை இப்படி நம்மைக் குலுங்கிக் குலுங்கிச் சிரிக்க வைக்கும் விதத்தில் எவரும் விளக்கி நான் பார்த்ததில்லை. அந்த யூடியூப் வீடியோவுக்குள் செல்ல: https://www.youtube.com/watch?v=6jGDPH5h_Mg

ஆண்டுகளில், அந்த நுண்ணுயிரிகள், எல்லாவற்றையும் தன்னந்தனியாகச் செய்து கொள்ளக் கற்றுக் கொண்டிருந்தன. நாம் வந்தவுடன், ஊடுருவி ஆக்கிரமிக்கக்கூடிய மற்றொரு பற்றுப்பொருளாக நம்மைப் பயன்படுத்திக் கொள்ள அவை தயார் நிலையில் இருந்தன. நுண்ணுயிரிகள் தம்முடைய உடலின் அனைத்துச் செயல்பாடுகளையும் ஒன்றாக்கிக் கொண்டு, வாழ்க்கையின் அனைத்து அம்சங்களையும் தம்முடைய முழுமையான கட்டுப்பாட்டுக்குள் கொண்டுவந்துவிட்டன. இதற்கிடையே, பெரும்பாலான விலங்குகளும் தாவரங்களும் தம்முடைய கடமைகளை (எடுத்துக்காட்டு: செரிமானம்) நிறைவேற்றுவதற்கு இந்தக் கூட்டுயிரிகளை நம்பியிருக்கத் துவங்கின. அதாவது, நாம் இல்லாமல் நுண்ணுயிரிகளால் வாழ முடியும். ஆனால், அவை இல்லாமல் நம்மால் வாழ முடியாது.

அந்த சலிப்பான முதல் 2 பில்லியன் ஆண்டுகளில் எண்ணற்ற சுவாரசியமான விஷயங்கள் நிகழ்ந்தன. அந்தக் காலகட்டத்தில் சில நுண்ணுயிரிகள் சுயசார்புடன் வாழக் கற்றுக் கொண்டன. சில நுண்ணுயிரிகள் பிறவற்றுடன் இணைந்து வாழக் கற்றுக் கொண்டன. சில நுண்ணுயிரிகள் ஹைட்ரஜன் சல்ஃபைடை சீரணிக்கக் கற்றுக் கொண்டன. சில நுண்ணுயிரிகள் ஒளிச்சேர்க்கையில் ஈடுபடுவது எப்படி என்பதைக் கற்றுக் கொண்டன. அதாவது, சூரிய ஒளி, நீர், கார்பன்-டை-ஆக்சைடு ஆகியவற்றை விழுங்கி, அவற்றைச் சர்க்கரையாகவும் ஆக்சிஜனாகவும் மாற்ற அவை கற்றுக் கொண்டன. அவை ஆக்சிஜனாக மாற்றக் கற்றுக் கொண்டது இந்த உலகையே மாற்றிவிட்டது. ஒளிச்சேர்க்கை உண்மையில் பல உயிரினங்களுக்குச் சாவுமணி அடித்துவிட்டது. காற்று மண்டலத்தில் வெளியேற்றப்பட்டதிலேயே மிகவும் ஆபத்தான ஒரு வாயு ஆக்சிஜன்தான் என்ற ஒரு கருத்து உண்டு. நாம் கார்பன்-டை-ஆக்சைடை வெளியேற்றி இந்த பூமியைச் சூடாக்கிக் கொண்டிருக்கிறோம் என்றொரு குற்றச்சாட்டு நம்மீது வைக்கப்படுகிறது. ஒளிச்சேர்க்கையின் உபபொருளாக ஆக்சிஜன் வெளியேற்றப்பட்டது அதைவிட அதிக மோசமானது. குறைந்தபட்சம், ஒரு சில பில்லியன் ஆண்டுகளுக்கு முன்புவரையாவது அது உண்மையாக இருந்தது. ஆக்சிஜன் ஓர் ஆபத்தான நச்சுப் பொருள். ஒரு ஜோடி ஆக்சிஜன் அணுக்கள் சேர்ந்து அது O2 ஆக மாறும்போது அது பயனுள்ளதாக ஆகிறது. அது

நமக்குத் தேவைப்படுகிறது. நாம் சுவாசிக்கின்ற ஆக்சிஜன் அதுதான். ஆனால் அது ஒற்றை அணுவோடு (வெறும் O) இருக்கின்றபோது, அது 'கட்டுறாத மூலிகமாக' ஆகிவிடுகிறது. அது கட்டுறாத ஒன்றாக இருப்பதால், எதிர்ப்படுகின்ற அனைத்தோடும் அது ஜோடி சேர்ந்து கொள்கிறது. எடுத்துக்காட்டாக, அது உங்களுடைய டிஎன்ஏவுடன் சேர்ந்து கொண்டு மரபணுச் சடுதிமாற்றத்தைத் தோற்றுவிக்கிறது. இந்த 'மாபெரும் ஆக்சிஜன் நிகழ்வுக்கு' அடுத்ததாக, மெய்க்கருவுயிரிகளில் பெரும் பரவலாக்கம் நிகழத் துவங்கியது. முதலில், தனியான உயிரணுக்கருவுடன்கூடிய ஒற்றை உயிரணு உயிரினங்கள் தோன்றின. இறுதியில், இந்த மெய்க்கருவுயிரிகள், இழைமணியுடன்கூடிய உயிரணுக்களை இணைத்துக் கொண்டன. ஆற்றலை உருவாக்குவதற்கு அதற்கு ஏராளமான ஆக்சிஜன் தேவைப்பட்டது. இவை நாளடைவில் பல்லுயிரணு விலங்குகளாகவும் பூஞ்சைகளாகவும் தாவரங்களாகவும் உருவெடுத்தன. இவை தனித்தனியாகவும் குழுக்களுக்குள்ளும் உருவெடுத்தன.

பல்லுயிரணு உயிரினங்கள் எந்த மூலத்திலிருந்து தோன்றின என்பது மர்மமாகவே இருக்கிறது. அது ஒற்றை மூலத்திலிருந்து துவங்கியிருக்க வேண்டும் என்பது எளிய விளக்கமாக இருக்கலாம். ஆனால், பரிணாம விருட்சம் குறித்த நம்முடைய தற்போதைய புரிதலோடு அது முரண்படுகிறது. 650 மில்லியன் ஆண்டுகளுக்கு முன்பு நிகழ்ந்த பனியுகம், பல்லுயிரணு உயிரினங்கள் தோன்றுவதற்கு உதவியிருந்திருக்கலாம் என்று ஒரு சாரார் கருதுகின்றனர். அந்தக் கொடும் பனிக்காலத்தைச் சமாளிப்பதற்காக அவை இப்படி ஒன்றாகக் கூடியிருந்திருக்கலாம் என்று அவர்கள் அனுமானிக்கின்றனர். வேற்றுக் கிரக உயிரினங்களைப் பற்றியும் என்னிடம் இத்தகைய எண்ணம்தான் இருக்கிறது. டிரில்லியன்கணக்கான நட்சத்திரங்களும் கிரகங்களும், முதல் சில பில்லியன் ஆண்டுகளின்போது பூமி எப்படி இருந்ததோ அதேபோன்ற நிலையில்தான் இருக்கின்றன. பூமியில் இருந்ததைப்போல, அங்கு எங்கோ ஓரிடத்தில் உயிரினங்கள் இருக்கக்கூடும். ஒருவேளை, ஈ.டி. திரைப்படத்தில் வருகின்ற வேற்றுக்கிரகவாசிபோல அது இருக்கலாம். அறிவியல் புனைகதைகள் என்று வருகின்றபோது, எனக்கு எச்.ஜி. வெல்ஸின் 'த வார் ஆஃப் த வேர்ல்ட்ஸ்' புதினம்தான் பிடிக்கும். அதில் இறுதியில், வேற்றுக்கிரகவாசிகளைத்

துப்பாக்கிகளோ அல்லது ஏவுகணைகளோ முறியடிக்காது. நுண்ணுயிரிகள்தாம் அவர்களை முறியடிக்கும். நாம் நுண்ணுயிரிகளோடு சேர்ந்து வாழ்ந்திருந்ததால், நாம் அவற்றுக்குப் பழகிப் போயிருக்கிறோம். ஆனால், வேற்றுக்கிரகவாசிகளுக்கு அது முற்றிலும் புதிதாக இருந்த காரணத்தால் அவர்கள் வீழ்ந்தனர்.

அப்படியானால், நுண்ணுயிரிகள் நாம் நினைத்த அளவு சுவாரசியமற்றவை இல்லைபோலும். சரி, இப்போது நாம் அடுத்த விஷயத்திற்குத் தாவலாம். 540 மில்லியன் ஆண்டுகளுக்கு முன்பு, ‘கேம்ப்ரியன் வெடிப்பு’ என்ற குறிப்பிடத்தக்க நிகழ்வு ஒன்று நிகழ்ந்தது. அப்போது, பல உயிரினங்கள் முதுகெலும்பைப் பெற்றன. அதைத் தொடர்ந்து மீன்களும், முதுகெலும்புள்ள அனைத்து விலங்குகளும் தோன்றின. அதோடு, வேறு ஏகப்பட்ட உயிரினங்களும் உருவாயின. அவற்றில் பெரும்பாலானவை நீண்டகாலம் தாக்குப்பிடிக்கவில்லை. அவற்றை நாம் ஒருபோதும் மீண்டும் பார்க்கப் போவதில்லை. அவற்றை நவீன உயிர் வடிவங்களோடு இணைப்பதிலும் நமக்குச் சிக்கல் இருக்கிறது. பரிணாம வளர்ச்சி என்பது பலவிதமான உடல் வடிவங்களின் பரிசோதனை முயற்சி. இன்று நாம் காண்பவை அக்காலகட்டத்தில் தோன்றி, அதில் தப்பிப் பிழைத்தவையே.

நுண்ணுயிரிகள் தொடர்ந்து பரிணாம வளர்ச்சி அடைந்து கொண்டிருந்த அதே சமயத்தில், நீர்வாழ் உயிரினங்களும் பரிணாம வளர்ச்சி அடைந்து கொண்டிருந்தன. 500 மில்லியன் ஆண்டுகளுக்கு முன், தாவரங்கள், பூஞ்சைகள், மற்றும் முதுகெலும்பிலிகள் நிலத்தில் தோன்றின. இறுதியில் மீன்கள் நிலத்திற்குள் புகுந்தன. ஆனால், வெகுகாலம்வரை, நீரில் ஏற்பட்டுக் கொண்டிருந்த பரிணாம வளர்ச்சி அளவுக்கு வேகமாக நிலத்தில் பரிணாம வளர்ச்சி நிகழவில்லை. (பூஞ்சைகளும் தாவரங்களும் சுமார் 1 பில்லியன் ஆண்டுகளுக்கு முன்பாகவே நிலத்தை அடைந்துவிட்டிருந்ததாகப் புதிய சான்றுகள் தெரிவிக்கின்றன.) இன்று நிலத்தில் இருக்கின்ற முதுகெலும்பிகள் அனைத்தும் மீன் என்ற மூதாதையரிடமிருந்து வந்தவையாகும். ஆனால், 200 மில்லியன் ஆண்டுகளுக்கு முன்புவரை பாலூட்டிகள் தோன்றவில்லை. பாலூட்டிகளில் வெகு சிலவே

டைனோசாரைப்போலப் பெரிதாக இருந்தன. பெரும்பாலானவை, இன்று இருப்பதைப்போலவே சிறிதாகவே இருந்தன. பாலூட்டிகளில் எண்ணிக்கையில் அதிகமாக இருப்பவை எலிகளும் வௌவால்களும்தாம்.[2] இந்த எலி அளவிலிருந்துதான் மனிதகுலத்திற்கான வித்து ஊன்றப்பட்டது. நான் இங்குக் குறிப்பிடுகின்ற மனிதன், நவீன மனிதனாகிய சேப்பியன்ஸ் மட்டுமல்ல. நிலவியல் காலகட்ட நோக்கில் பார்க்கின்றபோது, வெகு சமீபகாலம்வரை, அற்றுவிட்ட உயிரினங்கள் உட்பட சுமார் ஒரு டஜன் மனித இனங்கள் இருந்தன. பரிணாம விருட்சத்தின் பிரம்மாண்டத்தைக் கணக்கில் எடுத்துக் கொள்கின்றபோது, நாம் அதில் ஒரு கிளை என்றுகூடப் பெருமை கொள்ள முடியாது. நாம் அதில் ஒரு சிறிய கொப்புதான்.

இன்று நம்மிடையே, மலர்ச்செடிகள், கொரோனா வைரஸ், வாத்துகள், பூஞ்சை, திமிங்கலம் போன்ற பலதரப்பட்ட உயிரினங்கள் வாழ்ந்து கொண்டிருக்கின்றன. ஆனால், நாம் நம்மீது மட்டுமே கவனம் செலுத்திக் கொண்டிருக்கிறோம். அதில் தவறில்லை. ஆனால், இதே உலகில் நம்முடன் வாழ்ந்து கொண்டிருக்கின்ற மில்லியன்கணக்கான உயிரினங்களை நாம் மறந்துவிடக்கூடாது. அவற்றில் பல அற்றுவிட்ட உயிரினங்களாகிவிட்டன என்றபோதிலும், அவற்றில் சில நம்முடைய நெருங்கிய சொந்தங்களாக இருந்து வந்துள்ளன. ஆனால், இப்போது நடந்து கொண்டிருக்கின்ற ஒரு முக்கியமான விஷயம் என்ன தெரியுமா? நம்மைச் சுற்றியிருக்கும் உயிரினங்களை, நமக்குப் பயனுள்ளவையாக இருக்கும் உயிரினங்களைக் கொண்டு நாம் இட்டு நிரப்பி வருகிறோம். எடுத்துக்காட்டாக, எடைரீதியாகக் கணக்குப் போட்டால், இன்று காடுகளில் இருக்கும் பாலூட்டிகளைவிட, நாம் வளர்த்துக் கொண்டிருக்கும் பாலூட்டிகளின் அளவு அதிகம். இன்னும் சொல்லப் போனால், நம்முடைய மொத்த மக்கட்தொகையின் எடையோடு, நாம் வளர்த்துக் கொண்டிருக்கின்ற

2 ஆம். அது உண்மைதான். நாம் நினைத்துக் கொண்டிருப்பதுபோலன்றி, பாலூட்டி இனங்கள் மிகப் பரவலானவை அல்ல. 75 சதவீதப் பாலூட்டிகள் வௌவால் மற்றும் கொறிணி இனங்களாகும்.

விலங்குகளின் எடையையும் சேர்த்துக் கொண்டால், அது நிலம்வாழ் முதுகெலும்பிகள் அனைத்தின் மொத்த எடையைவிட அதிகம். நம்முடைய செயற்கை தேர்ந்தெடுப்பு முறையின் காரணமாக, இயற்கை தேர்ந்தெடுப்பு முறையை நாம் சீர்குலைத்துக் கொண்டிருக்கிறோம். நாம் வெறுமனே எண்ணற்ற உயிரினங்களை அற்றுவிட்ட உயிரினங்களாக ஆக்கிக் கொண்டிருப்பதோடு நின்றுவிடவில்லை. பூமியில் பரிணாம வளர்ச்சிச் செயல்முறையின் அடிப்படையையே நாம் மாற்றிக் கொண்டிருக்கிறோம்.

பகுதி 4

பரிணாம வளர்ச்சியைப் புரிந்து கொள்வது ஏன் முக்கியம்

ஆந்த்ரோபொசீன் யுகத்தில் பரிணாம வளர்ச்சி

நான் ஒரு நாயை வளர்த்து வருகிறேன். அதன் பெயர் பெஸ்ஸி (படம் 15). அது பிரெஞ்சு புல்டாக் என்ற இனத்தைச் சேர்ந்தது. அது வேறு ஒருவரிடமிருந்து மீட்டெடுக்கப்பட்ட நாய். மனிதர்களால் துன்புறுத்தல்களுக்கும் உதாசீனத்திற்கும் ஆளாகின்ற அல்லது நிராதரவாக்கப்படுகின்ற வளர்ப்பு நாய்களை மீட்டெடுக்கும் அமைப்பிடமிருந்து நான் அந்த நாயைப் பெற்றிருந்தேன். இதுபோன்ற நாயினங்களைக் காடுகளில் சுதந்திரமாகத் திரியவிட வேண்டும் என்ற யோசனையில் நம்பிக்கை கொண்டவன் நான். ஆனால், இந்த வகை நாயினங்கள் காடுகளில் காணப்படுவதில்லை. மற்ற நாயினங்களைப்போலவே, பிரெஞ்சு புல்டாக்கும் ஓநாய்களின் வம்சாவளிகளே. பார்ப்பதற்கு அவ்வளவு அழகாக இருக்காத என் நாய் ஒரு புத்திசாலி. அதன் இனிமையற்றத் தோற்றம், அதன் ஓநாய் மூதாதையரிடமிருந்து வந்தது. அது என் மடியில் படுத்துக் குறட்டைவிட்டுக் கொண்டிருக்கும்போது, அதன் சப்பையான முகத்தைப் பார்த்துக் கொண்டே, ஊனுண்ணிகளின் பல மில்லியன் ஆண்டுகாலப் பரிணாம வளர்ச்சியைப் பற்றி நான் சிந்தித்துக் கொண்டிருப்பேன். பிற ஜாதி நாய்களைப்போலவே, இந்த வகை நாயினமும், தேர்ந்தெடுக்கப்பட்ட நாய்கள் ஜோடி சேர்க்கப்பட்டு கவனமாக உருவாக்கப்பட்டவையாகும். (டார்வின் தன்னுடைய 'உயிரினங்களின் தோற்றம்' நூலை வீட்டுவிலங்குகளிலிருந்து துவக்கியதற்கு ஒரு வலுவான காரணம் இருக்கத்தான் செய்கிறது.)

படம் 15: *பெஸ்ஸி*

பிரெஞ்சு புல்டாக் இன நாய்கள், சப்பை முகம், பருத்த உடல், தோழமைப் பண்பு ஆகியவை இருக்கும்படி உருவாக்கப்பட்டவை. அவற்றின் தலை பெரிதாகவும், முகரை சிறியதாகவும் இருப்பதால், அவை மூச்சுவிடுவதற்குச் சிரமப்படுகின்றன. அவற்றின் இடுப்புப் பகுதி மிகவும் குறுகலாக இருப்பதால் அவை 'சிசேரியன்' முறையிலேயே குட்டிகளை ஈன்றெடுக்கின்றன! அதோடு, குறுகலான இடுப்பின் காரணமாக, அவற்றால் தன் ஜோடியுடன் கூடவும் முடியாது. அதனால், செயற்கை கருத்தரிப்பு முறையின் மூலமாக மட்டுமே அவற்றின் குட்டிகள் பெறப்படுகின்றன. இதுதான் பரிணாம வளர்ச்சியா? கண்டிப்பாக இல்லை. ஆனால், இது ஒரு தேர்ந்தெடுப்பு. புல்டாக், பசுக்கள், சோளம் போன்ற, மனிதனால் உருவாக்கப்பட்ட இனங்கள் மற்றும் இரகங்களின் விஷயத்தில், மனிதன்தான் அந்தத் தேர்ந்தெடுப்பை நிகழ்த்துகிறான். இயற்கை தேர்ந்தெடுப்பு முறையில் இயற்கையும் இதைத்தான் செய்கிறது. இயற்கை ஒரு குறிப்பிட்டச் சுற்றுச்சூழலுக்கு ஏற்ற ஓர் இனத்தைத் தேர்ந்தெடுத்து, அது தழைக்கவும் இனப்பெருக்கம் செய்யவும் அனுமதிக்கிறது. அதைத் தாக்குப்பிடிக்க முடியாத இனங்கள்

அழிந்து போகின்றன. இயற்கை தேர்ந்தெடுப்புக்கும் மனிதனின் தேர்ந்தெடுப்புக்கும் இடையேயுள்ள வேறுபாடு, ஒன்று இயற்கையானது, மற்றொன்று செயற்கையானது, அவ்வளவுதான். இயற்கையிலும் பருவத்திற்குப் பருவமும், ஆண்டுக்கு ஆண்டும், மாற்றங்கள் நிகழ்ந்து கொண்டுதான் இருக்கின்றன. ஆனால், நம்மைப்போலன்றி, இயற்கை சில பண்புகளுக்கு முன்னுரிமை கொடுத்து அதைச் செய்வதில்லை. அதனால்தான், இயற்கை தேர்ந்தெடுப்பு முறை, செயற்கை தேர்ந்தெடுப்பு முறையைவிட மெதுவாக நடைபெறுகிறது. ஒரு விதத்தில் பார்த்தால், மனிதனின் செயற்கை தேர்ந்தெடுப்பு முறையும் மெதுவானதுதான். ஏனெனில், இங்கும், நீங்கள் தேர்ந்தெடுக்கின்ற அந்தக் குறிப்பிட்ட இனம், பல தலைமுறைகளின் ஊடாக இனப்பெருக்கம் செய்வதற்கு நீங்கள் காத்திருக்க வேண்டும். நீங்கள் விரும்பும் பண்புகளோடு ஒரு சந்ததியை உருவாக்க நீங்கள் பல முறை முயற்சி செய்ய வேண்டியிருக்கும். விஷயங்களை விரைவுபடுத்துவதற்கு, அவற்றின் உடன்பிறந்த குட்டிகளை ஜோடி சேர்ப்பது வழக்கமாக நடைபெறுகின்ற ஒன்று. ஆனால், இதில் நிறைய குட்டிகள் முன்னதாகவே இறந்துவிடும். அதோடு, விரும்பத்தகாத மரபணுச் சடுதிமாற்றங்களும் நிகழக்கூடும் (நெருங்கிய உறவு கொண்ட விலங்குகளை ஜோடி சேர்க்கின்றபோது இது அதிகமாக நிகழ்கிறது). இது போதாது என்பதுபோல, மனிதன் இப்போது இதை வேறொரு தளத்திற்கு எடுத்துச் சென்று கொண்டிருக்கிறான். எப்படிப் பார்த்தாலும், அவன் எல்லை தாண்டிக் கொண்டிருக்கிறான் என்றுதான் தோன்றுகிறது. நாம் இயற்கையின் விதிகளை மட்டும் நமக்குச் சாதகமாக வளைத்துக் கொண்டிருக்கவில்லை. இயற்கை விதிகளுக்கான அடிப்படை அம்சங்களையே நாம் மாற்றி எழுதிக் கொண்டிருக்கிறோம்.

அதற்கு நாம் பயன்படுத்துகின்ற கருவியின் பெயர் கிரிஸ்பர்-காஸ் (சுருக்கமாக, கிரிஸ்பர்). இந்தத் தொழில்நுட்பத்தைக் கண்டுபிடித்ததற்காக, ஜெனிபர் டவுட்னா, இமானுவேல் சார்பென்டியர் ஆகிய இருவருக்கும் 2020 ஆம் ஆண்டு நோபல் பரிசு வழங்கப்பட்டது. கிரிஸ்பர் என்பது சில பாக்டீரியாக்கள் மற்றும் வைரஸ்கள் தம்மைப் பாதுகாத்துக் கொள்ளப் பயன்படுத்துகின்ற இயற்கையான மரபியல் செயல்பாட்டுடன், டிஎன்ஏவை வெட்டுகின்ற

நொதி ஒன்றைச் சேர்த்துப் பயன்படுத்துகின்ற ஒரு தொழில்நுட்பமாகும். அடிப்படையில், தொற்றுநோயால் பாதிக்கப்பட்டுள்ள டிஎன்ஏ இழைகளை வெட்டி எறிந்துவிட்டு, அதேபோன்ற ஒன்றை வைத்துவிடுகின்ற முறை இது. அப்படி மாற்றாகப் பயன்படுத்தப்படுகின்ற டிஎன்ஏக்களின் வரிசை, பின்னர் அதே வைரஸ் தாக்கினால் தம்மைப் பாதுகாத்துக் கொள்வதற்குத் தேவையான விஷயங்களை அந்த பாக்டீரியாக்கள் தம் நினைவில் வைத்துக் கொள்வதை உறுதி செய்யும். அதை அந்த பாக்டீரியாக்களின் நோயெதிர்ப்புத் திறன் என்று வைத்துக் கொள்ளலாம். இதே முறையைப் பயன்படுத்தி ஒரு மரபணுவில் நாம் விரும்புகின்ற மாற்றங்களை நம்மால் செய்ய முடியும். இந்தத் தொழில்நுட்பம், பயன்படுத்துவதற்கு மிகவும் எளிமையான ஒன்றாக வடிவமைக்கப்பட்டுள்ளது. இதைப் பயன்படுத்தி, செயற்கை தேர்ந்தெடுப்பு முறையை நம்மால் விரைவுபடுத்த முடியும். இம்முறையைப் பயன்படுத்துகின்றபோது, நாம் விரும்புகின்ற மரபணுச் சடுதிமாற்றம் ஏற்படுவதற்கு நாம் வெகுகாலம் காத்திருக்க வேண்டியதில்லை. நாம் விரும்புகின்ற மாற்றங்களை நேரடியாக மரபணுக்களிலேயே ஏற்படுத்திக் கொள்ளலாம்.

கிரிஸ்பர் தொழில்நுட்பத்தோடு சேர்த்துப் பயன்படுத்தப்படுகின்ற மற்றொரு தொழில்நுட்பமும் கண்டுபிடிக்கப்பட்டுள்ளது. அதன் பெயர் ‘ஜீன் டிரைவ்.’ இந்தத் தொழில்நுட்பத்தைப் பயன்படுத்தி மரபணுக்களில் மாற்றங்கள் செய்யப்படுகின்றபோது, ஒரு மரபுப் பண்பு அடுத்தத் தலைமுறைக்குக் கடத்தப்படுவதற்கு மென்டெலின் முறையில் இருக்கின்ற 50 சதவீத வாய்ப்பு சுமார் 99 சதவீதமாக அதிகரிக்கிறது. நமக்குக் கிடைத்திருக்கின்ற இந்த அபாரமான சக்தியை நாம் எதற்குப் பயன்படுத்தப் போகிறோம்? நல்லதற்கா? கெட்டதற்கா? இதிலென்ன சந்தேகம்? இரண்டுக்கும்தான்!

வெகுவிரைவில் மக்கள் கிரிஸ்பர் தொழில்நுட்பத்தை வணிகரீதியாக இலாபத்திற்குப் பயன்படுத்தப் போகிறார்கள். நான்கு அல்லது ஆறு இறக்கைகளுடன்கூடிய கோழிகளை நாம் விரைவில் சந்திக்கலாம். வெட்டியவுடன் பழுப்பு நிறமாகாத ஆப்பிள்கள் ஏற்கனவே சந்தைக்கு வந்துவிட்டன. அவை மெதுவாகத்தான் அழுகும் என்பதால், அவற்றின் ஆயுட்காலம் அதிகம் (ஆகவே இலாபமும் அதிகம்!). மரபணு

மாற்றப்பட்ட உயிரினங்களும் தாவரங்களும் ஏற்கனவே நடைமுறையில் இருக்கின்றன. ஆனால், அப்பொருட்கள் சந்தையை அடைகின்ற வேகத்தைக் கிரிஸ்பர் தொழில்நுட்பம் வெகுவாக அதிகரிக்கப் போகிறது. சரியான முறையில் பயன்படுத்தப்படுகின்ற பட்சத்தில், இதனால் உணவுத் தட்டுப்பாட்டுப் பிரச்சனையைத் தீர்க்க முடியும். இதில் பொதிந்துள்ள அறநெறி சார்ந்த விஷயங்களையும் நாம் கணக்கில் எடுத்துக்கொள்ள வேண்டும். வேடிக்கைக்காகவோ அல்லது வேறு காரணங்களுக்காகவோ யாராவது புதிய விலங்கினங்களை உருவாக்கினால் என்ன செய்வது? ஏற்கனவே இவை நடைமுறையில் இருக்கின்றன என்று நீங்கள் வாதிடலாம். எடுத்துக்காட்டாக, இறைச்சிக்காக உருவாக்கப்படுகின்ற கோழியினங்களால், அவற்றின் பருத்த உடல்களைத் தூக்கிக் கொண்டு நடக்கவே முடியாது. நாட்டுக்கோழி இனங்களுக்கும் அவற்றுக்கும் ஏகப்பட்ட வேறுபாடுகள் இருக்கின்றன.[1]

கிரிஸ்பர் தொழில்நுட்பம் இன்னும் பரவலாகின்றபோது, அது ஒரு வேதி ஆயுதமாகப் பயன்படுத்தப்படலாம். எடுத்துக்காட்டாக, ஓர் உயிரிய தீவிரவாதியால், கிரிஸ்பர் தொழில்நுட்பத்தைப் பயன்படுத்தி, கொசுக்களின் மரபணுக்களில் மாற்றம் ஏற்படுத்தி, முட்டையிடுவதற்கு முன்பாகப் பல முறை கடிக்கின்ற ஓரினமாக அதை மாற்ற முடியும் (பொதுவாக, கொசுக்கள் தமக்குத் தேவையான இரத்தத்தை ஒரு முறை பெற்றுவிட்டால், பிறகு முட்டையிடப் போய்விடும்). அப்போது அந்தக் கொசுக்கள், இரத்தத்தின் மூலம் பரவுகின்ற நோய்களை (மலேரியா, டெங்கு, சிக்கன்குனியா, மஞ்சள் காய்ச்சல்) வேகமாகவும் திறமையாகவும் பரப்புகின்ற ஆபத்தான ஒரு கருவியாக மாறிவிடும். மறுபுறம், ஏற்கனவே, அறிவியலறிஞர்களும் அரசியல்வாதிகளும், 'கிரிஸ்பராக்கப்பட்டக்' கொசுக்களை உற்பத்தி செய்து வெளியே விட்டுள்ளனர். அந்தக் கொசுக்கள் நோய்களைப் பரப்பாதிருக்கும் விதத்தில்

1 கிரிஸ்பர் தொழில்நுட்பத்தில் நாம் ஏற்கனவே எந்த இடம்வரை வந்து சேர்ந்துள்ளோம் என்பதை நீங்கள் அறிந்து கொள்ள விரும்பினால், நெட்பிலிக்ஸ் தளத்தில் இடம்பெற்றுள்ள Unnatural Selection என்ற ஆவணப்படத்தைப் பாருங்கள். அல்லது, வால்ட்டர் ஐசக்சன் எழுதியுள்ள, நோபல் விருதாளரும் கிரிஸ்பரின் கண்டுபிடிப்பாளருமான ஜெனிபர் டவுட்னாவின் சரிதையான The Code Breaker நூலைப் படியுங்கள்.

மாறுதல் செய்யப்பட்டவை. ஆனால், அவர்கள் செய்கின்ற சோதனை முறைகள் பெரும் கவலையளிப்பவையாக இருக்கின்றன. பெரும்பாலும் பழங்குடியின மக்கள் அதிகமாக வசிக்கின்ற தீவுகளில்தான் இப்படிப்பட்டச் சோதனைகள் நடைபெறுகின்றன. இத்தொழில்நுட்பத்தைப் பயன்படுத்தி, ஆபத்தான நோய்களைப் பரப்புகின்ற கொசுக்கள் அவற்றைத் தூக்கித் திரியாமலும் மனிதர்களுக்குக் கடத்தாமலும் இருக்கின்ற விதத்தில் அவற்றில் மாற்றங்களை உண்டாக்கி, அவற்றைக் காடுகளில் விட்டுவிட முடியும். ஆனால், பெரிய அளவில் அவற்றைக் காடுகளுக்குள் விடுவதற்கு முன்பு, அறநெறியும் கடுமையான கட்டுப்பாடுகளும் விதிமுறைகளும் அமல்படுத்தப்பட வேண்டும். ஆனால், நாம் உருவாக்குகின்ற செயற்கை உயிரினங்களிலிருந்து ஏதாவது மரபுப் பண்பு தப்பித்து, நாம் இலக்காகக் கொண்டிருக்காத உயிரினங்களுக்குத் தாவிவிடக்கூடிய பயங்கரமான ஆபத்து இதில் ஒளிந்திருக்கிறது. எடுத்துக்காட்டாக, நாம் உருவாக்குகின்ற மலட்டுத்தன்மையுடைய கொசுக்களின் மூலம், மலட்டுத்தன்மையுடைய தேனீக்களோ அல்லது மலட்டுத்தன்மையுடைய மக்களோ உருவாகிவிட்டால்?

இப்படிக் கற்பனை செய்து பாருங்கள். பூமி வெப்பமடைவதைக் குறைப்பதற்காக, ஒரு சூழலிய தீவிரவாதி, அதற்குக் காரணமாக இருக்கின்ற பசுக்களை மட்டும் கொல்கின்ற ஒரு நோயை உருவாக்கி வெளியே விட்டுவிட்டால்? யாராவது ஒருவர், கொரோனா வைரஸைப்போல விலங்கினத்தில் ஏற்கனவே காணப்படுகின்ற ஒரு நோயை, இத்தொழில்நுட்பத்தைப் பயன்படுத்தி நேரடியாக மனிதர்களுக்குத் தாவும்படி செய்துவிட்டால்? இங்கு நான் ஒன்றைக் குறிப்பிட விரும்புகிறேன். ஓர் உயிரினத்திலிருந்து மற்றோர் உயிரினத்திற்கு இந்த நோய்கள் எப்படிப் பரவுகின்றன என்பதை இப்போது நாம் அறிந்துள்ளதால், கோவிட்-19 நோய்க்குக் காரணமான சார்ஸ்-கொ வி-2 என்ற கொரோனா வைரஸ் ஒரு பரிசோதனைக்கூடத்தில் உருவாக்கப்பட்டிருக்க வாய்ப்பில்லை என்பதை நம்மால் எளிதில் நிரூபித்துவிட முடியும். செயற்கை முறையில் திரிபுக்கு உள்ளாக்கப்பட்ட ஒரு வைரஸில் இருப்பதற்குச் சாத்தியமுள்ள மரபியல் தடயங்கள் எதுவும் கொரோனா

வைரஸில் இருக்கவில்லை. 2019 இல் அது ஒரு மனிதனிடமிருந்து மற்றொரு மனிதனுக்குப் பரவுவதற்கு முன்பாக, இயற்கையில் காட்டு விலங்குகளிடம் இருந்த அதே சார்ஸ் வைரஸோடு முற்றிலும் ஒத்துப் போகின்ற ஒன்றாகத்தான் அது இருந்தது.

ஏற்கனவே உலகில் பல இடங்களில், அந்த இடங்களுக்கு அந்நியமான தாவரங்களும் விலங்குகளும் கட்டவிழ்த்துவிடப்பட்டுள்ளன. வருங்காலத்தில் சோதனைக்கூடங்களில் உருவாக்கப்படுகின்ற தாவரங்களும் விலங்குகளும் இப்படி அவிழ்த்துவிடப்படலாம். எடுத்துக்காட்டாக, ஃப்புளோரிடாவுக்கோ அல்லது சிங்கப்பூருக்கோ நீங்கள் சென்றால், உள்ளூரைச் சாராத தாவரங்களும் விலங்குகளும் அங்கு இருப்பதை உங்களால் பார்க்க முடியும். அமெரிக்காவிலுள்ள வீடுகளிலும் தோட்டங்களிலும், குருவிகள், மைனாக்கள், நெருப்பு எறும்புகள், தென்னை மரங்கள் போன்றவற்றை நீங்கள் பார்க்கலாம். இவை அமெரிக்காவைச் சேர்ந்த உள்ளூர் இரகங்களோ அல்லது விலங்குகளோ அல்ல. இந்தியாவில் கருங்குவளை மலர்கள், ஆப்பிரிக்க நத்தைகள், திலாப்பியா மீன்கள் போன்றவற்றை நீங்கள் பார்க்கலாம். இவை இந்தியாவைச் சேர்ந்த உள்ளூர் இரகங்களோ அல்லது விலங்குகளோ அல்ல. நாம் இருக்குமிடங்களில் பரவலாகக் காணப்படுகின்ற 'காட்டுயிர்களில்' பல இறக்குமதி செய்யப்பட்டவையே. இனி கிரிஸ்பர் இன விலங்குகளும் தாவர இரகங்களும் நம்மிடங்களில் தலைவிரித்து ஆட்டம் போடப் போகின்றன. நான் பொதுவாக ஒரு நன்னம்பிக்கைவாதி. ஆனால், கிரிஸ்பர் தொழில்நுட்பம் பொறுப்புடன் பயன்படுத்தப்படுமா என்ற கேள்வி எழும்போது, நான் ஓர் அவநம்பிக்கையாளனாகிவிடுகிறேன். கிரிஸ்பர் தொழில்நுட்பப் பயன்பாடு குறித்துப் பல கட்டுப்பாடுகளும் விதிமுறைகளும் இருந்தாலும், மக்கள் அதை ஏற்கனவே வளைக்கத் துவங்கிவிட்டனர். சமீபத்தில் சீனாவில் பிறந்த 'கிரிஸ்பர் குழந்தைகள்,' ரஷ்யாவில் காதுகேளாத தாய் ஒருவரின் கர்ப்பத்தில் இருந்த சிசு அதே குறையுடன் பிறக்கக்கூடாது என்பதற்காக அதன் மரபணுவில் மாற்றம் ஏற்படுத்த ஒரு மருத்துவரால் மேற்கொள்ளப்பட்ட முயற்சி போன்றவை இதற்கான

எடுத்துக்காட்டுகள்.[2]

நம்முடைய பல பிரச்சனைகளைத் தீர்க்கக்கூடிய ஆற்றலைக் கிரிஸ்பர் தொழில்நுட்பம் கொண்டுள்ளது. ஜுராசிக் பார்க் திரைப்படத்தில், டாக்டர் இயன் மால்கம் என்ற கதாபாத்திரம், அந்தப் பூங்காவை உருவாக்கிக் கொண்டிருப்பவரிடம், "டைனோசார் போன்ற ஒன்றைத் தங்களால் உருவாக்க முடியுமா அல்லது முடியாதா என்ற கேள்விக்குள் மூழ்கியிருந்த உங்களுடைய அறிவியலறிஞர்கள், அதைச் செய்ய வேண்டுமா என்று சிந்திக்க நேரம் எடுத்துக் கொள்ளவில்லை," என்று கூறும். மறுபுறம், பிளாஸ்டிக்கைத் தின்று சீரணிக்கின்ற தாவரங்களை உருவாக்குவதற்கு, அல்லது நமக்கு அச்சுறுத்தலாக விளங்குகின்ற இனங்களை ஒழித்துக்கட்டுவதற்கு இந்தக் கிரிஸ்பர் தொழில்நுட்பத்தைப் பயன்படுத்துவதற்குப் பிரகாசமான வாய்ப்புகள் இருக்கின்றன.

மனிதர்கள் இந்த அரங்கிற்குள் வருவதற்கு முன்பு இயற்கை தேர்ந்தெடுப்பு நடைமுறையில் இருந்து வந்திருந்தது. அது பல பில்லியன் ஆண்டுகளுக்கு நன்றாகவே வேலை செய்தும் வந்திருக்கிறது. இன்றும் அது வேலை செய்து கொண்டிருக்கிறது. ஆனால், இன்று அதன் அதிகாரம் தட்டிப் பறிக்கப்பட்டுள்ளது. நாம் நீண்டகாலமாகவே செயற்கை தேர்ந்தெடுப்பு முறையைச் செயல்படுத்தி வந்துள்ளோம். இப்போது கிரிஸ்பரின் உதவியுடன், பெரும் வேகத்துடனும் திறனுடனும் அது துள்ளிப் பாய்ந்து கொண்டிருக்கிறது. இதன் மூலம், இப்போது நாம் உண்மையிலேயே 'நுண்ணறிவு வடிவமைப்பாளர்களாக'[3] ஆகிவிட்டுள்ளோம். இதன் மூலம், நாம் பயன்படுத்திக் கொண்டிருக்கின்ற கால்நடைகளையும் தானியத் தாவரங்களையும் மாற்றிக் கொண்டிருப்பதோடு நாம் நின்றுவிடவில்லை. ஒட்டுமொத்தக் கிரகத்தையுமே நாம்

---

2 கிரிஸ்பர் தொழில்நுட்பத்தைப் பயன்படுத்தி மனிதர்கள் மேற்கொண்டுள்ள சோதனைகளைப் பற்றித் தெரிந்து கொள்வதற்கு, கார்ல் சிம்மரின் She Has Her Mother's Laugh என்ற அற்புதமான நூலை நீங்கள் படிக்கலாம்.

3 ஓர் உயர்வான பேரறிவுதான் (அதைக் கடவுள் என்று அழைக்கலாம்) அனைத்து உயிரினங்களையும் வடிவமைத்துப் படைத்தது என்ற கோஷம்தான் நுண்ணறிவுசார் வடிவமைப்புக் கோட்பாடு என்று அழைக்கப்படுகிறது. இதை யுவால் நோவா ஹராரியின் Homo Deus: A Brief History of Tomorrow என்ற புத்தகம் அற்புதமாக விளக்குகிறது (இந்த நூல், 'ஹோமோ டியஸ்: வருங்காலத்தின் ஒரு சுருக்கமான வரலாறு' என்ற பெயரில் தமிழில் வெளிவந்துள்ளது).

தலைகீழாகப் புரட்டிப் போட்டுக் கொண்டிருக்கிறோம். அதில் நாம் பயன்படுத்திக் கொண்டிருக்கின்ற அந்த விலங்குகளும் தாவரங்களும் இரண்டாந்தர நிலையை அடைகின்றன. எடுத்துக்காட்டாக, பதக்கத்திற்காக நாம் வேட்டையாடிக் கொண்டிருந்த விலங்குகளை (பிரம்மாண்டமான தந்தங்களையும் கொம்புகளையும் கொண்டிருந்த விலங்குகள், பிரம்மாண்டமான மீன்கள்) எடுத்துக் கொள்ளுங்கள். அவற்றை நாம் இந்த பூமியிலிருந்து நீக்குகின்றபோது, அவற்றின் அந்தப் பண்புகளும் காணாமல் போய்விடும். இறுதியில், சிறிய விலங்குகள் மட்டுமே எஞ்சியிருக்கும். மனிதன் யானைகளை வேட்டையாடுவதற்கு முன்பு வல்லமைமிக்கவையாக விளங்கிய அதன் தந்தங்கள் பின்னாளில் தம் மகத்துவத்தை இழந்தன (தந்தமில்லா யானைகளும் தோன்றின). நீலத் துடுப்பு டுனா மீன்கள் ஜப்பானிய செல்வச் சீமான்களுக்கு மிகவும் பிடித்தமான உணவாக மாறுவதற்கு முன்பு இருந்த அளவு பிரம்மாண்டமாக இப்போது இல்லை. நாம் வேட்டையாடியும் தின்றும் அழித்த இலட்சக்கணக்கான உயிரினங்களின் கதை ஒரு தனிக் கதை. தூதுப் புறாக்கள் (ஒரு காலத்தில் இந்த உலகிலிருந்த பறவையினங்களிலேயே மிக அதிக எண்ணிக்கையில் இருந்தவை), டோடோ பறவை, தாஸ்மேனியப் புலி போன்றவை அற்றுவிட்ட உயிரினங்களில் மிகவும் வசீகரமாக விளங்கியவை. இனங்கள் நிரந்தரமாக அழிந்து போவது இயற்கை தேர்ந்தெடுப்பு முறையின் ஓர் அங்கம் என்றாலும், மனிதன் கூடுதலாக ஆண்டுக்கு நூற்றுக்கணக்கான இனங்களின் அழிவுக்குக் காரணமாக இருந்து வந்துள்ளான். இவற்றில் பல, முதுகெலும்பிலிகள், நீர்நிலவாழ் உயிரினங்கள் மற்றும் தீவுகளில் வசிக்கின்ற உயிரினங்களாகும் (இவற்றின் அழிவு பத்திரிகைகளில் இடம் பிடிப்பதில்லை). மனித இனத்தின் உதயத்திற்குப் பிறகு ஏகப்பட்டத் தாவரங்களும் விலங்குகளும் அழிந்ததற்கான காரணங்களில் தலையாயது, அவன் தான் வசிப்பதற்காக நிலத்தை ஆக்கிரமித்ததும், அதை மாற்றியமைத்ததும்தான். அவன் ஏற்படுத்திய மாசுபாடுகளும் அதனோடு சேர்ந்து கொண்டன. நமக்கு அருகே வசிக்கின்ற சில விலங்குகள் நமக்கு பயந்து 'இரவாடிகளாக' மாறிவிட்டன. அடுத்த முறை நீங்கள் விமானத்தில் பயணிக்கின்றபோது, உங்களுக்குச் சன்னலோர இருக்கை கிடைத்தால், வெளியே எட்டிப் பார்த்து,

பூமியில் இயற்கையாக எவ்வளவு காடுகள் இருக்கின்றன, எவ்வளவு நிலங்களை மனிதன் ஆக்கிரமித்துள்ளான் என்று பாருங்கள். மனித அழிவின் ஓவியத்திரை ஒன்று உங்கள் கண்முன் விரியும். அதனால்தான், இப்போது நாம் வாழ்ந்து கொண்டிருக்கின்ற காலம் 'ஆந்த்ரோபொசீன் யுகம்' என்று அழைக்கப்படுகிறது. பூமியின் சுற்றுச்சூழலிலும் காலநிலையிலும் மனிதச் செயல்பாடு ஆதிக்கம் செலுத்தும் காலம் என்பது இதன் பொருள். பிரம்மாண்டமான எரிகல் ஒன்று வந்து பூமியின்மீது மோதியபோதும் பனியுகம் தோன்றியபோதும் பூமியின்மீது ஏற்பட்டத் தாக்கத்திற்கு ஒப்பானதாக, பூமிமீதான மனிதனின் எதிர்மறைத் தாக்கம் கருதப்படுகிறது.

இது குறித்து என்ன செய்யலாம்? நீங்கள் என்ன செய்ய வேண்டும் என்பதை நான் உங்களுக்குக் கூறப் போவதில்லை. நாம் என்ன செய்ய வேண்டும் என்பதை நாம் ஒவ்வொருவரும் தனிப்பட்ட முறையில் தீர்மானித்துக் கொள்ள வேண்டும். அரசாங்கத்தினாலோ அல்லது பெரிய நிறுவனங்களாலோ பிரம்மாண்டமான அளவில் மேற்கொள்ளப்பட வேண்டிய தீர்வுகள் தேவைப்பட்டுக் கொண்டிருக்கின்ற காலகட்டத்தில் நாம் இருக்கிறோம். இப்போது போய், சைவ உணவுக்கு மாறுங்கள் என்றோ, 'ஸ்டிராவைப்' பயன்படுத்தாதீர்கள் என்றோ நான் உங்களுக்கு அறிவுறுத்தப் போவதில்லை. தனிநபர் தேர்ந்தெடுப்புகள் இதற்கு உதவிகரமாக இருக்கும் என்பது உண்மைதான். ஆனால், கட்டுப்பாடற்ற முறையில் தொடர்ந்து கொண்டிருக்கின்ற தொழிற்சாலை மாசுபாடுகளுக்கும், வெப்பமண்டல மழைக்காடுகளும் பவளப் பாறைகளும் கண்மூடித்தனமாக அழிக்கப்படுதலுக்கும் எதிராக எடுக்கப்பட வேண்டிய நடவடிக்கைகள், நாம் நம்முடைய தனிப்பட்ட வாழ்வில் மேற்கொள்ள வேண்டிய நடவடிக்கைகளைத் தாண்டியவை. கொரோனா வைரஸ் பெருந்தொற்றின் காரணமாக மொத்த உலகமுமே வீட்டில் முடங்கிக் கிடந்த காலகட்டத்தில்கூட, நம்முடைய மாசுபாடு பெரிதாகக் குறையவில்லை. பிரச்சனைகள் தனிநபர்களின் நடத்தை மாற்றங்களைவிட பிரம்மாண்டமானவை, மிகவும் தீவிரமானவை. அதற்காக, நாம் தனிப்பட்ட முறையில் எதுவும் செய்யத் தேவையில்லை என்று நான் கூற வரவில்லை. உள்ளூர் சமுதாய அளவிலும் அரசாங்க அளவிலும் பெரும் நடவடிக்கைகள் தேவை. ஒரு

தொழிலை எப்படி நடத்த வேண்டும் என்பதோ அல்லது பொருளாதாரத்தை எப்படி நிர்வகிக்க வேண்டும் என்பதோ எனக்குத் தெரியாது என்பதை ஒப்புக் கொள்வதில் எனக்கு எந்தத் தயக்கமும் இல்லை. எல்லா விடைகளும் அறிவியலிலிருந்தும் அறிவியலறிஞர்களிடமிருந்தும் கிடைத்துவிடாது. ஆனால், வரவிருக்கின்ற ஆபத்துகள் குறித்து எங்களால் எச்சரிக்க முடியும். அதை மனத்தில் வைத்துத்தான் நூலின் இப்பகுதியை நான் எழுதியுள்ளேன். நாம் இந்தக் கிரகத்தையும், அதில் வசிக்கின்ற உயிரினங்களையும் சுரண்டிக் கொண்டிருப்பதோடு நின்றுவிடவில்லை. பரிணாம வளர்ச்சியின் செயல்முறையையே நாம் மாற்றிக் கொண்டிருக்கிறோம். இன்று நாம் செய்து கொண்டிருப்பவற்றின் தாக்கங்கள் குறித்தத் தெளிவான புரிதல்கள் ஏதுமின்றி, நாம் கடந்தகால விதிமுறைகளைத் திருத்தி எழுதிக் கொண்டிருக்கிறோம், வருங்கால வாழ்க்கையையே மாற்றிக் கொண்டிருக்கிறோம்.

இயற்கை வரலாறு

இயற்கை உலகு குறித்த எந்தவிதமான புரிதலுமின்றி, கிரிஸ்பர் போன்ற தொழில்நுட்பக் கருவிகளின் உதவியோடு இயற்கை விதிகளை அடியோடு புரட்டிப் போடுகின்ற கட்டத்தில் வந்து நாம் நின்று கொண்டிருக்கிறோம். பரிணாம வளர்ச்சி குறித்த ஆய்வு என்றவுடன், வெண்ணிறப் பரிசோதனைக் கோட்டுகளும், தூய்மையாகக் காட்சியளிக்கின்ற ஒரு மரபியல் பரிசோதனைக்கூடமும்தான் மக்களின் நினைவுக்கு வரும். ஆனால், பரிணாம வளர்ச்சி குறித்த ஆய்வு என்றவுடன் என் நினைவுக்கு என்ன வருகிறது தெரியுமா? ஒரு சதுப்பு நிலப் பகுதியில், ஒரு மெல்லிய வலையுடன் அங்கிருக்கின்ற பூச்சிகளைச் சேகரித்துக் கொண்டிருக்கின்ற ஒருவன்; இருகண் தொலைநோக்கி ஒன்றின் உதவியுடன் ஒரு தோட்டப் பறவையின் நடத்தையை அவதானித்துக் கொண்டிருக்கின்ற ஒருவன்; அதற்கு முன்புவரை கண்டுபிடிக்கப்பட்டிராத ஓர் உயிரினத்தைக் கண்டுபிடிப்பதற்காக, இருண்ட, ஆழமானதொரு குகைக்குள் இறங்கிக் கொண்டிருக்கின்ற ஒருவன். பரிணாம வளர்ச்சி குறித்த ஆய்வுகள் இன்றளவும் களத்தில்தான் நடைபெற்றுக் கொண்டிருக்கின்றன. இவை 'அடிப்படை அறிவியல் ஆய்வுகள்' என்று அழைக்கப்படுகின்றன. இவை பொருளாதார ஆதாயத்திற்கு இட்டுச் செல்லக்கூடிய 'பயனுறு அறிவியலாக' இருக்க வேண்டிய அவசியமில்லை.[1]

1 அடிப்படை அறிவியல் ஆய்வுகளுக்கு உலகிலேயே அதிகமாக நிதியுதவி வழங்குகின்ற அமெரிக்க தேசிய அறிவியல் அறக்கட்டளையில், முன்பு நான் திட்ட இயக்குநராகப் பணியாற்றி இருக்கிறேன். முன்பு இதுதான் 'உண்மையான

இந்தக் கள ஆய்வுகளின் விளைவே இயற்கை வரலாற்று அருங்காட்சியகங்கள். அவற்றில், மூலிகைப் பண்ணைகள், மரபணு வளச் சேகரிப்புக் களஞ்சியங்கள் போன்றவையும் அடங்கும். அவற்றில், மானுடவியல், விலங்கியல், பூஞ்சையியல், தாவரவியல், மற்றும் உயிரணுவியல் சார்ந்த சேகரிப்புகள் இடம்பெற்றிருக்கும். பூமியிலுள்ள உயிரினங்கள் குறித்த ஆய்வுகளுக்குத் தேவையான உடல்களும் டிஎன்ஏக்களும், உலகெங்கும் நடைபெற்றுக் கொண்டிருக்கின்ற உயிரியல் கள ஆய்வுகளிலிருந்துதான் அறிவியலறிஞர்களுக்குக் கிடைக்கின்றன. இந்தச் சேகரிப்புகள், பூமியின் உயிரியல் பல்வகைமைக்கான சான்றாதார நூலகத்தைப் பிரதிநுதப்படுத்துகின்றன. இதில் இடம்பெற்றுள்ள ஒவ்வோர் இனமும் ஒரு புத்தகத்திற்குச் சமானம்.

மாதிரிகள் சேகரிப்பு உட்பட, மேற்கொள்ளப்படுகின்ற இயற்கை வரலாற்று ஆய்வுகள் அனைத்தும் சுற்றுச்சூழலின்மீது ஏற்படுத்துகின்ற தாக்கங்கள் குறித்துச் சிலர் கவலை கொண்டுள்ளனர். ஆனால், எங்களைப் போன்ற அறிவியலாளர்கள் இதில் கண்மூடித்தனமாக ஈடுபடுவதில்லை. நாங்கள் எங்களால் முடிந்த அளவு மனிதாபிமானத்துடன் உயிரினங்களின் மாதிரி சேகரிப்புகளை மேற்கொள்கிறோம். அவற்றை எங்களுடைய பரிசோதனைக்கூடத்திற்குக் கொண்டு வந்து ஆராய்ந்து, அவை ஆண்டாண்டு காலம் நிலைத்திருக்கின்ற விதத்தில் நாங்கள் அவற்றைப் பாதுகாக்கிறோம். உயிரின வகைபிரிப்பியலில், நாங்கள் ஓரினத்தைச் சரியாகக் குறித்துள்ளோமா என்பதற்கான உத்தரவாதச் சீட்டுகளாக இந்த மாதிரிகள் செயல்படுகின்றன. உயிரின வகைபிரிப்பியல் துறை வல்லுநர்கள் நாளுக்கு நாள் அருகிக் கொண்டே வருகின்ற இவ்வேளையில், இதுபோன்ற உத்தரவாதச்

அறிவியல்' என்று கொண்டாடப்பட்டு வந்தது. ஆனால், இப்போது, பெரும் பணம் ஈட்டிக் கொடுக்கின்ற 'பயனுறு அறிவியலுக்குத்தான்' மவுசு இருக்கிறது. அக்காலத்தில் தாமஸ் எடிசனும் நிக்கோலா டெஸ்லாவும் இதில் கவனம் செலுத்தியதால்தான், அவர்கள் பெரும் செல்வந்தர்களாக ஆனபோதிலும் அவர்களுக்கு நோபல் பரிசு வழங்கப்படவில்லை. ஆனால், இப்போது, அடிப்படை அறிவியல் ஆய்வுகள் தாழ்வாகப் பார்க்கப்படுகின்ற நிலை உருவாகியுள்ளது. அதனால், இப்போது மருத்துவம், உயிர்தொழில்நுட்பம் போன்ற பயனுறு அறிவியல் துறைகள் பிரம்மாண்டமான அளவில் நிதியைப் பெற்றுக் கொண்டிருக்கின்றன.

சீட்டுகள் எங்களுக்கு அவசியம் தேவைப்படுகின்றன.

நாங்கள் இதயமற்றச் சேகரிப்பாளர்கள் அல்லர். மாறாக, இந்த உயிரினங்கள் குறித்த அக்கறையின் காரணமாகவே இயற்கை வரலாற்றியலாளர்கள் இப்போதும் மாதிரிகளைச் சேகரித்துக் கொண்டிருக்கின்றனர். பலவற்றைக் காப்பதற்காக நாங்கள் சிலவற்றைக் காவு கொடுக்கிறோம். அரிஸ்டாட்டிலும் டார்வினும் செய்திருந்ததையே நாங்கள் செய்து கொண்டிருக்கிறோம்: இயற்கையை அவதானித்து அவற்றில் நாங்கள் பார்ப்பதை நாங்கள் எடுத்துரைக்கிறோம். சில நேரங்களில், ஒரு விலங்கு எப்படி இயங்குகிறது என்பதைத் தெரிந்து கொள்ள வேண்டியிருக்கிறது. அதற்காக, அவற்றுக்கு வெகு அருகே சென்று அவற்றை உற்று நோக்குகிறோம் அல்லது அவற்றை அறுத்துப் பார்க்கிறோம். வெறும் புகைப்படங்களையோ அல்லது வீடியோக்களையோ பார்த்துச் சில உயிரினங்களை உறுதியாக அடையாளம் கண்டுவிட முடியாது. அதோடு, உயிரினங்களின் உடலே ஒரு தரவுக் களஞ்சியமாக இருக்கிறது. "ஒரு மாதிரியில் தரவுகள் இருந்தால், அது செத்துவிட்டதாகக் கருத முடியாது," என்று அருங்காட்சியகவியலாளர்களாகிய நாங்கள் கூறுவதுண்டு. இன்றும் சரி, நாளையும் சரி, நம்மால் கேட்கப்படக்கூடிய அனைத்துக் கேள்விகளுக்கும் விடைகளைப் பெறுவதற்கு நாங்கள் உயிரினங்களின் உடல்களைப் பாதுகாத்து வைக்க வேண்டியிருக்கிறது.

வீண் பெருமைக்காக, இறந்துவிட்ட விலங்குகளைச் சேகரித்துப் பாடம் பண்ணி வைத்துக் கொள்கின்ற நபர்களும் இருக்கத்தான் செய்கிறார்கள். அவர்களுக்கு ஒரு விலங்கு அரிதானதாக இருப்பதோ அல்லது அருகி வரும் இனமாக இருப்பதோ ஒரு பொருட்டல்ல. அவர்களுக்கும் அறிவியலுக்காக மாதிரிகளைச் சேகரிக்கின்ற அறிவியலறிஞர்களுக்கும் இடையே பெரும் வேறுபாடு இருக்கிறது.

ஒவ்வோர் இனத்திற்கும் ஒன்றுக்கு மேற்பட்ட மாதிரிகள் வைத்திருக்க வேண்டியதன் அவசியம் என்ன என்ற கேள்வி உங்களுக்கு எழலாம். ஓர் இனத்திலுள்ள ஆண்கள், பெண்கள், இளம் விலங்குகள், இனப்பெருக்கம் செய்யக்கூடிய நிலையிலுள்ள விலங்குகள் போன்ற வெவ்வேறு நிலைகளிலுள்ள விலங்குகள் சேகரிக்கப்பட்டாக வேண்டும். ஓர் உயிரினத்தின் புகைப்படத்தையும் அதன்

டிஎன்ஏவையும் எடுத்துக் கொண்டு அதை மீண்டும் அதன் வசிப்பிடத்தில் விட்டுவிட்டால் என்ன என்று ஒருவர் கேட்கலாம். ஆனால், விஷயங்கள் அவ்வளவு எளிமையானவை அல்ல. சில நேரங்களில் ஓர் இனத்தின் விலங்குகளுக்குள் இருக்கின்ற வேறுபாடுகள், நாம் கணித்துள்ளதுபோல வெளிப்படையாகத் தெரிகின்ற விதத்தில் இருக்காது. அதனால், வகைக்கு ஒன்றாவது தேவைப்படும். எது எப்படியோ, மாதிரிகளின் சேகரிப்பு குறித்த விதிமுறைகள், அதில் தொடர்புடைய அனைவரோடும் கலந்தாலோசிக்கப்பட்டு உருவாக்கப்பட வேண்டும் (எடுத்துக்காட்டு: நிலச் சொந்தக்காரரர்கள், அரசுத் துறைகள், மற்றும் அறிவியல் ஆய்வு மையங்கள்).

'போனிஃபிஷ்' என்ற மீனினத்தில் நான் ஆய்வு செய்திருக்கிறேன். அந்த இனத்தில் பல்வேறு பிரிவுகள் உண்டு. அவற்றின் பெண் மீன்கள் எல்லாம் பார்ப்பதற்குக் கிட்டத்தட்ட ஒன்றுபோல இருக்கும். ஆனால், அவற்றின் ஆண் மீன்களின் உடலில் ஒரு விநோதமான 'தோல் ஒட்டு' இருக்கும். அதற்குள் ஒளியால் அரைகுறையாக ஊடுருவிச் செல்ல முடியும். ஆனால், அது ஒரே வடிவத்தில் இருக்காது. சில சதுர வடிவிலும், சில முக்கோண வடிவிலும், சில பிறை வடிவிலும் இருக்கும். அவை பெண் மீன்களைக் கவர்வதற்காகவே உள்ளன. அவற்றை வெறுமனே ஆய்வு செய்தபோது பெரிதாக எதையும் கண்டுபிடிக்க முடியவில்லை. ஆனால், அந்த மீன்களை வெட்டியபோது அல்லது அவற்றின் சிடி/எம்ஆர்ஐ ஸ்கேன் எடுத்தபோதுதான் ஒரு முக்கியமான விஷயம் கண்டுபிடிக்கப்பட்டது. அந்த மீன்களின் அந்தத் 'தோல் ஒட்டுப் பகுதி' இருட்டில் ஒளிர்ந்தது என்பதுதான் அது. அவற்றின் உடலுக்குள் இருந்த ஒளிர்விடக்கூடிய பாக்டீரியாக்களால் இது சாத்தியமானது. என்னிடம் ஏகப்பட்ட 'போனிஃபிஷ்' மாதிரிகள் இருக்கின்றன. ஆனால், அவை குறித்து எனக்கு எந்தக் குற்றவுணர்வும் கிடையாது. ஏனெனில், அவற்றை நான், இறந்த நிலையில் மீன் சந்தையிலிருந்து வாங்கியிருந்தேன். பெரும்பாலான சமயங்களில் அவற்றுக்கு நான் பணம்கூடக் கொடுக்கவில்லை. ஏனெனில், அவை மனிதன் சாப்பிடுகின்ற மீன் இரகம் அல்ல. ஒன்று, அவை பூனை, கால்நடைகள் போன்ற விலங்குகளுக்கு உணவாக அளிக்கப்பட்டன. அல்லது, அவை உரமாகப் பயன்படுத்தப்பட்டன. பிற

மீன்களைப் பிடிக்கின்றபோது வலையில் மாட்டியவை அவை. இயற்கை வரலாற்று அருங்காட்சியகங்களில் வைக்கப்பட்டிருக்கின்ற பறவைகளில் பெரும்பாலானவை கட்டடங்களில் மோதுவது போன்ற விபத்துகளில் இறந்தவையே. சில, பூனைகளால் கொல்லப்பட்டவை. அருங்காட்சியகங்களில் வைக்கப்பட்டுள்ள அந்தப் பறவை மாதிரிகளில், அவை கட்டடங்களில் மோதி விபத்துக்குள்ளாகி இறந்திருந்தால், அது குறித்த அனைத்துத் தகவல்களும் அவற்றின் குறிப்புச் சீட்டுகளில் இடம்பெற்றிருக்கும். பல நேரங்களில், அக்குறிப்புகளின் அடிப்படையில் கட்டடங்களின் சன்னல்கள் மற்றும் பிறவற்றின் வடிவமைப்புகள் மாற்றப்பட்டுள்ளன. அதன் மூலம் எண்ணற்றப் பறவைகள் காப்பாற்றப்பட்டும் உள்ளன.

எங்களுடைய தேவைக்காகச் சில நேரங்களில் விலங்குகள் கொல்லப்படுவதும் உண்டு. ஆனால், மனிதர்கள் விலங்கினங்கள்மீது கட்டவிழ்த்துவிடுகின்ற தாக்குதல் மற்றும் அழிப்போடு ஒப்பிடுகையில் இது ஒன்றுமே இல்லை. விலங்கினங்களின் வசிப்பிடங்கள் அழிக்கப்படுதல், அளவுக்கதிகமாக மீன்பிடித்தல், அந்நிய விலங்குகளை உள்ளூருக்குக் கொண்டுவருதல் போன்றவை அவற்றில் சில. பொதுவாக, இயற்கை வரலாற்று அருங்காட்சியகங்கள் தம்மிடமுள்ள மாதிரிகளை, காலநிலை மாற்றத்தில் தொடங்கி, புதிய மருந்துகள்வரை ஆராய்பவர்களுடன் தாராளமாகப் பகிர்ந்து கொள்கின்றன (மருந்து நிறுவனங்கள் தயாரிக்கின்ற மருந்துகளில் பாதிக்கு மேற்பட்டவை இயற்கையான பொருட்களிலிருந்து தயாரிக்கப்படுபவையே). கொரோனா வைரஸ் போன்ற வைரஸ்களின் மாதிரிகள் இயற்கை வரலாற்று அருங்காட்சியகத்தில் இருக்கும்பட்சத்தில், அவை பொதுமக்களிடம் பரவுகின்றபோது, அவை எந்த மூல விலங்கிலிருந்து மனிதனுக்குத் தாவியுள்ளன என்பதை விரைவாகக் கண்டுபிடிக்க முடியும். அதன் மூலம், கொரோனா வைரஸ் போன்ற புதிய தொற்றுநோய்களை நம்மால் எளிதாகச் சமாளிக்க முடியும்.

மாதிரிகளைச் சேகரிப்பதும் சேமிப்பதும் ‘வளங்காப்பு உயிரியலின்’ முக்கிய அம்சங்களில் ஒன்று. உயிரினங்களும் அவற்றின் குழுக்களும் காலப்போக்கில் எவ்வாறு மாற்றமடைகின்றன என்பதைப் புரிந்து கொள்வதற்கு இவை நமக்கு உதவுகின்றன. நாங்கள் மாதிரிகளைச்

சேகரிப்பதற்காக உயிரினங்களைக் கொல்ல நேர்கின்றபோது, அதை விதிமுறைகளின்படி செய்கிறோம். அதைக் கண்காணிப்பதற்கென்று பல குழுக்கள் இருக்கின்றன. அதைச் சேகரிப்பதற்கு முன்பாக, நாங்கள் அதற்கு அனுமதியளிக்கின்ற அமைப்புகளிடமிருந்து முதலில் அனுமதி வாங்க வேண்டும். ஆனால், மேற்கத்திய நாடுகளைச் சேர்ந்த சில ஆய்வாளர்கள், தங்களுடைய கண்டுபிடிப்புகளைப் பற்றிய தரவுகளை, தாங்கள் சேகரித்துள்ள நாடுகளிலுள்ள ஆய்வாளர்களோடும் உள்ளூர் சமுதாயத்தோடும் பகிர்ந்து கொள்வதில்லை என்பது கசப்பான உண்மை.

இந்த நவீன யுகத்திலும் நாங்கள் ஏன் இதைச் செய்து கொண்டிருக்கிறோம் என்று நீங்கள் கேட்கலாம். பரிணாம விருட்சத்தைப் பற்றிப் படிப்பதற்காக நாங்கள் அதைச் செய்து கொண்டிருக்கிறோம். பரிணாம வளர்ச்சியை இன்னும் மேம்பட்ட விதத்தில் புரிந்து கொள்வதற்காக, உயிரினங்களுக்கு இடையேயுள்ள உறவுகளை அறிந்து கொள்ள நாங்கள் சேகரித்துள்ள உயிரினங்களின் மாதிரிகளும் அவற்றின் டிஎன்ஏக்களும் எங்களுக்கு உதவுகின்றன. இன்னும் சொல்லப் போனால், பரிணாமவியல் என்ற முறையான படிப்பு உருவாவதற்கு முன்பாக இப்படிப்பட்ட மாதிரிகளின் சேகரிப்பு தாறுமாறாக நடந்து கொண்டிருந்தது. டார்வினுக்குப் பிறகு, இந்த உயிரினச் சேகரிப்புகளால் எவற்றையெல்லாம் வெளிப்படுத்த முடியும் என்பதைக் கண்டு மக்கள் வியந்து போயிருக்கின்றனர். நாம் நம்முடைய சொந்தப் பரிணாம வளர்ச்சியைப் பற்றி அறிந்து கொள்ளவும் அது நமக்கு உதவும்.

அதோடு, புதிய உயிரினங்களைப் பற்றி அறிந்து கொள்வதன் மூலம், நாங்கள் பரிணாம விருட்சத்திற்குப் புதிய கொப்புகளை அளித்துக் கொண்டிருக்கிறோம். நானே 15 புதிய உயிரினங்களைக் கண்டுபிடித்துள்ளேன். ஆண்டுக்கு சுமார் 17,000 புதிய உயிரினங்கள் (இப்போதுள்ள மற்றும் அற்றுவிட்ட இனங்களைச் சேர்ந்த உயிரினங்கள்) கண்டுபிடிக்கப்பட்டுக் கொண்டிருக்கின்றன. வாரத்திற்கு ஒரு புதிய டைனோசார் இனத்தை நாங்கள் கண்டுபிடித்துக் கொண்டிருக்கிறோம். பரிணாம விருட்சத்தின் உதவியால், ஏற்கனவே இருக்கின்ற உயிரினங்களின் அறிவியல் பெயர்களை, அவற்றின் உறவுமுறைகளைத் (உயிரின

வகைபிரிப்பியல்[2]) துல்லியமாக வெளிப்படுத்துகின்ற விதத்தில் எங்களால் மாற்றியமைக்க முடியும். அல்லது, உயிரினங்களின் ஒளிர்விடும் தன்மை போன்ற பண்புகளின் பரிணாம வளர்ச்சி குறித்து எங்களால் விவாதிக்க முடியும். உயிரினங்களாகிய நாம் அனைவரும் ஒருவருக்கொருவர் நெருக்கமானவர்கள், ஒரே மரத்தின் வெவ்வேறு கிளைகள் என்பதை அறிந்து கொள்வது எவ்வளவு அற்புதமான விஷயம்! நாம் எங்கிருந்து வந்தோம் என்ற கேள்வி கேட்கப்படுகின்றபோது, அந்தப் பரிணாம விருட்சத்தைச் சுட்டிக்காட்டி, "அதோ! அங்கிருந்துதான் வந்தோம்!" என்று நம்மால் சொல்ல முடியும்!

2 இது முக்கியத்துவம் வாய்ந்த ஒரு துறை. ஏனெனில், கொரோனா வைரஸுக்கும் கோவிட்-19 க்கும் இடையேயுள்ள வேறுபாட்டைப் புரிந்து கொள்ள உயிரின வகைபிரிப்பியல்தான் உதவுகிறது. இவை இரண்டும் உருவாக்கும் நோய்களில் நுணுக்கமான வேறுபாடுகள் இருக்கின்றன. தகவல்களைத் துல்லியமாகச் சேகரித்து வைக்க இத்தகைய நுணுக்கமான வேறுபாடுகள் உதவுகின்றன.

பரம்பரையியலும் வம்சாவளியும்

பரிணாம விருட்சத்தில் நீங்கள் எங்கே இருக்கிறீர்கள் என்பது குறித்து எதற்காக நீங்கள் அலட்டிக் கொள்ள வேண்டும்? அதற்குக் காரணம் இருக்கிறது. நீங்கள் எங்கே இருக்கிறீர்கள் என்பதைச் சொல்வதோடு, நீங்கள் யார் என்பதையும் அது கூறிவிடும். மனிதர்கள் என்ற முறையில், நமக்கு இடையே இருக்கின்ற வேறுபாடுகளைப் (அது எவ்வளவு சிறிதாக இருந்தாலும் அது ஒரு பொருட்டல்ல) பார்க்கின்ற பழக்கம்தான் நமக்கு இருக்கிறது. ஆனால், நாம் நினைப்பதைக் காட்டிலும் நமக்கிடையே அதிகமான ஒற்றுமைகள் இருக்கின்றன என்பதே உண்மை. இப்போதெல்லாம், மேன்மேலும் அதிகமான நபர்கள், தங்களுடைய எச்சிலையும் ஏகப்பட்டப் பணத்தையும் *'23andMe'* போன்ற மரபியல் சோதனை மையங்களுக்கு அனுப்பி வைத்து, மரபியல் சோதனைகளைச் செய்து கொள்கின்றனர். அச்சோதனை முடிவுகளுக்கு அறிவியல்ரீதியாக என்ன அர்த்தம் என்பதை அவர்கள் தெரிந்து கொள்ள வேண்டும். அதோடு, சமுதாயரீதியாக அதற்கு என்ன அர்த்தம் என்பதையும் நாம் தீர்மானித்துக் கொள்ள வேண்டும். காலங்காலமாக, ஆண், பெண் என்ற இரண்டு பிரிவுகளாகத்தான் நாம் பிரிக்கப்பட்டிருந்தோம். ஆனால், இப்போது, ஆண், பெண் என்று மட்டுமல்லாமல், திருநங்கை, திருநம்பி, ஊடுபாலினர், பாலின இருநிலைக்கு அப்பாற்பட்டவர், தன்பாலீர்ப்புடைய ஆண், தன்பாலீர்ப்புடைய பெண், இருபாலீர்ப்பு உடையவர், பலபாலீர்ப்பு உடையவர் என்று அறிவியல் ஒரு நீண்ட பட்டியலிடுகிறது. நாம்

நம்முடைய வானவில்லைப் பல நிறங்களாக வெட்டிக் கொள்ளவே விரும்புகிறோம். நம்முடைய பல்வகைமை ஒரே மூலத்திலிருந்துதான் வந்தது என்ற உண்மையைக் கொண்டாட நாம் தயாராக இல்லை. நாம் ஒரே நீர் மற்றும் சூரிய ஒளியிலிருந்து உதயமானவர்களே; நாம் வெவ்வேறு அளவுகளில் பளிச்சூட்டப்பட்டிருக்கலாம், அவ்வளவுதான். பிற இனங்களைப்போலவே, நாமும் நமக்கிடையேயான வேறுபாடுகளால் வரையறுக்கப்படுகிறோம். ஏனெனில், நமக்கிடையே ஏகப்பட்ட ஒற்றுமைகள் இருக்கின்றன. பிரபல விண்ணியலாளரான கார்ல் சகன் கூறுவதுபோல, “நாம் அனைவரும் நட்சத்திரப் பொடிகளால் ஆனவர்களே! நம் அனைவரின் வடிவங்களும், பெருவெடிப்பின்போது தோன்றிய ஹைட்ரஜனாலும், நட்சத்திரங்களின் இதயங்களிலிருந்து கிளம்பிய ஆக்சிஜன், கார்பன், நைட்ரஜன் போன்ற மூலக்கூறுகளாலும் ஆனவை. அவற்றைக் கொண்டு நாம் என்ன செய்து கொண்டிருக்கிறோம் என்பதுதான் நம்மைத் தனித்துவமிக்கவர்களாக ஆக்குகிறது.”

பரிணாம வளர்ச்சியையும், நீங்கள் எங்கிருந்து வந்துள்ளீர்கள் என்பதையும் நீங்கள் எவ்வளவு அதிகமாகப் புரிந்து கொள்கிறீர்களோ, நமக்கு இடையேயுள்ள ஒற்றுமைகளை அவ்வளவு அதிகமாக உங்களால் பார்க்க முடியும். மரபியல்ரீதியாகக் கண்ணின் நிறத்தையும் தோலின் நிறத்தையும் நிர்ணயிப்பவை ஒரு சில மரபணுக்களே. அதாவது, உங்களின் ‘இனத்தை’ ஒரு சில மரபணுக்களே நிர்ணயிக்கின்றன. ஒரு வெள்ளையரும் ஒரு கருப்பரும் திருமணம் செய்து கொள்கிறார்கள் என்று வைத்துக் கொள்ளலாம். அவர்களுக்கு இரண்டு குழந்தைகள் பிறக்கின்றன. கரிய நிறத்தில் இருக்கும் குழந்தை கருப்பன் என்றும், வெள்ளை நிறத்தில் இருக்கும் குழந்தை வெள்ளையன் என்றும் அழைக்கப்படும். ஜாக்குலின் உட்சன் என்ற கவிதாயினியின் ‘மரபியல்’ என்ற பிரபலமான கவிதை எனக்கு மிகவும் பிடித்தமான ஒன்று. அக்கவிதையின் சாராம்சம் இதுதான்: கருப்பினப் பெண்ணான அவள், வெள்ளை நிறத்திலிருக்கும் தன் தம்பியை எவருக்கு அறிமுகம் செய்தாலும் அவர்கள் நம்ப மாட்டார்கள். ஏனெனில், அவளுடைய தம்பியைத் தவிர்த்து, அவளுடைய குடும்ப உறுப்பினர்கள் அனைவரும் கருப்பாக இருப்பர். பின்னர் அவர்கள் அனைவரும் ஒன்றாகச் சேர்ந்து சிரிக்கும்போது,

அவளுடைய தம்பி உட்பட, அவர்கள் அனைவரின் இரண்டு முன்னம்பற்களுக்கு இடையே ஒரே மாதிரியான இடைவெளியைப் பார்க்கின்றபோதுதான் அவர்கள் நம்புவர். உங்களுடைய மரபியல் சோதனை முடிவுகள், ஜாக்குலினின் குடும்பத்தாரின் பற்களுக்கு இடையேயான இடைவெளியை வெளிப்படுத்துவதுபோல உங்களுடைய 'இனத்தையோ' அல்லது குடும்ப வரலாற்றையோ வெளிப்படுத்துமா? எப்போதும் வெளிப்படுத்த வேண்டிய அவசியமில்லை. உங்களுக்கு ஒரு செவ்விந்திய மூதாதையர் இருக்கலாம். உங்களுடைய டிஎன்ஏ சோதனையில் அவர் தலைகாட்டாமல் போகலாம். அதே நேரத்தில், உங்களுடைய சகோதரியின் சோதனையில் அவர் இடம்பெற்றிருக்கலாம். நீங்கள் ஓர் ஆப்பிரிக்க அமெரிக்கராக இருக்கலாம். ஆனால், உங்களிடம், பொதுவாக ஐரோப்பிய வம்சாவளிகளிடம் காணப்படுகின்ற அளவு நியான்டர்தால் டிஎன்ஏ இருக்கலாம். உங்களுடைய டிஎன்ஏ சோதனையில் உங்களால் சீரணித்துக் கொள்ள முடியாத சில அம்சங்களும் இடம்பெறலாம். அதில் மர்மங்களுக்கும் மாயாஜாலங்களுக்கும்கூட இடமிருக்கும். உங்களுடைய மரபணுத் தொகுதியை ஒரு 'பன்டோராவின் பெட்டியோடு' ஒப்பிடலாம்.[1] (அல்லது அலாவுதீனின் விளக்கோடு ஒப்பிடலாம்). உங்களுடைய மரபணுக்களால் எதைச் சொல்ல முடியும், எதைச் சொல்ல முடியாது என்பதைப் புரிந்து கொள்வது உங்களுடைய மூலத்தைப் புரிந்து கொள்வதன் ஒரு பகுதியாகும்.

உங்களுடைய உண்மையான உறவினர்கள் மற்றும் மூதாதையர் யார் யார் என்று வெளிப்படுத்துகின்ற குடும்ப விருட்சத்தை (வரைபடம்) நாம் பரம்பரையியல் என்று அழைக்கலாம். உங்களுடைய டிஎன்ஏவின்படி யாரெல்லாம் உங்களுடைய மூதாதையராக இருக்கலாம் என்பதை வெளிப்படுத்துவதை நாம் மரபுவழியியல் என்று

1 Pandora's box. இது கிரேக்கத் தொன்மக் கதையில் வருகின்ற ஒரு பெட்டி. பெட்டி என்று கூறப்பட்டாலும், அது உண்மையில் ஒரு ஜாடி. இக்கதை பல வடிவங்களில் வலம் வருகிறது. அவற்றில் ஒன்றில், அதன் மூடியைத் திறக்காதே என்ற எச்சரிக்கையுடன் கிரேக்கக் கடவுள் ஒருவர் அதைப் பன்டோராவிடம் கொடுக்கிறார். அவர் அங்கிருந்து அகன்றவுடன் அதை அவள் திறக்கிறாள். அதற்குள் இருக்கின்ற அனைத்துத் தீயவைகளும் வெளியேறிவிடுகின்றன. இன்று இந்த உருவகம், 'பரிசின் ரூபத்தில் இருக்கின்ற ஒரு சாபம்' என்ற கண்ணோட்டத்தில் பயன்படுத்தப்படுகிறது.

அழைக்கலாம். இந்த இரண்டுக்கும் இடையேயுள்ள வேறுபாட்டை நீங்கள் புரிந்து கொள்ள வேண்டும். ஐந்து தலைமுறைகளுக்கு முந்தைய உங்களுடைய தாத்தா ஒருவர் விட்டுச் சென்ற டிஎன்ஏ கிட்டத்தட்டப் பூஜ்ஜியமாக இருந்தால், அவர் உங்களுடைய டிஎன்ஏ சோதனையில் தலைகாட்ட மாட்டார். ஆனால், உங்களுடைய குடும்ப விருட்சத்தில் அவர் கண்டிப்பாக இடம்பெற்றிருப்பார்.[2] இந்த டிஎன்ஏ பற்றாக்குறைக்கு என்ன காரணம்? டிஎன்ஏ ஒரு தலைமுறையிலிருந்து அடுத்தத் தலைமுறைக்குக் கடத்தப்படும்போது, அது பாதியாகிவிடுகிறது. நீங்கள் உங்களுடைய அப்பாவிடமிருந்து ¼ பங்கு டிஎன்ஏவையும் அம்மாவிடமிருந்து ¼ பங்கு டிஎன்ஏவையும் பெறுகிறீர்கள். உங்களுடைய இரண்டு தாத்தாக்களிடமிருந்தும் 1/8 பங்கு டிஎன்ஏவை நீங்கள் பெறுகிறீர்கள். உங்களுடைய கொள்ளுத் தாத்தாவிடமிருந்து 1/16 பங்கு டிஎன்ஏவை நீங்கள் பெறுகிறீர்கள். இப்படியே பின்னுக்குச் செல்லச் செல்ல, அது முன்னதில் பாதியாகக் குறைந்து கொண்டே வரும். இது ஓர் உத்தேசமான அளவுதானே அன்றி, கச்சிதமான அளவு அல்ல. மரபணு மறுசீரமைப்பு அவ்வளவு எளிதானதல்ல. அது மிகவும் சிக்கலானது. நீங்கள் 1/16 என்ற இடத்திற்கு வரும்போது, அது மொத்தத்தையும்கூட இழந்துவிடலாம்.

ஐரோப்பிய வம்சாவளியினரின் டிஎன்ஏ இப்போதும் 2 சதவீதத்தை[3] நியான்டர்தாலிடமிருந்து பெற்றுள்ளதாகக் காட்டிக் கொண்டிருப்பது உண்மையிலேயே அதிசயம்தான். அது 1/50 பங்கு டிஎன்ஏக்கு அல்லது ஆறு தலைமுறைகளுக்கு முந்தைய மூதாதையர் ஒருவரிடமிருந்து பெறுகின்ற டிஎன்ஏ அளவுக்குச் சமம். ஆனால், ஹோமோ சேப்பியன்ஸ் இனமும் நியான்டர்தால் இனமும் ஜோடி சேர்ந்தது சுமார் 40,000 ஆண்டுகளுக்கு முன்பு. தலைமுறைக் கணக்கில் அது 800 தலைமுறைகளுக்கு முந்தையது. அப்படியானால், இவர்களுக்கு ஒரே ஒரு நியான்டர்தால் மூதாதையர்

2 இது தொடர்பாக மேலும் தெளிவைப் பெறுவதற்கு நீங்கள் கிரகாம் கூப் என்ற பரிணாம மரபியலாளரின் இந்த வலைப்பதிவை அணுகலாம்: https://gcbias.org/

3 நடைமுறையிலுள்ள மரபியல் சோதனைகளில் உள்ள வேறுபாடுகளைப் பற்றித் தெரிந்து கொள்ள ‘What can DNA tests really tell us about our ancestry?’ என்ற என்னுடைய இந்த ‘டெட்’ உரையைக் கேளுங்கள்: https://www.ted.com/talks/prosanta_chakrabarty_what_can_dna_tests_really_tell_us_about_our_ancestry

இருக்கவில்லை, பல மூதாதையர்கள் இருந்திருக்கின்றனர். அதேபோல, ஆப்பிரிக்காவின் பல பிராந்தியங்களிலிருந்து வந்துள்ள ஹோமோ சேப்பியன்ஸ்களிடம், அவர்கள் வேறு மனித இனங்களிடம் ஜோடி சேர்ந்ததற்கான ஆதாரங்கள் இருக்கின்றன. ஆசிய வம்சாவளிகளிடமும் இது காணப்படுகிறது. அப்போதிருந்த மனிதர்களின் எண்ணிக்கை மிகவும் குறைவாக இருந்ததால், பிற மனித இனங்களோடு ஜோடி சேர்வதைத் தவிர அவர்களுக்கு வேறு வழி இருக்கவில்லை. மொத்தத்தில், நாம் ஒப்புக் கொள்ள நினைப்பதைக் காட்டிலும் அதிகமான அளவு வெவ்வேறு மனித இனக் குழுக்களுக்கு இடையே கலப்பு நிகழ்ந்திருக்கிறது என்பதுதான் உண்மை.

நம்முடைய பரிணாம வரலாற்றில் சில புதிர்களும் இருந்துள்ளன. 2018 இல் அமெரிக்க செனட்டர் எலிசபெத் வாரன், தனக்குச் செவ்விந்திய மூதாதையரும் இருந்திருக்கின்றனர் என்பதை ‘நிரூபிப்பதற்காக’ டிஎன்ஏ சோதனையை மேற்கொண்டார். செவ்விந்தியத் தொடர்பு என்பது வெறும் மரபியல்ரீதியானது மட்டுமல்ல. அதில் முக்கியமான கலாச்சாரத் தொடர்பும் இருக்கிறது. வெறும் டிஎன்ஏ சோதனை முடிவுகளை வைத்துக் கொண்டு, நீங்கள் ஒரு பழங்குடிக் குழு உறுப்பினர் என்று கூறிக் கொள்ள முடியாது. டிஎன்ஏ சோதனை மூலம் ஒருவரால் தன்னுடைய இனத்தையும் கலாச்சாரப் பாரம்பரியத்தையும் நிரூபித்துவிட முடியும் என்று பொதுவாக மக்கள் நினைத்துக் கொண்டிருப்பதைப்போலவே எலிசபெத்தும் நினைத்துக் கொண்டிருந்தார். சட்டப்படியும் அது சாத்தியமில்லை. எடுத்துக்காட்டாக, ஒருவர் சிறுபான்மைச் சமூக அந்தஸ்தைப் பெறுவதற்குத் தன்னுடைய டிஎன்ஏ சோதனை முடிவுகளைப் பயன்படுத்திக் கொள்வதற்குச் சட்டத்தில் இடமில்லை. உண்மையிலேயே, எலிசபெத்தைவிடக் கூடுதலாகச் செவ்விந்தியப் பரம்பரை தொடர்புள்ள ஒருவர் டிஎன்ஏ சோதனை செய்து கொள்கின்றபோது, சோதனை முடிவில் அது துளிகூட வெளிப்படாமல் போகலாம். டிஎன்ஏ சோதனையால் ஒருவர் ஒரு குறிப்பிட்டப் பரம்பரையின் வழி வந்தவர் என்பதை நிரூபிக்க முடியாது. மரபணு மறுசீரமைப்பு என்பது மிகச் சிக்கலான ஒன்று என்பதால், இதுபோன்ற குறிப்பான்கள், தலைமுறைத் தாவுதல்களுக்கு இடையே தொலைந்து போய்விடக்கூடும்.

டிஎன்ஏக்களைப் பொறுத்தவரை, நாம் அனைவருமே ஒத்தவர்கள்தாம். இரண்டு நபர்களுக்கு இடையேயான டிஎன்ஏ வேறுபாடு *1* சதவீதத்திற்கும் குறைவானதே. அதாவது, நம்மைத் தனித்துவமிக்கவர்களாக ஆக்குகின்ற எதுவும் அங்கு இல்லை. உங்களுடைய மூதாதையரில் யாராவது ஒருவர் அல்லது பலர் மரபியல்ரீதியாக உங்களிடமிருந்து மாறுபட்டவர்கள் என்று உங்களால் நிரூபிக்க முடியாது. அதிலும் குறிப்பாக, உங்களுடைய மூதாதையர் அனைவரின் மரபணுத் தொகுதியும் உங்களுக்குக் கிடைத்திராவிட்டால், அது சாத்தியமே இல்லை. அப்படிக் கிடைத்துள்ளவர்கள் வெகு சிலரே. உங்களுடைய கொள்ளுத் தாத்தாவின் மரபணுத் தொகுதி உங்களிடம் இருக்காது என்று என்னால் உறுதியாகச் சொல்ல முடியும். இன்று வணிகரீதியாக மேற்கொள்ளப்பட்டு வருகின்ற டிஎன்ஏ சோதனைகளால், ஒரு 'குறிப்பிட்டப் பிராந்தியத்தில்' வசித்துக் கொண்டிருக்கின்ற நபர்களோடு நீங்கள் பகிர்ந்து கொண்டிருக்கின்ற மரபியல் குறிப்பான் அல்லது குறிப்பான்களின் கலவையை மட்டுமே வெளிப்படுத்த முடியும். அந்தக் குறிப்பிட்டப் பிராந்தியம் என்பதும் ஓர் உத்தேசமான கணக்குத்தான். ஏனெனில், அதில் அந்தப் பகுதியிலுள்ள அனைவரும் கணக்கில் எடுத்துக் கொள்ளப்பட மாட்டார்கள். எடுத்துக்காட்டாக, 'பிரான்ஸ்' அல்லது 'மேற்கு ஆப்பிரிக்கா' என்ற பிராந்தியம் குறிப்பிடப்படுவதாக வைத்துக் கொள்வோம். ஆனால், இன்று அப்பகுதியில் வசித்துக் கொண்டிருப்பவர்கள், கடந்தகாலங்களில் அங்கு வசித்துக் கொண்டிருந்தவர்களை உண்மையாகப் பிரதிநுதப்படுத்திக் கொண்டிருக்கிறார்கள் என்று சொல்லிவிட முடியாது. எடுத்துக்காட்டாக, அதே பிராந்தியத்தில் பன்னிரண்டு தலைமுறைகளுக்கு முன்பாக இருந்தவர்கள் முற்றிலும் வேறு மாதிரியாக இருந்திருப்பர். எடுத்துக்காட்டாக, போர், இனப்பாகுபாடு, வகுப்பு பேதம், வெளியேறுதல் மற்றும் குடிபுகல் போன்றவற்றால் ஒரு குறிப்பிட்ட இடத்திலுள்ள மக்கட்தொகையின்மீது ஒரு குறிப்பிடத்தக்க அளவு தாக்கம் ஏற்படுத்த முடியும்.

சிலர் மரபியலைப் பற்றிக் கற்றுக் கொள்கின்றபோது, தங்களுடைய 'இனம்' குறித்துப் புதிரான வழிகளில் விளக்கங்களைக் கொடுக்கின்றனர். சமீபத்தில், வெள்ளையின மேலாதிக்கத்தை நம்புகின்ற சில

வெள்ளையர்கள், பொதுவெளியில் ஒரு குளிரான இடத்தில், சட்டை அணியாமல் திறந்த மார்புடன் நின்று கொண்டு குடம் குடமாகப் பாலைக் குடித்து ஒரு விநோதக் காட்சியை அரங்கேற்றினர். அதன் மூலம் அவர்கள் எதை வெளிப்படுத்த முயன்றனர்? தாங்கள் நியான்டர்தால் பரம்பரையினர் என்று காட்டிக் கொள்ள அவர்கள் முயன்றனர். ஆனால், உண்மையில் அவர்கள் தாங்கள் 'பால்சர்க்கரை மரபணுச் சடுதிமாற்றம்' அடைந்தவர்கள் என்று நிரூபிக்க முயன்றனர். பால்சர்க்கரை மரபணுச் சடுதிமாற்றம் அடைந்தவர்களால், வயதான பிறகும் கால்நடைகளின் பாலைச் சீரணிக்க முடியும். அது மேம்பட்ட மரபணு அமைப்பைக் கொண்டிருப்பதன் குறியீடாகக் கருதப்பட்டது. எண்ணற்ற மக்களால், குழந்தைப்பருவத்தைக் கடந்ததும் பாலையும் பால் பொருட்களையும் சீரணித்துக் கொள்ள முடியாமல் போய்விடும். அவர்களுக்குப் 'பால்சர்க்கரை ஏற்காமை' இருப்பதாகக் கூறப்படுகிறது. நம் உடலில் சுரக்கின்ற 'பானொதி' என்ற நொதி, பால் மற்றும் பால் பொருட்களில் இருக்கும் பால்சர்க்கரையைச் சீரணிக்க உதவுகிறது. தொடக்ககால மனிதர்களுக்கு இந்தத் திறன் இருக்கவில்லை. அது வட ஐரோப்பியர்களிடம் ஏற்பட்ட ஒரு மரபணுச் சடுதிமாற்றத்தினால் விளைந்தது. இதர உணவுப் பொருட்களைக் காட்டிலும், பாலும் பால் பொருட்களும் அபரிமிதமாகக் கிடைத்த ஒரு காலகட்டத்தில், பாலை எளிதாக சீரணிப்பதற்காகவும், அவர்களுடைய உயிர்பிழைத்திருத்தல் மற்றும் இனப்பெருக்க வாய்ப்பை அதிகரிப்பதற்காகவும், இப்பண்பு அவர்களிடம் தோன்றியிருந்திருக்கலாம். ஆனால், இந்த வெள்ளையின மேலாதிக்கவாதிகள் ஒரு விஷயத்தைக் கோட்டை விட்டுவிட்டனர். பால்சர்க்கரையைச் சீரணிக்கின்ற திறனை அவர்களுக்குக் கடத்தியிருந்த அவர்களுடைய மூதாதையர், 'பசையம் ஒவ்வாமை' நோயையும் சேர்த்து அவர்களுக்குக் கடத்தியிருந்தனர் என்ற தகவலை அவர்கள் ஏனோ தவறவிட்டிருந்தனர். அந்த நோய் இருந்ததால்தான் அவர்களுடைய மூதாதையர் ஒருவேளை 'பீருக்கு' (பீரில் பசையம் அதிகம்) பதிலாகப் பாலைக் குடித்தனர்போலும். வெள்ளையின மேலாதிக்கவாதிகள், பால்பொருட்களைச் சீரணிக்க உதவுகின்ற தங்களுடைய இந்த மரபணுச் சடுதிமாற்றப் பண்பை, தங்களிடம் ஆரிய இனப் பண்பு

இருந்ததற்கான சான்றாகப் பயன்படுத்துவதற்கு, இந்தப் ‘பால்சர்க்கரை ஆய்வைப்’ பயன்படுத்திக் கொள்ள முயன்றனர். அது உண்மையல்ல. அவர்கள் இந்த அறிவியல் ஆய்வை ஒழுங்காகப் படிப்பது நல்லது. இதே மரபணுச் சடுதிமாற்றம் மேற்கு ஆப்பிரிக்கர்களிடமும் உலகின் வேறு சில பகுதிகளில் உள்ளவர்களிடமும் இருக்கிறது. இதில் வேடிக்கை என்னவென்றால், காக்கேசிய மலைப்பகுதி உட்பட, தெற்கு ஐரோப்பிய மக்களிடம் இந்த மரபணுச் சடுதிமாற்றம் பொதுவாகக் காணப்படுவதில்லை.

மனிதர்களிடம் நிலவுகின்ற ‘இனவாதம்’ என்பது ஒரு சமூக உருவாக்கம். உயிரியல்ரீதியாக அப்படி ஒன்று கிடையாது. நாம் பல வண்ணங்களாலான கலவைச் சாயத்தின் வெவ்வேறு வண்ணச் சாயல்கள், அவ்வளவுதான். இப்போதும், கருப்பு, வெள்ளை, பழுப்பு மற்றும் பிற நிறங்களின் கீற்றுகளை மக்களிடம் உங்களால் பார்க்க முடியும். ஆனால், எல்லாம் ஒரே மாவினால் செய்யப்பட்டப் பண்டங்களே. அமெரிக்காவில் இருக்கின்ற ‘காக்கேசியர்கள்’ மெக்சிகோவில் இருக்கின்ற மக்களைத் தங்களுடைய சொந்த இனக்குழுவைச் சேர்ந்தவர்களாகக் கருதாமல் போகலாம். அவர்கள் இருவரும் ஒரே ஐரோப்பிய வம்சாவளியைக் கொண்டிருந்தாலும், காக்கேசிய அமெரிக்கர்கள், மெக்சிகர்களை இலத்தீனியர்கள் அல்லது ஹிஸ்பானியர்கள் என்றுதான் அழைப்பர். ஹிஸ்பானியர்கள் என்றால் ஸ்பானிஷ் மொழி பேசும் நாட்டைச் சேர்ந்தவர்கள் என்று அர்த்தம். ஹிஸ்பானியர்கள் என்பது ஓர் இனக்குழு அல்ல. ஸ்பெயினிலிருந்து வந்த மக்கள் வெள்ளையாகவோ, கருப்பாகவோ அல்லது இரண்டுக்கும் இடையிலோ இருக்கலாம். அதேபோல, இலத்தீனியர்கள் என்றால் இலத்தீன் அமெரிக்க நாட்டைச் சேர்ந்த மக்கள் என்று பொருள். இவர்களில், ஆங்கிலம் பேசுகின்ற பெலிசீனியர்களும், கிரியோல் மொழி பேசுகின்ற ஹயிட்டியர்களும் இதற்கு விதிவிலக்காக இருக்கலாம். பிற இலத்தீன் அமெரிக்க மக்கள் பேசுகின்ற ஸ்பானிஷ், போர்ச்சுகீஸ் போன்ற மொழிகளுக்கு இலத்தீன் மொழி மூலம் உண்டு. அதனால் அவர்கள் இலத்தீனியர்கள். ஆனால், அவர்கள் ஓர் இனக்குழுவினர் அல்லர். குறைந்தபட்சம் உயிரியல்ரீதியான பொருளில் அவர்கள் அப்படி இல்லை. அமெரிக்காவில் இன அடிப்படையிலான

பிரிவுகள் உண்டு. எதற்காக? வரலாற்றுரீதியாக விளிம்பு நிலைக்குத் தள்ளப்பட்ட மக்களைப் பாதுகாப்பதற்கு அவர்கள் அடையாளம் காணப்படுவது அவசியமாகிறது. எடுத்துக்காட்டாக, ஆப்பிரிக்க அமெரிக்கர்கள் முதலில் கொத்தடிமைகளாக இருந்தனர்; மிருகத்தனமாக நடத்தப்பட்டனர்; அவர்களுக்குச் சமூக உரிமைகள் மறுக்கப்பட்டன. இப்படி வரலாற்றுரீதியாகச் சரியாகப் பிரதிநுதத்துவம் மறுக்கப்பட்டவர்களுக்குச் சில சலுகைகளை வழங்கி, அவர்களுக்கு இழைக்கப்பட்ட அநீதிகளையும் தவறுகளையும் ஓரளவாவது திருத்திக் கொள்ள முயல வேண்டும். அவர்கள் மெதுவாக சம அந்தஸ்தையும் சம உரிமையையும் மீட்டெடுக்க இது உதவும்.[4] இந்தியாவில் இது சாதிப் பாகுபாடு என்ற ரூபத்தில் தலைவிரித்தாடிக் கொண்டிருக்கிறது. ஆங்கிலேயர்கள் இந்தியாவை ஆண்டபோது, அவர்கள் இதற்கு மேலும் தூபம் போட்டனர்.

நான் ஓர் இந்தியக் குடிமகன் அல்லன். நான் வட அமெரிக்காவில் பிறந்தபோதும், என் பெற்றோர் இந்தியர்கள் என்பதால் நானும் ஓர் இந்தியன் என்று கருதப்படுகிறேன். இன்னும் எவ்வளவு காலத்திற்கு நான் இந்தியனாக இருப்பேன்? என் மனைவி ஒரு வெள்ளைக்காரி. அப்படியானால், அமெரிக்காவில் பிறந்த எங்களுடைய குழந்தைகள் 'பாதி இந்தியர்களா'? அவர்களுடைய குழந்தைகள்? எப்போது நீங்கள் வேறொன்றாக ஆவீர்கள்? இலங்கையர் எப்படி? அவர்கள் இந்தியர்களா? வங்காள தேசத்தைச் சேர்ந்தவர்கள்? அல்லது நாம் அனைவரும் வெறுமனே ஆசியர்களா? அமெரிக்கர்களைப் பொறுத்தவரை, இந்தியத் துணைக்கண்டத்திலிருந்து வருபவர்கள், ஜப்பானியர்கள், சீனர்கள் போன்ற அனைவரும் ஆசியர்கள்தாம். துருக்கியர்கள்? அவர்களையும் ஆசியர்களின் கணக்கில் சேர்த்துக் கொள்ள வேண்டுமா? அமெரிக்கர்கள் என்ற ஓர் 'இனம்' இருக்கிறதா? 'சிவப்புத் தொப்பி'யுடன் திரிகின்ற சில அமெரிக்கர்கள் அப்படித்தான் நினைத்துக் கொண்டிருக்கிறார்கள். மான்ட்ரியாலைச்

---

4 அறிவியலிலும் சமூகத்திலும் பரவியுள்ள இனப்பாகுபாடு குறித்துப் பேசுகின்ற, ஏஞ்சலா சாஹி எழுதியுள்ள மிக அருமையான, Superior என்ற நூலை நான் உங்களுக்கு வெகுவாகப் பரிந்துரைக்கிறேன்.

சேர்ந்த என் மனைவி ஒரு கனேடியரா அல்லது பிரெஞ்சுக் கனேடியரா? அல்லது பிரெஞ்சுக்காரரா? "இல்லை!" என்று அவர் பிரெஞ்சு மொழியிலேயே மறுக்கக்கூடும். கோடை வெயிலில் காய்ந்தால், என் மனைவி என்னைவிட அதிகமாகப் பழுப்பாகிவிடுவார். என் குழந்தைகளும் அப்படித்தான். நாங்கள் அனைவருமே 'இந்தியர்கள்' என்றுதான் பலர் நினைத்துக் கொள்கின்றனர்.

எகிப்தியர்கள் ஆப்பிரிக்கர்களா? தென்னாப்பிரிக்கர்கள்? கென்யர்கள்? அவர்கள் அனைவரும் ஆப்பிரிக்கக் கண்டத்தில் இருந்தாலும், அவர்களுடைய வரலாறுகள் பெரிதும் வேறுபட்டவை. ஆப்பிரிக்கர்கள் என்று ஓர் இனம் கிடையாது. பல 'இனங்கள்' இருக்கின்ற ஓரிடம்தான் ஆப்பிரிக்கா. இந்த நாடுகளில் இருக்கின்ற ஒருவர் அமெரிக்காவிற்குக் குடிபெயர்ந்தால்? அவர் ஓர் ஆப்பிரிக்க அமெரிக்கராக ஆகிவிடுகிறார். மனிதகுலத்தைச் சேர்ந்தவர்கள் என்ற கண்ணோட்டத்தில் பார்த்தால், நாம் அனைவருமே ஆப்பிரிக்கர்கள்தாம். ஏனெனில், நம் அனைவரின் வம்சாவளியின் மூலமும் அங்கிருந்துதான் தொடங்குகிறது.

அமெரிக்காவில் இன்று தங்களை ஆப்பிரிக்க அமெரிக்கர்கள் என்று கூறிக் கொள்கின்ற பலர், கொத்தடிமைகளாக வலுக்கட்டாயமாக அமெரிக்காவிற்குக் கொண்டுவரப்பட்டவர்கள். சூடானில் தங்களுக்கு உறவினர்கள் இருக்கின்றனர் என்பதோ, அல்லது காங்கோ பகுதியிலிருந்தவர்களின் பரம்பரையினர் தாங்கள் என்பதோ அவர்களுக்குத் தெரியாது. அவர்களுடைய கடந்தகாலம் அவர்களிடமிருந்து அபகரிக்கப்பட்டுவிட்டது. தங்களைக் கருப்பர்கள் என்றோ, ஆப்பிரிக்க அமெரிக்கர்கள் என்றோ அடையாளப்படுத்திக் கொள்ள அவர்களுக்கு உரிமை இருக்கிறது. ஏனெனில், தாங்கள் ஆப்பிரிக்காவின் எந்தப் பகுதியிலிருந்து அமெரிக்காவுக்குக் கொண்டுவரப்பட்டவர்கள் என்பதற்கான ஆதாரங்களை அவர்களால் எல்லா சமயங்களிலும் பெற முடியாது. இந்தியாவில் காந்தியும் வேறு சிலரும், ஒரு குறிப்பிட்ட மக்களின்மீது படிந்திருந்த 'தீண்டத்தகாதவர்கள்' என்ற முத்திரையை விலக்கப் பாடுபட்டனர். அதே நேரத்தில், அங்கு வேறு சிலர், அவர்கள் வரலாற்றுரீதியாக ஒடுக்கப்பட்ட மக்கள் என்ற அங்கீகாரத்தை அவர்களுக்கு வழங்கி அவர்களுக்குச் சமூக மரியாதை கிடைப்பதற்குப் போராடினர்.

ஆப்பிரிக்காவில் இருக்கின்ற அனைவருமே கருப்பு நிறம் உடையவர்கள் என்று பலர் நினைத்துக் கொண்டிருக்கின்றனர். ஆனால், லிபியா, எகிப்து, அல்ஜீரியா அல்லது மொராக்கோவைச் சேர்ந்த மக்களின் தோலின் நிறம் கருப்பு அல்ல. அமெரிக்காவில், அவர்கள் 'மத்திய கிழக்கத்தியர்' என்ற டப்பாவுக்குள் போட்டுவிடப்படுகின்றனர். குவைத் ஒரு மத்திய கிழக்கு நாடு. அங்கு வேலை பார்த்துக் கொண்டிருப்பவர்களில் பெரும்பான்மையினர் வங்காள தேசத்தைச் சேர்ந்தவர்கள். அவர்கள் அந்த நாட்டில் பிறந்தாலும், அவர்கள் ஒருபோதும் குவைத்தியர்களாக நடத்தப்படுவதில்லை. காக்கேசியப் பகுதியைச் சேர்ந்தவர்களாகிய அர்மீனியர்கள் 'மத்திய கிழக்கத்தியர்கள்' என்று அடையாளப்படுத்தப்படுகின்றனர். பராக் ஒபாமா ஏன் ஒரு கருப்பராகக் கருதப்படுகிறார்? அவருடைய தோற்றத்தின் காரணமாகவும், அவரைப் பிறர் எப்படி நடத்துகிறார்கள் என்பதன் காரணமாகவும் அவர் கருப்பர் என்று அழைக்கப்படுகிறார். கானு ரீவ்ஸ், பாப் மார்லீ, புருனோ மார்ஸ், கமலா ஹாரிஸ் போன்ற கலப்பின மக்கள் எப்படி? கடந்தகாலத்தில், நாம் செய்வதற்கு எதுவும் இருக்கவில்லை. அதிகாரத்தில் இருந்தவர்கள் உங்களை யாராகக் கருதினார்களோ, அதைக் கொண்டே அவர்கள் உங்கள் உரிமைகளைத் தீர்மானித்தனர். உங்கள் உடலில் 'ஒரு துளி கருப்பின இரத்தம்' ஓடினாலே நீங்கள் சட்டப்படி ஒரு கருப்பர்தாம். அதற்கு மேல் அங்கு விவாதத்திற்கு இடமே கிடையாது. இருபதாம் நூற்றாண்டுவரை இந்த நிலைதான் நிலவியது. உயிரியல்ரீதியாகக் கருப்பு அல்லது வெள்ளை என்று பிரிக்க முடியாது என்பதால் மட்டுமே, மக்கள் பார்க்கப்படுகின்ற விதத்திலும், அவர்கள் நடத்தப்படுகின்ற விதத்திலும் உள்ள வேறுபாடுகளை நாம் புறக்கணிக்க வேண்டும் என்று அர்த்தமில்லை.[5] பரிணாம அர்த்தத்தில் 'இனம்' என்ற ஒன்று கிடையாது என்பதால், இனப்பாகுபாடோ அல்லது இனவெறியோ இல்லை என்று ஆகிவிடாது.

5 கருப்பர் என்பது ஓர் இனக்குழுவினரைக் குறிக்கும். ஆனால், வெள்ளையர் என்பது ஓர் இனக்குழுவினர் அல்லர்; அது, பல இனக்குழுவினரின் தோலின் நிறம், அவ்வளவுதான்.

பால் பிரிவு, பாலினம், மற்றும் பாலியல்பு

பால் பிரிவு குறித்தப் பேச்சு சிக்கலானது. இது இனம் குறித்தப் பேச்சைவிட அதிகச் சிக்கலானது. பால் பிரிவு குறித்தப் பேச்சு எப்போதும் எதார்த்தத்திலிருந்து விலகி இருப்பதோடு, முன்கூட்டியே தீர்மானிக்கப்பட்டுள்ள வரையறைகளுக்குள் அதை அடக்கி வைக்க முயற்சி செய்யப்படும். பால் பிரிவு என்பது பொதுவாகப் பாலினத்திற்கான மாற்று வார்த்தையாகப் பயன்படுத்தப்பட்டு வருகிறது. பால் பிரிவு என்பதற்கும் ஒரு வரைவிலக்கணம் இருக்கிறது. அதற்குள் அடங்கினால் அது இயல்பானது, மற்ற எல்லாம் அசாதாரணமானது என்று கருதப்படுகிறது. பரிணாமரீதியில் அவற்றை அலசுவதற்கான வேளை வந்துவிட்டதென்று நான் நினைக்கிறேன்.

நான் என்னுடைய இரட்டைக் குழந்தைகளைக் குழந்தை வண்டியில் வைத்துக் கூட்டமான இடங்களில் தள்ளிச் செல்கின்றபோது, எப்போதும் யாராவது ஒருவர், “இரட்டையரா?” என்று கேட்காமல் இருக்க மாட்டார்கள். நானும், “ஒத்த இரட்டையர்,” என்று பதிலளிப்பேன். சில நேரங்களில், கேள்வி கேட்ட நபர், “பையனும் பெண்ணுமா?” என்று மேல்கேள்வி கேட்பர். “ஒத்த இரட்டையர் என்றால் என்ன அர்த்தம் என்று இவர்களுக்குத் தெரியாதா?” என்று நான் உள்ளுக்குள் குமைந்து கொள்வேன். ஆனால், எனக்கு எல்லாம் தெரியும் என்பதுபோலவும், அவர்களுக்கு எதுவுமே தெரியாது என்பதுபோலவும் நான் நடந்து கொண்டபோதிலும், உண்மையில் கற்றுக்

கொள்ள வேண்டிய நிலையில் இருந்தது நான்தான் என்பதைப் பின்னர்தான் நான் தெரிந்து கொண்டேன். வெவ்வேறு பாலினங்களைக் கொண்ட ஒத்த இரட்டையர் இருக்க முடியும் என்பதை நான் அறிந்து கொண்டேன் (ஆண், பெண் என்ற இரு பிரிவுகளைத் தாண்டியும் அவர்கள் இருக்க முடியும்). உயிரணு உற்பத்திப் பிரிதல் நிலையின்போது, சினைமுட்டை அல்லது விந்தணு, ஒரு பாலின குரோமோசோமுக்குப் பதிலாக இரண்டு பாலின குரோமோசோம்களைப் பெறுவதன் மூலம் இது நிகழக்கூடும். அதன் காரணமாக, வளர்கின்ற கருவின் மொத்தக் குரோமோசோம்கள் இரட்டைப்படையில் இருப்பதற்குப் பதிலாக ஒற்றைப்படையில் இருக்கும். அதனால், ஒரு பெண் குழந்தையோடு ('XX' குரோமோசோம்கள்) ஓர் ஆண் குழந்தையும் ('XXY' குரோமோசோம்கள்) பிறக்கலாம். இதற்குக் 'கிளின்ஃபெல்ட்டர் சின்ட்ரோம்' என்று பெயர். இதற்கு நேரெதிரானதும் நடக்கலாம். அப்போது, பிறக்கின்ற பெண் குழந்தை, இரண்டு பாலின குரோமோசோம்களுக்குப் ('XX') பதிலாக ஒரே ஒரு பாலின குரோமோசோமை ('X') மட்டும் கொண்டிருக்கும். இதற்கு 'டர்னர் சின்ட்ரோம்' என்று பெயர்.

ஒருவர் கொண்டிருக்கின்ற பாலின உறுப்புக்கும், அவருடைய குரோமோசோமிய பாலினத்திற்கும் இடையே ஒரு டஜன் வழிகளில் பொருத்தமின்மை நிகழக்கூடும். அவற்றில் ஒன்று, 'ஆன்ட்ரோஜன் இன்சென்சிடிவிடி சின்ட்ரோம்.' Y குரோமோசோமில் ஆண்தன்மையோடு தொடர்புடைய மரபணுக்கள் வெளிப்படாமல் இருக்கும். ஆண்தன்மையைக் கட்டுப்படுத்துகின்ற மரபணுக்கள் வெகுசிலவே. அவை இடம் மாறிக் கொண்டும் இருக்கும். சில வேளைகளில் X குரோமோசோம்களுக்குள்கூட அது சென்றுவிடும். உடல்ரீதியாக நீங்கள் எந்த அளவுக்கு 'ஆணாகவோ' அல்லது 'பெண்ணாகவோ' (அல்லது இரண்டுக்கும் இடைப்பட்டப் பலவற்றில் ஏதேனும் ஒன்றாகவோ) இருக்கிறீர்கள் என்பது, பெருமளவுக்கு அந்த வெகுசில மரபணுக்களிலிருந்து வெளிப்படுகின்ற ஹார்மோன் சமிக்கைகளைப் பொறுத்தது.

மேலே குறிப்பிடப்பட்டுள்ளவை அனைத்தும் நாம் நினைத்துக் கொண்டிருப்பதைக் காட்டிலும் அதிகப் பரவலாகக் காணப்படுகின்றன. இப்படிக் கற்பனை

செய்து கொள்ளுங்கள். நீங்கள் ஒரு *XX* ஆண் அல்லது *XY* பெண் என்பதைக் கண்டுபிடித்துள்ளீர்கள் என்று வைத்துக் கொள்வோம். ஆனால், உங்களுடைய பாலின குரோமோசோம் என்ன என்பது உங்களுக்குத் தெரிந்திருக்க வாய்ப்பில்லை. உங்களுடைய பிறப்புறுப்போடு பொருந்திப் போகின்ற பாலின குரோமோசோமைத்தான் நீங்கள் கொண்டுள்ளீர்கள் என்று நீங்களாகவே அனுமானித்துக் கொள்வீர்கள். அப்படி இருக்கத் தேவையில்லை. அவை வேறுபட்டு இருக்கலாம். இந்த அடிப்படை மரபியல் வேறுபாடு காரணமாக, பலர் ஊடுபாலினமாக (பல விகிதங்களில் ஆணுக்கும் பெண்ணுக்கும் இடைப்பட்ட நிலையில்) இருக்கக்கூடும். ஊடுபாலினத்தினர் மொத்த மக்கட்தொகையில் 1.7 சதவீதம் இருக்கலாம் என்று ஓர் ஆய்வு தெரிவிக்கிறது. அப்படியெனில், அமெரிக்காவில் சுமார் 5.6 மில்லியன் ஊடுபாலினத்தினர் இருக்கின்றனர். இந்தியாவில் இந்த எண்ணிக்கை 23 மில்லியனாக இருக்கக்கூடும். ஒருவர் தன் பாலினத்தையோ அல்லது பால் பிரிவையோ வெளிப்படுத்துவதைத் தீர்மானிப்பதில், மரபணுக்கள், ஹார்மோன்கள் மற்றும் சுற்றுச்சூழல் எத்தகைய பங்கு வகிக்கின்றன என்பதை விவரிக்கவே நான் இந்த அத்தியாயத்தை எழுதியுள்ளேன். உயிரினங்களின் வாழ்க்கையைப் பற்றிப் படிக்கின்றபோது, நம்மைப் பற்றி நாம் எவ்வளவு குறைவாகத் தெரிந்து வைத்திருக்கிறோம் என்பதையும், மனிதர்களிடம் எந்த அளவுக்கு உடல்ரீதியாகவும் மரபியல்ரீதியாகவும் வேறுபாடுகள் காணப்படுகின்றன என்பதையும் நாம் புரிந்து கொள்கிறோம்.

இருக்கின்ற குழப்பங்கள் போதாது என்பதுபோல, பெயரிடுதலிலும் குழப்பம் இருக்கிறது. இது மனிதகுலத்திற்கே உரிய தனித்துவமான ஒன்று. பால் பிரிவு, பாலினம் ஆகிய இரண்டும் ஒன்றல்ல. ஒருவர் தன்னை யாராகக் காட்டிக் கொள்ள விரும்புகிறார் என்பதுதான் பாலின வெளிப்பாடாகும். எடுத்துக்காட்டாக, உங்களுக்கு ஆணுறுப்பு இருக்கலாம், ஆனால், இந்த உலகிற்கு நீங்கள் உங்களை ஒரு பெண்ணாக வெளிப்படுத்திக் கொள்ள விரும்பக்கூடும். ஆண், பெண் என்ற செங்குத்தான இரண்டு பிரிவுகளுக்கு வெளியேயும் நீங்கள் உங்களை அடையாளப்படுத்திக் கொள்ளலாம். ஒருவர் மருவிய பாலினத்தவர் என்று அறிகின்றபோது, இப்போதுகூட

மக்கள் ஏன் வியப்படைகின்றனர்? தாங்கள் நினைத்திருந்த பாலினத்தவராக அவர் இல்லை என்பதால் தாங்கள் ஏமாற்றப்பட்டுவிட்டதாக அவர்கள் நினைக்கிறார்களா என்பது தெரியவில்லை. வறட்டுப் பிடிவாதக்காரர்கள், எல்ஜிபிடி[1] சமூகத்தைச் சேர்ந்தவர்கள் 'இயல்பானவர்கள்' அல்லர் என்று கூறுகின்றனர். ஆனால், அது உண்மையல்ல. அவர்களும் இயல்பானவர்கள்தாம். பாலினமும் பாலியல்பும் பரிணாம விருட்சத்தின் அனைத்துக் கிளைகளிலும் விரவிக் கிடக்கின்றன.

சில விலங்குகள் தாம் வேறொரு பாலினத்தைச் சேர்ந்தவை என்பதுபோலப் 'பாசாங்கு' செய்கின்றன. சில விலங்கினங்களில், போட்டிகளைத் தவிர்ப்பதற்காக, ஆண் விலங்குகள் பெண் விலங்குகளைப் போன்ற தோற்றத்தைப் பெற்றுள்ளன. பெரிய ஆண் விலங்குகள், பெண் விலங்குகளுக்காகத் தமக்குள் முட்டி மோதிக் கொண்டிருக்கின்றபோது, இந்தச் சாதுரிய விலங்குகள், பெண் விலங்குகளோடு விலங்குகளாகக் கலந்திருப்பதால், போட்டியின்றித் தம்முடைய காரியங்களைச் சாதித்துக் கொள்கின்றன. இதை ஏமாற்று வேலை என்றும், கபட நாடகம் என்றும் வர்ணிக்கலாம். ஆனால், பெண் விலங்குகள் இவற்றுக்கு ஏன் முன்னுரிமை கொடுக்க வேண்டும்? இங்குப் பெண் விலங்குகள் ஏமாந்து போய் அதைச் செய்வதில்லையே!

அப்படியானால், மனித இனத்திற்கே உரிய தனித்துவங்கள் எவை? தன்பாலினர் வெறுப்பு மற்றும் மருவிய பாலினத்தவர் வெறுப்பு என்பது மனித இனத்திற்கே உரிய ஒன்று. சிலர், பிறக்கும்போது தங்களுக்கு ஒதுக்கப்பட்டிருந்த பால் பிரிவு அல்லாது வேறொரு பாலினராகத் தங்களை வெளிப்படுத்திக் கொள்ள விரும்புகின்றனர். அவர்கள் தங்களுடைய வாழ்க்கையைத் தங்களுக்குப் பிடித்தமான முறையில் வாழ நாம் அனுமதிக்க வேண்டும். குறைந்தபட்சம், எது இயல்பானது என்பது குறித்து அறிவியல்பூர்வமற்றக்

1 LGBT என்பது Lesbian (தன்பாலீர்ப்புடைய பெண்), Gay (தன்பாலீர்ப்புடைய ஆண்), Bisexual (இருபாலீர்ப்புடையவர்), Transgender (மருவிய பாலினத்தவர்) ஆகியோரும் இன்னும் பலரும் அடங்கிய ஒரு சமூகக் குழுவாகும்.

எல்ஜிபிடி சமூகத்தினர் மரியாதைக்குரிய விதத்தில் எப்படி அழைக்கப்பட வேண்டும் என்பதற்காக சமீபத்தில் தமிழ்நாடு அரசு ஓர் அரசாணையைப் பிறப்பித்துள்ளது. அந்தச் சொல்லகராதி இணையத்தில் கிடைக்கிறது.

கபடத்தனமான வியாக்கியானங்களைத் தயவு செய்து கொடுக்காதீர்கள். விலங்குகளுக்கு இடையே பால் பிரிவுகள் கிடையாது. இவை மனிதனால் உருவாக்கப்பட்ட ஒரு சமூக உருவாக்கம் மட்டுமே. அனைத்து மனிதர்களையும் அரவணைத்துச் செல்கின்ற ஒரு சமுதாயத்தை நாம் கட்டமைக்கலாம்.

'ஃபைன்டிங் நிமோ' என்ற பிரபலமான கார்ட்டூன் படத்தை நீங்கள் பார்த்திருக்கிறீர்களா? அத்திரைப்படத்தில் நிமோவின் அம்மா வேறொரு மீனால் கொல்லப்படுவார். அது ஒரு திரைப்படமாக இல்லாமல் நிஜமாக இருந்திருந்தால், இயற்கையில் என்ன நிகழ்ந்திருக்கும் தெரியுமா? அந்த அப்பா மீன் ஒரு பெண் மீனாக மாறியிருந்திருக்கும். ஏன் தெரியுமா? அத்திரைப்படத்தில் காட்டப்படுகின்ற 'கோமாளி மீன்' இனம், இருபாலுயிரி என்று அழைக்கப்படுகின்ற பிரிவின் கீழ் வருகிறது. இந்த இனத்திலுள்ள ஆண் மீன்கள் வளர்ந்த பிறகு, தேவைப்படும் நேரத்தில் பெண் மீன்களாக மாறிவிடக்கூடிய இயல்பு படைத்தவை. மனிதர்களிடத்திலும் இது போன்ற பாலின மாற்றங்கள் நிகழக்கூடும். டொமினிக்கன் குடியரசில் ஒரு குறிப்பிட்டச் சமூகத்தில், பிறக்கும்போது பெண்களாகப் பிறக்கின்ற குழந்தைகள், பன்னிரண்டு வயது ஆகின்றபோது ஆண்களாக மாறுகின்றனர். டெஸ்டோஸ்டிரோன் ஹார்மோன் சுரப்புப் பற்றாக்குறையின் காரணமாக இது நிகழ்கிறது. இதேபோன்ற விஷயங்கள் வேறு சமூகங்களிலும் நிகழ்கின்றன.

ஆனால், தாங்கள் தவறான உடலில் பிறந்துவிட்டுள்ளதாக உணர்கின்ற மக்கள் பரவலாக இருக்கின்றனர். 'பிகமிங் நிக்கோல்'[2] என்ற புத்தகம் இதைப் பற்றி அருமையாக எடுத்துரைக்கிறது. அமெரிக்காவிலுள்ள ஒரு தம்பதியர் இரட்டை ஆண் குழந்தைகளைத் தத்தெடுப்பர். சிறு வயதிலிருந்தே அக்குழந்தைகளில் ஒன்று தான் ஒரு பெண் என்று கூறிக் கொண்டே இருக்கும். பின்னர் அக்குழந்தை வளர்ந்து ஒரு பெண்ணாகும். இன்று நிக்கோல் ஒரு நடிகையாகவும், மாற்றுப் பாலினத்தவரின் உரிமைகளுக்காகப் போராடுகின்ற ஒரு சமூகப்

2 Becoming Nicole: The inspiring story of transgender actor-activist Nicole Maines and her extraordinary family.

போராளியாகவும் மிளிர்ந்து கொண்டிருக்கிறார். இந்நூல் அவருடைய கதையையும் அவருடைய குடும்பத்தார் அவருக்கு ஆதரவாக இருப்பதையும் நெஞ்சை நெகிழ வைக்கும் விதத்தில் எடுத்துரைக்கிறது. இது மேற்கிற்குப் புதிது. மேற்கத்திய நாடுகளில் சமீபத்தில்தான் இது மக்களிடையே பரவலாக ஏற்றுக் கொள்ளப்பட்டு வருகிறது. உலகிலுள்ள மற்றச் சமூகங்கள் இதுபோன்ற விஷயங்களில் பரந்துபட்டக் கண்ணோட்டத்தைக் கொண்டிருக்கின்றன. தாய்லாந்து மற்றும் பிற தென்கிழக்காசிய நாடுகள் இதற்கான நல்ல எடுத்துக்காட்டுகள். நிக்கோலின் கதையில் இடம்பெற்றுள்ள மற்றொரு முக்கியமான அம்சம், அவரும் அவருடைய சகோதரனும் ஒத்த இரட்டையர் ஆவர். பிறந்தபோது அவர்கள் இருவரும் ஆண் குழந்தைகள் என்று பதிவு செய்யப்பட்டிருந்தனர். இரண்டு வயதிற்குப் பிறகுதான் அவர்களில் ஒருவர் பெண் என்று அடையாளம் காணப்பட்டனர். பால் பிரிவு மரபியல்ரீதியானது என்றால், ஒரே மரபணுத் தொகுதியைக் கொண்டிருந்த இந்த இரட்டையர் ஏன் ஒரே பாலினத்தைக் கொண்டிருக்கவில்லை என்ற கேள்வி எழலாம். அதற்கான ஒரு காரணம் 'மேல்மரபியல்' தொடர்பானதாக இருக்கலாம். உங்களுடைய மரபணு, சுற்றுச்சூழலோடு எவ்வாறு எதிர்வினை புரிகிறது என்பதைப் பற்றிய ஆய்வுதான் மேல்மரபியல். ஒத்த இரட்டையர், சுற்றுச்சூழலின் தாக்கம் காரணமாக ஒரே மாதிரி இல்லாமலிருக்கலாம். குறிப்பாகச் சில வேதிப்பொருட்கள் டிஎன்ஏவுடன் பல விதங்களில் எதிர்வினையாற்றுகின்றன. வெளிப்படையாகத் தெரியாத சில சுற்றுச்சூழல் காரணிகளும் வேறுபாடுகளை ஏற்படுத்தக்கூடும். இரட்டையரில் ஒருவர் நடுத்தர வர்க்கச் சூழலிலும் மற்றொருவர் ஒரு குகையில் சரியான ஊட்டச்சத்துகள் இல்லாமலும் வளர்க்கப்பட்டால், அவர்களுக்கு இடையில் பெரும் வேறுபாடுகள் தோன்றக்கூடும். மரபணுத் தொகுதியை ஒரு வீட்டின் கட்டுமான வரைபடம் என்று கருதலாம். அதே வரைபடத்தை அடிப்படையாகக் கொண்டு ஒரு கட்டடம் பனியின்மீதும், மற்றொன்று ஒரு மலையின்மீதும் கட்டப்படுவதாக வைத்துக் கொள்வோம். அப்போது அவை இரண்டும் வித்தியாசமாகக் காட்சியளிக்கும். ஒருவருடைய பாலியல்பைப் பொறுத்தவரை, அதில்

மரபியல் கூற்றோடு சேர்ந்து சுற்றுச்சூழல் கூற்றும் இருக்கும். நீங்கள் கர்ப்பமாக இருந்தபோது அன்னாசிப்பழம் சாப்பிட்டதோ அல்லது உங்களுடைய கைக்குழந்தையை 'லேடி காகா'வின் பாட்டுகளைப் பாடித் தூங்க வைத்ததோ இந்தச் சுற்றுச்சூழல் கூறுக்குள் வராது. துல்லியமாக அந்தச் சுற்றுச்சூழல் கூறு எது என்று தெரியாவிட்டாலும், கண்டிப்பாக அது பெற்றோரின் நடவடிக்கைகள் அல்ல என்று கூற முடியும். இங்கு வேறு ஏதோ நுட்பமான சுற்றுச்சூழல் கூறுகள் தாக்கம் ஏற்படுத்துகின்றன. இவற்றில் பல, மரபணுக்கள் சம்பந்தப்பட்டவையாக இருக்கலாம். உலகப் புகழ் பெற்ற 'மேட்ரிக்ஸ்' திரைப்பட வரிசைகளையும் வேறு சில பிரபலமான படங்களையும் எடுத்திருந்த லானா வச்சோவ்ஸ்கியும் லில்லி வச்சோவ்ஸ்கியும் சகோதரிகள். அவர்கள் பிறப்பால் ஆண்களாக இருந்தவர்கள். ஒத்த இரட்டையரில் ஒருவர் மாற்றுப் பாலினத்தவராக இருக்கும்போது, 20 சதவீத சமயங்களில், மற்றவரும் மாற்றுப் பாலினத்தவராகவே இருக்கிறார். அதாவது, ஒத்திருக்காத இரட்டையரோடு ஒப்பிடுகையில், ஒத்த இரட்டையர்களில் பெரும்பாலானோர் ஒரே பாலினத்தைச் சேர்ந்தவர்களாக இருக்கின்றனர். இதற்கு ஒரு பரம்பரை மரபணுக்கூறு காரணமாக இருக்கலாம்.

விலங்குகளிடம் தன்பாலின ஈர்ப்பு காணப்படுவது நூற்றுக்கணக்கான முறை ஆவணப்படுத்தப்பட்டுள்ளது. அவை அசாதாரணமானவையோ, இயல்பற்றவையோ, அல்லது பரவலாகக் காணப்படாதவையோ அல்ல. நான் என் கண்களால் பார்த்த அனுபவங்களில் ஒன்று இலங்கையில் ஏற்பட்டது. அங்குள்ள பாதுகாக்கப்பட்ட ஒரு வனப்பகுதியில், தன்பாலீர்ப்பு கொண்டிருந்த மூன்று ஆண் யானைகளை நான் பார்த்தேன். அச்சிறு யானைக் குழுவில் முப்பது, இருபது மற்றும் பத்து வயது யானைகள் இருந்தன. பொதுவாக ஆண் யானைகள் தனியாகவே அலையும். ஆனால், இந்த மூன்று ஆண் யானைகளும், வந்து . . . வந்து . . . 'தங்களுக்கு இடையேயான நேசத்தை' வெளிப்படையாக வெளிப்படுத்திக் கொண்டிருந்தன. பிறர் எப்படி இருக்கிறார்களோ அவர்களை அப்படியே ஏற்றுக் கொண்டு அவர்களிடம் இனிமையாகப் பழகுங்கள். உங்களிடமும் பிறர் அப்படிப் பழகுவார்கள் என்று நம்புங்கள்.

விலங்குகள் உலகில் தன்பாலின ஈர்ப்பு பரவலாகக் காணப்படுகிறது. ஆனால், அவற்றிடம், பால் பிரிவுகள், வெட்டு ஒன்று துண்டு இரண்டு என்ற ரீதியில் இருப்பதில்லை. இது குறித்துப் பரிணாம உயிரியலாளரான ஜெர்மி யோடர் என்னிடம் இவ்வாறு கூறினார்: "மருவிய பாலின அடையாளம் குறித்து மனித இனத்தில் இருப்பது போன்ற தெளிவான வரையறை விலங்குகள் உலகில் இல்லை. விலங்குகளைப் பொறுத்தவரை, இனச்சேர்க்கை தொடர்பான சங்கேத அழைப்புகள் மற்றும் சமூக நடத்தைகள் என்று வருகின்றபோது மட்டுமே பால் பிரிவு என்பது தலைதூக்குகிறது. விலங்குகள் விஷயத்தில் அவற்றின் பாலின வெளிப்பாடுகளை அர்த்தப்படுத்துவது எளிது. எடுத்துக்காட்டாக, ஓர் ஆண் யானை ஒரு பெண் யானையைப்போல நடந்து கொள்வதை கவனித்தாலேயே அது உங்களுக்கு விளங்கிவிடும். ஆனால், பெரும்பாலான நேரங்களில், ஒரு யானை வெறுமனே 'யானைத்தனமாக' நடந்து கொள்ளும். அதை வைத்து நீங்கள் அதன் பாலின நடத்தையைப் பிரித்தறிய முடியாது. அதனால், விலங்குகளின் உலகில், மனித உலகில் இருப்பது போன்ற ஆண், பெண் என்ற இருபாலினக் கருத்தைத் திணிக்க வேண்டிய அவசியமில்லை. அப்படிப்பட்ட ஒன்று அவற்றிடம் இல்லை. இது என்னை இப்படிக் கேள்வி எழுப்பத் தூண்டியது: நமக்கும் எதற்குப் பால் பிரிவுகள்? அப்படிப்பட்ட முத்திரைகளால் நமக்கு என்ன ஆதாயம் கிட்டுகிறது? யானைகளுக்கு அவை தேவைப்படுவதில்லை எனும்போது, நமக்கு மட்டும் அது எதற்கு?

நான் பதின்ம வயதில் இருந்தபோது, நியூயார்க் மீன் காட்சிச்சாலையில் வேலை பார்த்தேன். அப்போது அங்கு இரண்டு பெங்குயின்கள் இருந்தன. அவை ஒரே பால் பிரிவைச் சேர்ந்தவையாக இருந்தபோதிலும், ஜோடிகளாகவே கருதப்பட்டன. இந்த வழக்கம் பல மீன் காட்சிச்சாலைகளில் கடைபிடிக்கப்பட்டு வருகிறது. அப்படி இருக்கும்பட்சத்தில், அடைகாத்துப் பொறிப்பதற்கு அவற்றிடம் பெங்குயின் முட்டைகள் வழங்கப்படும். சில சமயங்களில், அவற்றுக்கு வேடிக்கையாகத் 'தன்பாலினத் திருமணங்களும்' நடத்தி வைக்கப்படும். மனிதப் பழக்கவழக்கங்களை அவற்றின்மீது திணிப்பதற்கு எந்த அவசியமும் இல்லை. அதே நேரத்தில், இயற்கையிலேயே

'கோட்' அணிந்துள்ளது போன்ற தோற்றத்தைக் கொண்டிருக்கின்ற பெங்குயின்களின் இப்படிப்பட்டத் திருமணங்கள் உண்மையிலேயே சுவாரசியமாக இருக்கும். அதோடு, தன்பாலினத் திருமணத்தின் சமூக ஏற்பிற்கு இவை உதவும். இது போன்ற நிகழ்வுகளால் யாருக்கும் எந்த பாதிப்பும் இல்லை. பலதரப்பட்டப் பாலியல்புகளைக் கொண்டிருக்கின்ற எந்தவொரு விலங்கினத்தின்மீதும், ஆண், பெண் என்ற இருமைப் பிரிவை நாம் திணிக்க வேண்டியதில்லை.

'தன்பாலின மரபணுத் தொகுதியியல்' என்ற துறை இப்போதுதான் வளர்ந்து கொண்டிருக்கிறது. 'தன்பாலின மரபணு' என்ற ஒன்று தனியாகக் கிடையாது. அறிவியலறிஞர்களாகிய நாங்கள் தேடிப் பார்த்துவிட்டோம். பின்னாளில் தன்பாலின நாட்டம் கொள்ளக்கூடிய வாய்ப்பிருக்கின்ற குறியீடுகளைக் கொண்டிருக்கின்ற பலவீனமான மரபணு அம்சங்கள் இருக்கலாம். ஆனால், இவை குறித்த ஆய்வுகளில் இறங்குவதற்குப் பலர் தயங்குகின்றனர். அவை சகிப்புத்தன்மையற்றப் போக்கு அதிகரிக்க வழிவகுத்துவிடக்கூடும் என்று அவர்கள் அஞ்சுகின்றனர். அல்லது, தன்பாலின வெறுப்பு மனநிலையுடைய பெற்றோர் இதை முன்கூட்டியே தெரிந்து கொண்டு, மரபணுத் திருத்தம் மேற்கொள்கின்ற தொழில்நுட்பத்தைப் பயன்படுத்தி இவற்றைச் 'சரிசெய்ய' முயலக்கூடும் என்றும் அவர்கள் பயப்படுகின்றனர். இது தொடர்பாக இதுவரை மேற்கொள்ளப்பட்டதிலேயே பெரிய ஆய்வு ஒன்றில், ஐந்து மரபுக் குறிப்பான்கள் அடையாளம் காணப்பட்டன. ஆனால், அவை ஆண்களுக்கும் பெண்களுக்கும் ஒன்றுபோல இருக்கவில்லை. அந்த மரபணுக்களுக்கும் தன்பாலீர்ப்பாளர்களின் நடத்தைகளுக்கும் இடையேயான தொடர்பு பலவீனமாக இருந்தது. இந்த ஆய்வின் அடிப்படையில் அமைந்துள்ளது என்ற முழக்கத்துடன் அறிமுகப்படுத்தப்பட்ட, "நீங்கள் எந்த அளவு தன்பாலினர்?" என்ற செயலியைப் போன்ற, கெடுநோக்குடன்கூடிய செயலிகள் உருவாவதை அது தடுத்து நிறுத்தவில்லை. இதில் கொடுமை என்னவென்றால், தன்பாலின உறவைத் தண்டனைக்குரிய ஒரு குற்றமாக ஆக்கியிருந்த நாடான உகான்டா இச்செயலியை விநியோகித்திருந்தது. பலவீனமான மரபுத் தொடர்புகளின்

அடிப்படையில் அமைகின்ற செயலிகள், எல்ஜிபிடி சமூகத்தின்மீது இன்னும் அதிகக் களங்க முத்திரைகளைக் குத்தத்தான் பயன்படும். இப்புதிய துறையில் இப்போதுதான் ஆய்வுகள் தொடங்கப்பட்டுள்ளன. நாம் மேலே பார்த்தது போன்ற ஆய்வுகள், எல்ஜிபிடி சமூகத்தின்மீது மேலும் சேற்றை வாரி இறைக்காமலும் அவர்களை மேலும் ஊக்கமிழக்கச் செய்யாமலும் இருக்க வேண்டியது அவசியம். மனிதர்களிடம் காணப்படுகின்ற சில குறிப்பிட்டப் பண்புகளின் மூலாதாரம் மரபணு தொடர்பானதே அன்றி, அவர்களுடைய தனிப்பட்ட 'விருப்பங்கள்' அல்லது 'தேர்ந்தெடுப்புகள்' தொடர்பானது அல்ல என்பதை நிரூபிப்பதன் மூலம், அவர்களின் சமூக ஏற்புடைமையை அதிகரிப்பது இந்த ஆய்வுகளின் நோக்கமாக இருக்கலாம். ஆனால், அதற்கு நேரெதிரான மோசமான பின்விளைவுகளை ஏற்படுத்தக்கூடிய ஆபத்து இதில் ஒளிந்திருக்கிறது.

மக்களின் வருவாய்க்கும் அவர்களுடைய கல்விச் சாதனைகளுக்கும் இடையே மரபுத் தொடர்புகள் ஏதேனும் இருக்கின்றனவா என்பதை அறிந்து கொள்ளவும் ஆய்வுகள் நடத்தப்பட்டன. இதுவும் ஆபத்தானதுதான். ஏழ்மை என்பது ஒரு பரம்பரைப் பண்பு என்ற கருத்து முன்பு நிலவியதால், ஏழைகள் வலுக்கட்டாயமாக மலடாக்கப்பட்டனர். இதனால்தான், அறிவியல் தகவல்களைச் சிறப்பான முறையில் மக்களுக்கு எடுத்துச் செல்கின்ற நபர்களுக்கான தேவை எழுகிறது. சிக்கலான சமூகப் பிரச்சனைகளை எளிமையாக மக்களிடம் எடுத்துச் சொல்கின்ற அறிவியலறிஞர்கள் பெரும் எண்ணிக்கையில் தேவைப்படுகின்றனர். அதனால்தான், அரிஸ்டாட்டில்கூட, தன் எழுத்துகளை இரண்டு விதமாகப் பிரித்தார். ஒன்று, சாதாரணக் குடிமக்களுக்கானது; மற்றொன்று, அறிஞர்களுக்கானது.

இதற்கும் பரிணாம வளர்ச்சிக்கும் என்ன தொடர்பு என்று நீங்கள் கேட்கலாம். தன்பாலின ஈர்ப்பை இயற்கை தேர்ந்தெடுப்புக் கோட்பாட்டை வைத்து எவ்வாறு விளக்குவீர்கள்? தன்பாலின ஜோடிகளால் சந்ததிகளை உருவாக்க முடியாது என்பதால், அவர்களால் தங்களுடைய பண்புகளை அடுத்தத் தலைமுறைக்குக் கடத்த முடியாது (இது குறித்து நடவடிக்கை எடுப்பதில் அறிவியல்

மும்முரமாக இருக்கிறது). மனச்சோர்வு, பதற்றம் மற்றும் பிற பரம்பரை நோய்களால் அவதிப்பட்டுக் கொண்டிருக்கின்ற ஆயிரக்கணக்கான மக்கள், குழந்தைகளைப் பெற்றுக் கொள்வதற்கு முன் தற்கொலை செய்து கொண்டபோது, இதுபோன்ற பரிணாம வளர்ச்சி தொடர்பான கேள்விகள் எதுவும் கேட்கப்படவில்லை. ஏனெனில், எல்ஜிபிடி சமூகத்தினர்மீது காட்டப்படுகின்ற வன்மத்துடன்கூடிய காழ்ப்புணர்ச்சி இவர்கள்மீது காட்டப்பட்டிருக்கவில்லை. இன்னொரு முக்கியமான விஷயம். தன்பாலின ஈர்ப்பு என்பது ஒரு நோயல்ல. ஆனால், திடீரென்று சிலர் அதிமேதாவிகளாக ஆகி, இயற்கை தேர்ந்தெடுப்பு வல்லுநர்களாக மிளிர்ந்து, இச்சமூகத்தினர்மீது தாங்கள் கொண்டிருக்கின்ற கண்மூடித்தனமான வெறுப்பை நியாயப்படுத்த டார்வினையே துணைக்கு அழைத்துக் கொள்ளத் துணிந்துள்ளனர். பரிணாமரீதியான பின்புலத்தில் தன்பாலின ஈர்ப்பு நடத்தை ஏன் இருக்கிறது என்ற கேள்வியை எழுப்புபவர்கள், பரிணாமக் கண்ணோட்டத்தில் 'இயல்பான' பாலின நடத்தை என்றால் என்ன என்று தெரியாமல் அப்படி உளறிக் கொண்டிருக்கின்றனர். மக்களை மரியாதையுடன் நடத்துவதற்கு உங்களுக்கு உயிரியல்ரீதியான விளக்கம் தேவையே இல்லை என்பதுதான் உண்மை.

மனிதர்களின் பாலியல் நாட்டத்திற்கும் பரிணாம வளர்ச்சிக்கும் இடையேயுள்ள தொடர்பு பற்றி ஆய்வுகள் நடத்துவது மிகவும் கடினம். ஏனெனில், மக்கட்தொகையில் 3.5 சதவீதத்தினர் தங்களைத் தன்பாலீர்ப்புடைய பெண், தன்பாலீர்ப்புடைய ஆண் மற்றும் இருபாலீர்ப்புடையவர் என்று சுயமாக அடையாளம் கண்டுகொண்டிருந்தாலும் (இந்தக் கணக்குப்படி அமெரிக்காவில் இச்சமூகத்தினர் 9 மில்லியன் பேரும், இந்தியாவில் 50 மில்லியன் பேரும்[3] இருக்கின்றனர்), தாங்கள் பாரபட்சமாக நடத்தப்படுவோம் என்ற பயத்தின் காரணமாக, அவர்கள் தங்களுடைய உண்மையான பாலியல் நாட்டத்தை வெளிப்படையாகக் கூற முன்வர மாட்டார்கள்.

---

3 இந்தியாவிலுள்ள எல்ஜிபிடி சமூகத்தினரின் வாழ்க்கையைப் பற்றியும் அவர்களுடைய வரலாற்றைப் பற்றியும் தெரிந்து கொள்ள நீங்கள் பர்மேஷ் ஷஹானியின் Queeristan என்ற நூலைப் படிக்கலாம்.

தன்பாலின நாட்டத்திற்கான ஒரு காரணம், தன்பாலின நாட்டம் தவிர, எதிர்பாலினத்தவர்மீதான நாட்டம் உட்பட, பலதரப்பட்டப் பாலின நாட்டம் கொண்ட நபர்கள், தங்களுடைய குழந்தைகளின் மூலமாக, இப்பண்புநலனை உள்ளடக்கியிருந்த மரபணுக்களை அடுத்தத் தலைமுறைக்குக் கடத்தியிருந்திருக்கலாம் என்ற ஒரு கருதுகோள் நடைமுறையில் இருக்கிறது. தன்பாலின நாட்டம் தொடர்பான மரபணுவைத் தன்னகத்தே கொண்டிருந்தும் தன்பாலினத்தவராக வாழாமல் ஒரு குடும்பஸ்தராக வாழ்ந்திருந்த சிலர், தங்களுடைய மரபணுக்களை அடுத்தத் தலைமுறைக்குக் கடத்தியிருந்திருக்கலாம். எடுத்துக்காட்டாக, தன்பாலின நாட்டம் கொண்டிருக்கின்ற ஆண்களின் நெருங்கிய பெண் உறவினர்கள் எதிர்பாலீர்ப்பாளர்களாக இருந்து, நிறையக் குழந்தைகளைப் பெற்றெடுத்து, அதன் மூலம் தங்களுடைய குடும்பத்திலிருந்த தன்பாலின நாட்டப் பண்புகளை அடுத்தத் தலைமுறைக்குக் கடத்தியிருக்கலாம்.

நாம் எல்ஜிபிடி சமுதாயம் குறித்து மேலும் கற்றுக் கொள்வதோடு, பிறருக்கும் அதைச் சொல்லிக் கொடுக்க வேண்டும். அனைவரையும் உள்ளடக்கிய ஒரு மொழியை நாம் பயன்படுத்த வேண்டும். சமீபத்திய அறிவியல் தகவல்களையும் நாம் அறிந்து வைத்துக் கொள்ள வேண்டும். அறிவியல் தகவல்கள் தவறாகத் திரிக்கப்பட்டு, எல்ஜிபிடி சமூகத்தினரின் சுதந்திரத்தை பாதிக்கின்ற மோசமான கொள்கைத் தீர்மானங்களுக்கு இட்டுச் செல்லாமல் நாம் பார்த்துக் கொள்ள வேண்டும்.

பாலியல் தேர்ந்தெடுப்பா? அல்லது வேறு ஏதாவதா?

நாம் இந்த நூலில் பல இடங்களில் பாலியல் தேர்ந்தெடுப்பு குறித்துப் பேசியுள்ளோம். சில உயிரினங்களில் ஒரு பாலினத்தைக் கவர்வதற்காக மற்றொரு பாலினம் உடல்ரீதியாகக் கவர்ச்சிகரமான அம்சங்களைக் கொண்டிருப்பதைப் பற்றிக் குறிப்பிடும்போது (எடுத்துக்காட்டு: மயிலின் அழகிய தோகை), பாலியல் தேர்ந்தெடுப்பு என்ற யோசனையை டார்வின் முன்வைத்தார். இது மயிலை இரையாகக் கொள்ளும் கொன்றுண்ணிகளுக்கு வெற்றிலை பாக்கு வைத்து

அழைப்பதாக இருக்கும் என்றாலும், பெண் மயில்களோடு உறவு கொள்வதற்கான வாய்ப்புகளை அவற்றுக்கு அதிகரிக்கும் என்று அவர் விளக்கினார். மனித இனத்தில் ஆணுக்கும் பெண்ணுக்கும் இடையேயுள்ள வேறுபாடுகளை விவரிப்பதற்கும் டார்வின் பாலியல் தேர்ந்தெடுப்பைப் பயன்படுத்தினார். அப்போது அவர், ஆணின் உடல்வாகு பெண்களைவிடப் பெரிதாக இருப்பதற்கான காரணம், ஆண்கள் பெண்களுக்காகப் போட்டி போடுகின்றபோது அவர்களுக்கு வலுவான, பெரிய உடல் தேவைப்பட்டது என்று குறிப்பிட்டுள்ளார்.

டார்வின் தன்னுடைய நூல்களில் இவ்வாறு எழுதியுள்ளார்:

> *பெண்களோடு ஒப்பிடுகையில், ஆண்களின் பெரிய உருவம், பரந்த தோள்கள், புடைத்தத் தசைகள், முரட்டுத்தனமான உடல், துணிச்சல், எப்போதும் மோதலுக்குத் தயாராக இருத்தல் போன்றவை அவனுடைய உயிர் பிழைத்திருத்தலுக்கு உதவியதோடு, மனைவியரைப் பெறுவதற்கான போட்டியிலும் கைகொடுத்தது. அதோடு, தோல்வியாளர்களைவிட அதிகமான வாரிசுகளை விட்டுச் செல்லவும் அது அவர்களுக்கு உதவியது.*

டார்வினின் இந்தக் கூற்று நாம் எதிர்பார்க்கின்ற அளவு விமர்சிக்கப்படவில்லை. சமீபத்தில், உயிரியல் மானுடவியலாளரான ஹோல்லி டன்ஸ்வொர்த், பெரிய உருவம் படைத்த முரட்டு ஆண்கள், சிறிய உருவம் கொண்ட சாதுவான பெண்கள் என்ற வழமையான விவரிப்புகள் தேவைப்படாத மாற்று விளக்கம் ஒன்றை அளித்தார். இதற்கு ஆண், பெண் இருவரின் உடல்களிலும் சுரக்கின்ற ஹார்மோன்களே காரணம் என்று அவர் ஒரே போடாகப் போட்டுவிட்டார். பெண்களிடம் சுரக்கின்ற எஸ்ட்ரோஜென் என்ற ஹார்மோன்தான் பெண்களுடைய சிறிய உருவத்திற்கும் அவர்களுடைய அகன்ற இடைக்கும் காரணம் என்று அவர் கூறினார்.

ஆனாலும், உயிரினங்களில் நாம் காண்கின்ற பல்வகைமையை விளக்குவதற்குப் பாலியல் தேர்ந்தெடுப்பு மிகவும் பயனுள்ளதாக விளங்குகிறது. குறைவான வளத்தைப் பெறுவதற்கு நிலவுகின்ற போட்டிதான் இதற்கு அடிப்படை (விந்தணுக்களின் அபரிமிதமான எண்ணிக்கையோடு

ஒப்பிடுகையில், சினைமுட்டைகளின் எண்ணிக்கை மிகவும் குறைவே). பாலியல் தேர்ந்தெடுப்பை நாம் பொதுவாக ஆண்களுக்கு இடையே நடைபெறுகின்ற போட்டி என்று வர்ணிக்கிறோம். ஆனால், அதைப் 'பெண்களின் தேர்ந்தெடுப்பு' என்ற கண்ணோட்டத்திலிருந்து விவரிப்பதுதான் பொருத்தமாக இருக்கும். குறைவான சினைமுட்டைகளை உருவாக்குகின்ற பெண்கள், அபரிமிதமாக விந்தணுக்களை உற்பத்தி செய்கின்ற ஆண்களில் தங்களுக்கு விருப்பமானவர்களைத் தேர்ந்தெடுக்கிறார்கள் என்று யோசித்துப் பாருங்கள். அதனால்தான், ஆண் பிறவிகள் அழகிய தோகைகளை வளர்த்துக் கொள்ள வேண்டியிருக்கிறது, அல்லது கவர்ச்சிகரமான உடல் நிறத்தைக் கொண்டிருக்க வேண்டியிருக்கிறது அல்லது அலங்காரங்களுடன்கூடிய கூடுகளைக் கட்ட வேண்டியிருக்கிறது. ஆமாம், சில நேரங்களில் தங்களுக்குள் அடித்துக் கொள்ளவும் வேண்டியிருக்கிறது. சில நேரங்களில், ஆண் இனங்கள் குறைவாக இருந்து, பெண்கள் அவர்களுக்காக அடித்துக் கொள்ள வேண்டிய சூழலும் நிலவுகிறது. அப்போது அவர்கள் தேர்ந்தெடுப்பாளர்களாக மாறிவிடுகின்றனர். எடுத்துக்காட்டாக, கடல் கொவிஞ்சி என்ற மீன்களில் ஆண் மீன்கள்தாம் கருவுற்ற முட்டைகளைத் தம்முடைய உடலிலுள்ள பைகளில் சுமந்து திரிய வேண்டும் என்பதால், அவை பெரிய உருவம் படைத்தப் பெண் மீன்களைத் தேர்ந்தெடுக்கின்றன. இதைப் போன்ற வேறு சில மீனினங்களும் கருவுற்ற முட்டைகளைப் பாதுகாக்கின்ற பொறுப்பை ஏற்றுக் கொள்கின்றன. பரிணாம விருட்சத்தின் பல்வகைமையை விளக்குவதற்குப் பாலியல் தேர்ந்தெடுப்பு ஓர் ஆற்றல்மிக்கக் கருவியாகும். பாலியல் தேர்ந்தெடுப்பு குறித்த நம்முடைய பாரபட்சக் கண்ணோட்டங்களால் குடை சாய்ந்துவிடாத ஒரு கண்ணோட்டத்தைக் கொண்டிருப்பது, பரிணாம உயிரியலில் அது வகிக்கின்ற பங்கு குறித்த நம்முடைய புரிதலை மேம்படுத்திக் கொள்ள நிச்சயமாக உதவும்.

நம்பிக்கையைக் கொண்டு பின்-எதார்த்தவாதத்தை எதிர்கொள்ளுதல்

நாம் இப்போது பின்-எதார்த்தவாத யுகத்தில் வாழ்ந்து கொண்டிருக்கிறோம். இப்போது, தாங்கள் விரும்பும் எதையும் எவர் வேண்டுமானாலும் சொல்லலாம். அவர்கள் கூறுவதை, சிலர், முக்கியமாக, அவர்களின் தொண்டர்கள், நம்புவர். பின்-எதார்த்தவாதத்தை எதார்த்தமான உண்மையைக் கொண்டு உங்களால் முறியடிக்க முடியாது. ஏனெனில், நம் அனைவருக்கும் நம்முடைய சொந்த உண்மைகள் இருக்கின்றன. நமக்குத் தேவை நம்பிக்கைதான். மக்கள் யார்மீது நம்பிக்கை வைக்கிறார்களோ அவர்களை அவர்கள் நம்புவர். நீங்கள் உங்களுடைய பெற்றோர்மீது நம்பிக்கை வைத்திருந்ததால், நீங்கள் கிறிஸ்துமஸ் தாத்தாவை நம்பினீர்கள். நீங்கள் ரொனால்டு ரீகன்மீது நம்பிக்கை வைத்திருந்ததால், நீங்கள் 'மேலிருந்து கீழ்நோக்கிக் கசிகின்ற பொருளாதாரத்தை' நம்பினீர்கள். ஓர் அறிவியலாளராக ஆவது எப்படி என்பதை, சொந்தமாக ஆய்ந்தறியவும் விஷயங்களை நானே கண்டறியவும் எனக்குக் கற்றுக் கொடுத்தவர்களிடமிருந்து நான் தெரிந்து கொண்டதால், நான் அறிவியலை நம்புகிறேன். அதை நடைமுறையில் கடைபிடித்ததன் மூலம், நான் அறிவியல் செயல்முறைகளின்மீது நம்பிக்கை வைக்கவும் கற்றுக் கொண்டேன்.

மனிதன் சந்திரனில் இறங்கினான் என்பதை நம்பாத ஒரு மாணவி என் வகுப்பில் இருந்தாள். மனிதன்

சந்திரனில் இறங்கியதற்கான அனைத்துத் தரவுகளையும் என்னால் அவளிடம் கொடுத்திருந்திருக்க முடியும். அல்லது, நாம் சந்திரனில் இறங்கியபோது விட்டு வந்திருந்த பிரதிபலிப்பான்களின் உதவியைக் கொண்டு, சந்திரனுக்கும் பூமிக்கும் இடையேயுள்ள தூரத்தை லேசரைக் கொண்டு நாம் எப்படித் துல்லியமாகக் கண்டுபிடித்துள்ளோம் என்பதை என்னால் அவளிடம் விளக்கியிருந்திருக்க முடியும். ஆனால், நான் அப்படி எதையும் செய்யவில்லை. ஏனெனில், அது அவளை நம்ப வைத்திருக்கும் என்று நான் நினைக்கவில்லை. நிலவில் மனிதன் கால் பதித்ததைக் காட்டுகின்ற வீடியோ ஒரு போலி என்று நம்புகின்ற ஒருவருக்கு அது தொடர்பாக எதைச் சொன்னாலும் அதுவும் போலியாகத்தான் தெரியும். நான் செய்ய வேண்டியது, அவளுடைய நம்பிக்கையை வென்றெடுக்க வேண்டும்; அவளுக்கு அறிவியல்மீது நம்பிக்கை பிறக்கும்படி செய்ய வேண்டும்; தற்போது கிடைத்துக் கொண்டிருக்கின்ற ஆய்வுத் தரவுகளைப் புரிந்து கொண்டு, அவளாகவே உண்மையை எப்படிக் கண்டுபிடிக்க வேண்டும் என்பதை அவளுக்குக் கற்றுக் கொடுக்க வேண்டும்; இவற்றின் விளைவாக, அவள் இறுதியில் அறிவியலின்மீது நம்பிக்கை கொள்ளும்படி செய்ய வேண்டும். இது போன்ற ஒரு நபரை எதிர்கொள்ளும்போது, நீங்களும் இதையே செய்யுங்கள். நீங்கள் என்னைப் போன்ற ஒருவரை எதிர்கொள்ளும்போது, அந்தப் பெண்ணைப்போல வகுப்பிலிருந்து வெளிநடப்பு செய்யாதீர்கள். நீங்கள் யார்மீது நம்பிக்கை வைத்திருக்கிறீர்கள் என்பதைப் பொறுத்து, மனிதன் சந்திரனில் இறங்கினான் என்பதை நீங்கள் நம்பக்கூடும், கொரோனா வைரஸ் மக்களைக் கொல்லக்கூடும் என்பதை நீங்கள் ஏற்றுக் கொள்ளக்கூடும்.

நான் என் வகுப்புகளில் எனக்குத் தெரிந்தவற்றை ஒப்புவித்துவிட்டு, என் மாணவர்கள் அதைத் தேர்வுத்தாள்களில் வாந்தியெடுக்க வேண்டும் என்று நான் எதிர்பார்ப்பதில்லை. அறிவியல் தகவல்களை எங்குத் தேட வேண்டும், எப்படி அவற்றைப் புரிந்து கொள்ள வேண்டும் என்பதை அவர்களுக்குக் காட்டி, அவர்கள் சொந்தமாகத் தங்களுடைய முடிவுகளை எட்டும்படி நான் செய்கிறேன். நீங்கள் ஒரு மாணவருக்கு ஓர் உண்மைத் தகவலைக் கற்றுக் கொடுத்தால், அதை அவர்கள் அதிகபட்சமாக ஒரு நாள் நினைவில் வைத்திருப்பர், அவ்வளவுதான்.

ஆனால், உண்மைத் தகவல்களை எப்படிக் கண்டுபிடிக்க வேண்டும் என்பதை நீங்கள் அவர்களுக்குக் கற்றுக் கொடுத்தால், அவர்கள் தங்கள் வாழ்நாள் முழுவதும் தங்களுக்குத் தாங்களே விஷயங்களைக் கற்றுக் கொடுத்துக் கொள்வார்கள். "ஒருவனுக்கு மீனைக் கொடுக்காதே, மீன் பிடிக்கக் கற்றுக் கொடு," என்ற, கேட்டுக் கேட்டுப் புளித்துப் போன கூற்றை இங்குச் சுட்டிக்காட்டுவது எனக்குக் கொஞ்சம் அசௌகரியமாகத்தான் இருக்கிறது. ஆனால், அது இங்கு மிகவும் பொருத்தமாக இருக்கிறது என்பதால் அதை என்னால் தவிர்க்க முடியவில்லை. ஒரு மாணவன் தானாகவே தேடிக் கண்டுபிடிக்கின்ற ஓர் உண்மைத் தகவல், நான் அவர்களிடம் கூறியிருக்கின்ற ஒன்றைவிட நூறு மடங்கு அதிக மதிப்பு வாய்ந்தது, அவன் நீண்டகாலம் தன் நினைவில் வைத்துக் கொள்ளக்கூடியது.

அறிவியலறிஞர்களாகிய நாங்களும் மனிதர்கள்தாம் என்பதால், நாங்களும் அபிப்பிராயக்காரர்கள்தாம். ஆனால், எங்களுடைய அபிப்பிராயங்களையும் பாகுபாட்டு எண்ணங்களையும் எங்களால் முடிந்த அளவு ஒதுக்கி வைத்துவிட்டு, தகவல்களைப் பேச அனுமதிக்க வேண்டியதுதான் எங்களுடைய வேலை. நான் இந்நூலின் துவக்கத்தில் குறிப்பிட்டிருந்ததுபோல, பரிணாம வளர்ச்சியைப் பற்றிப் பாடம் எடுத்தது, நம்பிக்கையின்மை காரணமாகத்தான் இக்கருத்து இப்போதும் சர்ச்சைக்குரிய ஒன்றாக இருந்து வருகிறது என்பதை எனக்குப் புரிய வைத்தது. மக்கள் உங்கள்மீதும் அறிவியல் சமூகத்தின்மீதும் நம்பிக்கை வைக்காதவரை, அவர்கள் உங்களுடைய தரவுகளை நம்ப மாட்டார்கள்.

அறிவியலறிஞர்கள் கச்சிதமானவர்கள் அல்லர். சில நேரங்களில், நம்பிக்கையை வென்றெடுப்பதைவிட உண்மையைப் பின்தொடர்ந்து செல்வது எங்களுக்கு அதிக எளிதாக இருக்கிறது. நாங்கள்தான் உண்மையின் ஏகபோக தர்மகர்த்தாக்கள் என்பதுபோலவும், அறிவியலறிஞர்கள் கேள்வி கேட்கப்படாமல் நம்பப்பட வேண்டும் என்பதுபோலவும் சிலர் எங்களை நடத்துகிறார்கள். ஆனால், சமூகத்திலுள்ள பிற துறைகளைப்போலவே, எங்களுக்கிடையிலும் சில புல்லுருவிகள் இருக்கின்றனர். சில அறிவியலறிஞர்கள் கடுமையான, நியாயமற்ற விமர்சனங்களை அள்ளி வீசுவதன் மூலம் பிறரை அறிவியல்

களத்திலிருந்து துரத்தியடிக்கின்றனர். தங்களைவிட இளையவர்களையும், சமூகத்தில் சரியான பிரதிநுதத்துவம் பெற்றிராத குழுக்களைச் சார்ந்தவர்களையும் அவர்கள் பந்தாடுகின்றனர். அறிவியலறிஞர்களாகிய நாங்கள் எங்களுக்கு இடையேயான கருத்துப் பரிமாற்றத் திறனை மேம்படுத்திக் கொள்ள வேண்டியிருக்கிறது. அதோடு, உள்ளூர் மக்களின் அறிவையும் பழங்குடியின மக்களின் ஞானத்தையும் சுரண்டி அதை எங்களுடையதுபோலக் காட்டிக் கொள்ளாமல், அவர்களையும் அறிவியலின் மடிக்குள் கொண்டுவர வேண்டிய அவசியமும் இருக்கிறது. ஆன்ட்ரியா ரீடு என்ற அறிவியலறிஞர் இதை 'இரு கண்களாலும் பார்த்தல்' என்று அழைக்கிறார். உள்ளூர் மக்களையும் அறிவியல் புலத்திற்குள் கொண்டுவருதல், 'அறிவியலில் பொதுசனத்தின் பங்கேற்பை ஊக்குவித்தல்' என்று கொண்டாடப்படுகிறது. அதோடு, இது அறிவியல்மீதும் அறிவியலறிஞர்கள்மீதும் பொதுமக்கள் வைத்திருக்கின்ற நம்பிக்கை அதிகரிக்கவும் உதவும். இதைவிட பூதாகரமான ஒரு பிரச்சனையும் இங்கு இருக்கிறது. செழிப்பான நாடுகளும் செழிப்பான மக்களும் மட்டுமே அறிவியலில் ஈடுபட்டுக் கொண்டிருக்கின்றனர் என்ற அப்பட்டமான உண்மைதான் அது. உள்ளூர் சமுதாயங்களுக்குப் பயன்படுகின்ற விதங்களில், அவர்கள் இருக்கின்ற இடங்களுக்கு அருகே கட்டடங்கள் போன்றவற்றைக் கட்டிக் கொடுத்து, அறிவியல் என்பது செல்வாக்கு படைத்தவர்களுக்கு மட்டுமானது அல்ல என்ற செய்தியை அவர்களிடம் கொண்டு சேர்க்க வேண்டும். அறிவியலில் அனைவரையும் உள்ளடக்கிய, அனைவரையும் இருகரம் கூப்பி வரவேற்கின்ற ஒரு சூழலை உருவாக்கவும், பல்வகைமையைப் படிக்கின்ற மற்றும் கற்றுக் கொடுக்கின்ற ஓரிடத்தில் பன்முகத்தன்மையை நிலைநிறுத்தவும் நாங்கள் தவறிவிட்டோம். அறிவைப் பரப்புவதற்கு முன், நாங்கள் நம்பிக்கையைச் சம்பாதிக்க வேண்டும்.

நம்பிக்கையை எப்படிச் சம்பாதிப்பது? எல்லோருக்கும் ஒன்றுபோலப் பயனளிக்கின்ற விதிப் புத்தகம் எதுவும் இருப்பதுபோலத் தெரியவில்லை. ஒரு நேரத்தில் ஒருவர் என்ற கணக்கில் நம்பிக்கையைப் பெறுவதற்கான முயற்சியில் இறங்குவதும், கருத்துப் பரிமாற்றத்தைச் சீரமைத்துக் கொள்வதும், பிறர் பேசுவதைக் காது

கொடுத்துக் கேட்பதும் கண்டிப்பாக உதவும். முக்கியமாக, பிறர் உங்கள்மீது நம்பிக்கை இழக்கும்படி செய்கின்ற காரியங்களில் ஒருபோதும் இறங்கிவிடாதீர்கள். ஏனெனில், இழந்த நம்பிக்கையை மீட்டெடுப்பது என்பது கிட்டதட்ட இயலாத காரியமாகும்.

எனக்குப் புதியவர்களைச் சந்திக்கப் பிடிக்கும். பிறர்மீது நம்பிக்கை வைப்பதற்கும் பிறருடைய நம்பிக்கையைப் பெறுவதற்கும் அது ஒரு நல்ல நுழைவாயில் என்று நான் கருதுகிறேன். அவர்கள் என்ன செய்கிறார்கள், எப்படி அங்கு வந்து சேர்ந்தார்கள் என்பதை அவர்களைப் பேசவிட்டு நான் கேட்டுக் கொண்டிருப்பேன். பாதுகாவலர்களில் இருந்து, வீடுமனை முகவர்கள், அப்பாக்கள், அம்மாக்கள், கோடீஸ்வரர்கள், வேலையில்லா பட்டதாரிகள்வரை சகலரையும் நான் சந்தித்துப் பேசியிருக்கிறேன். அவர்கள் தங்களுடைய பின்புலங்களைப் பற்றியும், தாங்கள் அனுபவித்தக் கஷ்டங்களைப் பற்றியும், தாங்கள் கொண்டிருக்கின்ற அபிலாஷைகளைப் பற்றியும் பேசுவதைக் கவனமாகக் கேட்டுக் கொண்டிருப்பது, ஒருவருக்கொருவர் பரஸ்பரம் நம்பிக்கை கொள்ள உதவும். குறிப்பாக, நீங்கள் திறந்த மனத்துடனும் பரந்த இதயத்துடனும் இருப்பதைத் தேர்ந்தெடுக்கும்போது, அது வெகுவாக உதவும்.

நான் சந்திக்கின்ற நபர்கள், சில நேரங்களில், நான் என்ன செய்கிறேன் என்று கேட்பதுண்டு. அப்போது நான் அவர்களிடம், “நான் இரட்டைக் குழந்தைகளின் பாசமிக்க அப்பா, ஓர் அன்பான கணவன், பரிணாம உயிரியலைக் கற்றுக் கொடுக்கின்ற ஒரு பேராசிரியர், லூயிசியானா அரசுப் பல்கலைக்கழகத்தின் ஒரு மீன் காப்பாளர்,” என்று என்னை அறிமுகப்படுத்திக் கொள்வேன். பின் எங்களுடைய பேச்சு, விளையாட்டு, வானிலை என்று போகும். ஒரு கட்டத்தில் அவர்கள் என்னிடம், “மீன் காப்பாளர் என்றால் என்ன?” என்று கேட்பர். எப்போதாவது சில நேரங்களில், “பரிணாம வளர்ச்சி என்பது ஒரு கோட்பாடு, அவ்வளவுதானே?” என்று அவர்களில் யாராவது வினவுவதுண்டு. அதற்கான என் விளக்கம் அவர்களைத் திருப்திப்படுத்தாதிருக்கும்போது, அவர்கள் வார்த்தைப் போரில் இறங்குவர். அதையடுத்து எங்களுடைய உரையாடல் அடுத்தப் பகுதியில் நான் குறிப்பிட்டுள்ளதுபோலத் தொடரும். இதுபோன்ற உரையாடல்களின்போது, நான் பிறருடைய மனத்தை

மாற்ற முயல்வதில்லை. அவர்கள் மதச் சார்புடைய ஒரு பின்னணியிலிருந்து வந்திருந்தால், மதத்திற்கும் கடவுளுக்கும் முழுமையாக முழுக்குப் போடாமல், பரிணாம வளர்ச்சி என்பது உயிரினங்களின் தோற்றத்தைப் பற்றியது என்பதை அவர்களால் ஒருக்காலும் ஏற்றுக் கொள்ள முடியாது. அது எனக்கும் பொருந்தும். அறிவியலை முற்றிலும் தூக்கியெறியாமல், மனிதனைக் கடவுள் படைத்தார் என்பதை என்னால் ஏற்றுக் கொள்ள முடியாது. நான் பிறருடைய நம்பிக்கையைச் சம்பாதிக்க விரும்புகின்றபோது, நான் மூர்க்கத்தனமாக முன்னேறித் தாக்க மாட்டேன். எது பரிணாமம், எது பரிணாமம் அல்ல என்று ஓர் ஆசிரியர் ஒரு மாணவனுக்குப் பாடம் எடுப்பதைப்போல மென்மையாக விளக்க முயல்வேன். நான் எவருக்கும் அறிவியல் கருத்துகளைப் பிரசங்கம் செய்வதில்லை. என்னைப் பொறுத்தவரை, நான் பேசிக் கொண்டிருக்கும் நபர் அறிவியலைப் புரிந்து கொள்ளாவிட்டால் எதுவும் குடிமுழுகிப் போய்விடாது. அவர்கள் புரிந்து கொள்ள வேண்டும் என்று நான் ஆசைப்படுவேன். எங்கள் இருவருக்கும் இடையே ஒரு பொதுவான தளத்தை உருவாக்கிக் கொள்ள நான் முயற்சிப்பேன். நான் ஒருபோதும் காரசாரமான விவாதத்திற்குள் இறங்க மாட்டேன். அவர்களுடைய நம்பிக்கையைப் பெற நிச்சயமாக நான் முயல்வேன். அடுத்தப் பகுதியில் நான் கொடுத்திருக்கும் ஒரு கற்பனையான உரையாடல், என்னுடைய உரையாடல்களின் ஒரு மாதிரி. அதில் இடம்பெற்றிருக்கும் கேள்விகள், பல ஆண்டுகளின் ஊடாக என்னிடம் கேட்கப்பட்டிருந்த உண்மையான கேள்விகள்.

படைப்புவாதக் கண்ணோட்ட நம்பிக்கையாளர் ஒருவருடன் ஓர் உரையாடல்

உரையாடல்கள் நான் கீழே எழுதியுள்ளதைப்போல நடந்தால் எவ்வளவு நன்றாக இருக்கும். இப்போதெல்லாம், ஒருவர் பேசிக் கொண்டிருக்கும்போது, அவர் தன் பேச்சை முழுமையாக முடிக்க அவருடன் பேசிக் கொண்டிருப்பவர் அனுமதிப்பதில்லை. அவர்கள் பாதியிலேயே குறுக்கிடப்படுவார்கள்.

நான் இங்குக் கொடுத்துள்ளது ஒரு கற்பனையான உரையாடல்தான். இதில் இடம்பெற்றுள்ள 'ஜோ' ஒரு சராசரி அமெரிக்கக் குடிமகன். நான் அவருடன் உரையாடுகிறேன். ஆனால், இங்கு என்னை நான், உண்மையில் இருப்பதைவிடத் தெளிவாகப் பேசக்கூடிய ஒருவனாகக் காட்டியுள்ளேன். நாங்கள் இருவரும் அமைதியான ஒரு மதுவிடுதியில் சந்தித்துக் கொள்கிறோம். அங்கிருக்கின்ற தொலைக்காட்சியில் பேஸ்பால் ஒளிபரப்பு ஒன்றைப் பார்த்துவிட்டு, நாங்கள் பரஸ்பரம் வணக்கங்களைப் பரிமாறிக் கொண்டு, எங்களை அறிமுகம் செய்து கொள்கிறோம். பேச்சு சாதாரணமான விஷயங்களை நோக்கித் திரும்புகிறது. சில நிமிடங்களுக்கு முன்பு எங்கள் உரையாடலின்போது, நான் என்ன வேலையில் இருந்தேன் என்று கேட்டிருந்த ஜோ, அதைப் பற்றிய தன்னுடைய கருத்தைத் தெரிவிக்கத் தவித்துக் கொண்டிருந்தார். எங்களுடைய உரையாடல் இப்படிச் சென்றது:

ஜோ: உம். . . பரிணாம வளர்ச்சி என்பது ஒரு வெறும் கோட்பாடு, அவ்வளவுதானே?

நான்: நேர்மையாகக் கூற வேண்டுமென்றால், பரிணாம வளர்ச்சி என்பது ஒரு வெறும் கோட்பாடு அல்ல. பரிணாம வளர்ச்சி என்பது ஓர் உண்மை. அது தொடர்பாக அறிவியலறிஞர்களாகிய நாங்கள் இதுவரை மேற்கொண்டிருந்த அவதானிப்புகள் அனைத்தும், பூமியில் உயிரினங்கள் ஒன்றிலிருந்து ஒன்று பரிணாம வளர்ச்சி அடைந்துள்ளன என்ற உண்மையையே சுட்டிக்காட்டுகின்றன. அவை அனைத்தும் 4 பில்லியன் ஆண்டுகளுக்கு முன், ஓர் ஒற்றை மூலாதாரத்திலிருந்து தோன்றியுள்ளன. நமக்குக் கிடைத்துள்ள புதைபடிமங்கள், அனைத்து உயிரினங்களும் பகிர்ந்து கொள்கின்ற டிஎன்ஏ, நம்முடைய கைகள், கால்கள் மற்றும் பிற உடல் உறுப்புகளில் ஏற்பட்டுள்ள மாற்றங்கள் போன்ற அனைத்தும் அதைத்தான் நமக்கு நிரூபிக்கின்றன.

ஜோ: அப்படியானால், அது ஏன் பரிணாம வளர்ச்சிக் 'கோட்பாடு' என்று அழைக்கப்படுகிறது?

நான்: சரியாகச் சொல்ல வேண்டுமென்றால், பரிணாம வளர்ச்சி குறித்துப் பல கோட்பாடுகள் இருக்கின்றன. பரிணாம வளர்ச்சி குறித்து மக்களிடம் பிரபலமாக இருக்கின்ற கோட்பாட்டிற்கு 'இயற்கை தேர்ந்தெடுப்புக் கோட்பாடு' என்று பெயர். சார்லஸ் டார்வின் கண்டுபிடித்தது அதுதான். வேறு சில கோட்பாடுகளும் இருக்கின்றன. அவற்றில் சில சரியாகவும், சில தவறாகவும் இருக்கின்றன. பரிணாம வளர்ச்சி எப்படி வேலை செய்கிறது என்பதில்தான் அவற்றுக்கு இடையே முரண்பாடுகள் இருந்தனவே ஒழிய, உலகில் உயிரினங்கள் படிப்படியாக வளர்ச்சியடைந்தன என்ற உண்மையை அவை அனைத்தும் ஏற்றுக் கொண்டுள்ளன.

ஜோ: டார்வினின் இயற்கை தேர்ந்தெடுப்புக் கோட்பாட்டில் அப்படியென்ன விஷேசம் இருக்கிறது? அது ஏன் 'கோட்பாடு' என்று அழைக்கப்படுகிறது?

நான்: ‘கோட்பாடு’ என்ற சொல்லை நீங்களும் நானும் வெவ்வேறு அர்த்தங்களில் புரிந்து கொண்டிருக்கிறோம் என்று நான் நினைக்கிறேன். பொதுமக்கள் தங்களுடைய அன்றாட வழக்கில் வேறுபடுத்திப் பார்ப்பதுபோல, ‘கோட்பாடு’, ‘விதி, ‘உண்மை’ போன்ற சொற்களை அறிவியலறிஞர்கள் வேறுபடுத்திப் பார்ப்பதில்லை. அவர்களைப் பொறுத்தவரை, ‘கோட்பாடு’ என்று ஒன்றை அழைப்பதால், அது நிரூபிக்கப்படாத ஒன்றாக ஆகிவிடுவதில்லை. அதனால்தான், நான் மதுவிடுதியில் குடித்துக் கொண்டு பேசிக் கொண்டிருக்கும்போது, ‘உண்மைத் தகவல்’ என்ற சொல்லையே பயன்படுத்துகிறேன். அதற்காக, நான் தினமும் மதுவிடுதிக்கு வருகிறேன் என்று அர்த்தமில்லை. சில நேரங்களில் நான் வீட்டிலும் குடிப்பேன்.

ஜோ: ஓ! நானும் அப்படித்தான். இன்னும் எனக்குச் சரியாகப் பிடிபடவில்லை. நாம் எங்கிருந்து வந்தோம் என்று நீங்கள் நினைக்கிறீர்கள்?

நான்: நாம் மனிதர்கள். அதன்படி பார்த்தால், நாம் மனிதக்குரங்குகள், பாலூட்டிகள், மற்றும் முதுகெலும்பிகள். பரிணாம விருட்சத்தில் நாம் ஒரு சிறிய கொப்பு, அவ்வளவுதான்.

ஜோ: அது என்ன பரிணாம விருட்சம்?

நான்: பரிணாம விருட்சம் என்பது இந்த உலகில் இதுவரை தோன்றியிருந்த அனைத்து உயிரினங்களையும், அற்றுவிட்ட இனங்கள் உட்பட, ஒரு மரத்தின் கிளைகளாகச் சித்தரிக்கின்ற ஒரு வரைபடம் என்று வைத்துக் கொள்ளுங்களேன். அதோடு, உயிரினங்கள் ஒன்றோடொன்று எப்படித் தொடர்புடையவை என்பதையும் பரிணாம விருட்சம் விளக்கும். நாம் மனிதக்குரங்குகள். ஏனெனில், பரிணாம விருட்சத்தில் மனிதக்குரங்குகளுக்கான கிளையில்தான் நாமும் இருக்கிறோம்.

ஜோ: ஆனால், இதை என்னால் சீரணித்துக் கொள்ள முடியவில்லை. நம்மை ஏன் மனிதக்குரங்குகளோடு சேர்க்க வேண்டும்? என் முதுகில் கொஞ்சம் அடர்த்தியாக முடி இருக்கிறது என்பது உண்மைதான். ஆனாலும், நான் ஒரு கொரில்லாவிலிருந்து வந்தேன் என்று நான் நினைக்கவில்லை.

நான்: இந்தத் தகவலை என்னுடன் பகிர்ந்து கொண்டதற்கு நன்றி, ஜோ. [நான் அங்கிருந்த காகிதக் கைக்குட்டை ஒன்றை எடுத்து, அதில் முதனிகளின் வரைபடம் ஒன்றை வரைந்தேன் (படம் 4ஐப்போல).] நாம் கொரில்லாவிலிருந்து வரவில்லை. ஆனால், நாம் அனைவரும் மனிதக்குரங்குகள்தாம். சில மில்லியன் ஆண்டுகளுக்கு முன், நமக்கும் சிம்பன்சிக்கும் ஒரே மூதாதையர் இருந்துள்ளனர். இப்போது உயிருடன் இருக்கின்ற உயிரினங்களில் நமக்கு மிகவும் நெருக்கமான உறவினர் திருவாளர் சிம்பன்சிதான். ஆனால், சிம்பன்சியைவிட இன்னும் அதிக நெருக்கமாக இருந்த வேறு சில 'மனித' இனங்கள் இப்போது இல்லை. அவை அழிந்துவிட்டன. அவை இப்போது உயிருடன் இருந்தால், நமக்கும் மனிதக்குரங்குகளுக்கும் இடைப்பட்ட இடையினமாக அவை இருந்திருப்பதை உங்களால் எளிதாக அடையாளம் கண்டுகொள்ள முடியும். ஜோ, நாம் எங்கிருந்து வந்தோம் என்று நீங்கள் நினைக்கிறீர்கள்?

ஜோ: ஓ! அது எளிது. நான் கடவுளின் பிம்பமாகப் படைக்கப்பட்டவன். [இப்படிக் கூறிவிட்டு, அவர் தன்னுடைய மதத்தின் புனித நூலிலிருந்து ஒரு பத்தியை ஒப்பிக்கிறார்.] சரி, நீங்கள் என்ன மதம்?

நான்: உங்களுக்கு ஆட்சேபனை இல்லையெனில், நான் என்னுடைய மத நம்பிக்கைகளை நம்முடைய இந்த உரையாடலுக்குள் கொண்டுவராமல் தனியாக வைத்துக் கொள்ள விரும்புகிறேன். நீங்கள் பரிணாம வளர்ச்சியைப் பற்றிப் பேச்செடுத்ததால், நாம் எப்படித் தோன்றினோம் என்பதைப் பற்றி விவாதிப்பதோடு நாம் நிறுத்திக் கொள்ளலாம் என்று நான் நினைக்கிறேன்.

ஜோ: *[சிறிது பீரை அருந்திவிட்டுத் தொலைக்காட்சியைப் பார்க்கிறார். பின்னர் தொடர்ந்து பேசுகிறார்.]* நீங்கள் இப்போது கூறுவதெல்லாம் மனிதக் கண்ணோட்டம்தானே? நீங்கள் சொன்ன சில மில்லியன் ஆண்டுகளுக்கு முன்னால் நாம் இருக்கவில்லையே! நமக்குக் கிடைத்துள்ள பழைய எலும்புகளுக்கு அர்த்தத்தைக் கொடுக்கின்ற விதத்தில் ஒரு கதையை நாம் உருவாக்கிக் கொண்டோம், அவ்வளவுதான். அந்தப் புதைபடிம மனிதர்கள் இந்த பூமியில் நடந்து கொண்டிருந்ததை எவருமே பார்த்திருக்கவில்லை என்பதுதானே உண்மை?

நான்: ஆமாம். மனிதர்களாகிய நாம் மிக நீண்டகாலத்திற்கு அதைத்தான் செய்து கொண்டிருந்தோம். கடந்தகாலத்திலிருந்து நமக்குக் கிடைத்தவற்றைக் கொண்டு கதைகளை உருவாக்கிக் கொண்டிருந்தோம். ‘கடவுள் தன்னுடைய வடிவில் மனிதனைப் படைத்தார். மனிதன் தன் வடிவில் கடவுளைப் படைத்தான்,’ என்பதும் அக்கதைகளில் ஒன்று.

ஜோ: அப்படியானால், நான் கூறியது சரியென்று நீங்கள் சொல்கிறீர்களா?

நான்: நீங்கள் கூறுவது சரி என்றோ அல்லது தவறு என்றோ கூற நான் வரவில்லை. ஆனால், நாம் முன்னேறியபோது, நம்முடைய கடந்தகாலக் கதைகளைச் சோதித்து உண்மையை அறிய நவீனக் கருவிகளை நாம் கண்டுபிடித்தோம். பரிணாம விருட்சத்தில் நாம் எங்கு இருக்கிறோம் என்பதைக் கண்டறிய டிஎன்ஏ சோதனையைப் பயன்படுத்தும் அளவுக்கு இப்போது நாம் முன்னேறியுள்ளோம். நமக்குக் கிடைத்துள்ள மனித இனங்களின் எலும்புகளையும் மனிதக்குரங்குகளின் எலும்புகளையும் நம்மால் இப்போது துல்லியமாக ஒப்பிட்டுப் பார்க்க முடியும். நியான்டர்தால், டெனிசோவன் போன்ற அற்றுவிட்ட இனங்களின் டிஎன்ஏக்களைக்கூட நாம் சேகரித்துள்ளோம்.

ஜோ: *நீங்கள் கதைவிடுகிறீர்கள், அப்படித்தானே? புதைபடிமங்களிலிருந்து எப்படி உங்களால் டிஎன்ஏவைப் பெற முடியும்?*

நான்: *மறைந்து போய்விட்ட மனித இனங்களைச் சேர்ந்தவர்களில் சிலர் குகைகளில் வாழ்ந்துள்ளனர்.*

ஜோ: *பின்லேடனைப்போலவா? [இவ்வாறு கூறிவிட்டு அவர் என்னைப் பார்த்துப் புன்னகைக்கிறார்.]*

நான்: *ஆமாம். [நானும் அவருடன் சேர்ந்து சிரிக்கிறேன்.] அந்தக் குகைகளில் வாழ்ந்திருந்த மனித இனத்தவரின் எலும்புகள் பாறைப் படிமங்களாக மாறியிருக்கவில்லை. குகைக்குள் இருந்ததால் அவை முழுமையாக மக்கிப் போயிருக்கவில்லை. அவற்றிலிருந்து நம்மால் டிஎன்ஏக்களை எடுக்க முடிந்தது. அதை வைத்துத்தான், ஐரோப்பிய மூதாதையரைக் கொண்டுள்ளவர்கள் 2 சதவீத நியான்டர்தால் டிஎன்ஏக்களையும், ஆசிய மூதாதையரைக் கொண்டிருந்தவர்கள் அதிகமான டெனிசோவன் டிஎன்ஏக்களையும் கொண்டுள்ளனர் என்பதையும் நம்மால் அறிய முடிந்தது. ஆமாம், ஜோ, நீங்கள் இந்த டிஎன்ஏ சோதனையைச் செய்திருக்கிறீர்களா?*

ஜோ: *இல்லை. செய்யலாம் என்றிருக்கிறேன். ஆனால், நான் 100 சதவீதம் அமெரிக்கன் என்பதை ஏற்கனவே நான் அறிவேன்.*

நான்: *ஆமாம். அது சரிதான். [என் கோப்பையை உயர்த்தி, 'அமெரிக்கா! அமெரிக்கா!' என்று நான் கூச்சலிடுகிறேன். அங்கிருந்த மற்றவர்கள் திடுக்கிட்டு எங்களைத் திரும்பிப் பார்க்கின்றனர். நான் கனடாவில் பிறந்தவன் என்பதை நான் ஜோவிடம் கூறவில்லை.] இயற்கையில் சில முரண்பாடுகள் இருக்கின்றன. பொதுவாக, மனிதனிடம்தான் அதிகமான டிஎன்ஏக்கள் இருக்கின்றன என்று மக்கள் நினைத்துக் கொண்டிருக்கின்றனர். ஆனால், அது உண்மையல்ல. நம்முடைய ஒரே ஓர் உயிரணுவிலுள்ள டிஎன்ஏக்களை எடுத்து அவற்றை ஒன்றின்மீது ஒன்றாக அடுக்கி*

வைத்தால், அது நம் உயரத்திற்கு வரும். ஆனால், ஒற்றை உயிரணுவைக் கொண்டிருக்கும் அமீபாவின் டிஎன்ஏவை எடுத்து அடுக்கினால், அது ஒரு பெரிய கட்டடத்தின் உயரத்திற்கு இருக்கும். நெல், எலி, மற்றும் சில ஒட்டுண்ணிகளிடம் நம்மைவிட அதிகமான மரபணுக்கள் இருக்கின்றன. இது விநோதம்தான்.

ஜோ: அப்படியானால், அட்டை போன்ற ஒரு பூச்சியோடு ஒப்பிடுகையில் நம்முடைய டிஎன்ஏ அந்த அளவு சிக்கலானதல்ல என்று கூறுகிறீர்களா? சரி. இயற்கை தேர்ந்தெடுப்பு மூலமாகப் பரிணாம வளர்ச்சி அடைந்த ஓர் உயிரினத்தை உங்களால் கூற முடியுமா?

நான்: நீங்களும் நானும். இதற்காக நாம் பல உயிரினங்களுடன் முண்டியடிக்க வேண்டியிருந்தது, குறிப்பாக, பிற மனித இனங்களுடன். நம்முடைய பெரிய மூளைக்கும் மேம்பட்ட மொழித்திறனுக்கும் அதுதான் காரணமாக இருக்க வேண்டும். நம்மிடம் உள்ளார்ந்த நிலையில் இருக்கின்ற, நம்மைவிட மேம்பட்ட ஒரு சக்திமீதான நம்பிக்கைக்கும் ஒருவேளை அது காரணமாக இருக்கலாம்.

ஜோ: நம்முடைய இறைநம்பிக்கையின் காரணமாகத்தான் நாம் மற்ற உயிரினங்களை முறியடித்தோம் என்று நீங்கள் கூறுகிறீர்களா?

நான்: ஒரு குறிப்பிட்டக் கடவுள் அல்லது ஒரு கொத்துக் கடவுள்கள்மீதான நம்பிக்கை அல்ல. ஆனால், பெரும் எண்ணிக்கையில் நாம் நமக்குள் பகிர்ந்து கொண்டுள்ள பொதுவான நம்பிக்கை அமைப்புமுறை, பிற மனிதக் குழுக்கள்மீது நாம் ஆதிக்கம் செலுத்த உதவியிருந்திருக்கலாம். அந்தப் பிற மனிதக் குழுக்கள் நம்மோடு ஒப்பிடுகையில் சிறியவையாக இருந்திருக்கலாம். இப்போது நாம் நம்மைவிட வலுவானவற்றோடு எளிதாகப் போரிட்டுக் கொண்டிருக்கிறோம். பரிணாம வளர்ச்சிக் கோட்பாடுகளில் அதுவும் ஒன்று என்று வைத்துக் கொள்ளலாம்.

ஜோ: இவற்றையெல்லாம் நீங்கள் கல்லூரி மாணவர்களுக்குச் சொல்லிக் கொடுக்கிறீர்களா?

நான்: நான் இந்த யோசனைகளை அவர்கள் முன் வைக்கிறேன். இதற்கு ஆதரவாக நான் என்னால் முடிந்த அளவு ஆதாரங்களையும் அவர்களுக்குக் கொடுக்கிறேன். ஆனால், தங்களுடைய சொந்த முடிவுக்கு அவர்கள் வர நான் அவர்களை அனுமதிக்கிறேன். நான் கூறுவதை நம்புங்கள் என்று நான் அவர்களிடம் கூறுவதில்லை. அவர்களுக்கு எது பிடித்திருக்கிறதோ அதை அவர்கள் நம்பலாம். தற்போது கிடைத்துக் கொண்டிருக்கின்ற அறிவியல் தகவல்களை அவர்களுக்குக் கற்றுக் கொடுப்பதும், அவற்றுக்கான ஆதாரங்களை அவர்களே எப்படித் தேடிக் கண்டுபிடிப்பது என்பதை அவர்களுக்குக் காட்டுவதும்தான் என் வேலை.

ஜோ: அறிவியல் ஆதாரங்களை எப்படித் தேடிக் கண்டுபிடிப்பது?

நான்: நீங்கள் இப்படிக் கேட்டது குறித்து எனக்கு மகிழ்ச்சி. உங்களுடைய அலைபேசியை வெளியே எடுங்கள். நான் காட்டுகிறேன்.

[ஜோ தன் அலைபேசியை வெளியே எடுக்கிறார். GoogleScholar.com தளத்திற்குச் சென்று, 'human evolution', 'natural selection' என்று தட்டச்சு செய்யுமாறு நான் அவரிடம் கூறுகிறேன். அதில் இடம்பெற்றிருக்கும் கட்டுரைகளை எப்படி அலசி ஆராய வேண்டும் என்பதையும் நான் அவருக்குச் சுருக்கமாகக் கற்றுக் கொடுக்கிறேன். பின்னர் என்னுடைய முகவரி அட்டையை எடுத்து அவரிடம் கொடுத்து, அவருக்கு மேலும் தகவல் ஏதேனும் தேவைப்பட்டால் என்னைத் தொடர்பு கொள்ளும்படி நான் அவரிடம் கூறுகிறேன். பின்னர் என்னுடைய சமீபத்திய புத்தகமான 'பரிணாமத்தின் ஊடாக வாழ்க்கையின் விளக்கம்' நூலுக்கான தள்ளுபடி கூப்பன் ஒன்றையும் நான் அவரிடம் கொடுக்கிறேன். பரிணாம வளர்ச்சியின் அடிப்படைகளைப் புரிந்து கொள்ள அப்புத்தகம் உதவும் என்று நான் நம்புவதாக அவரிடம் தெரிவிக்கிறேன்.]

முடிவுரை

'பரிணாமத்தின் ஊடாக வாழ்க்கையின் விளக்கம்' என்ற இந்நூலின் தலைப்பில் இடம்பெற்றுள்ள 'வாழ்க்கை' என்ற வார்த்தையை நான் இரண்டு அர்த்தங்களில் பயன்படுத்தியுள்ளேன். ஒன்று, மொத்த உயிரினங்களின் வாழ்க்கை. மற்றொன்று, தனிப்பட்ட மனித வாழ்க்கை. அதனால், சட்டென்று ஒரு நொடியில் மறைந்துவிடக்கூடிய விதத்தில் இருக்கின்ற நம்முடைய வாழ்க்கையைப் பற்றி நாம் சிந்தித்துக் கொண்டிருக்கின்ற 'கொரோனா காலகட்டத்தில்' இதை நான் எழுதி முடிப்பது ஒருவிதத்தில் பொருத்தம்தான். *2020* ஆகஸ்ட் *10* அன்று, அமெரிக்க முன்னாள் அதிபர் டொனால்டு டிரம்ப், கொரோனா வைரஸ் தொடர்பாக இவ்வாறு கருத்துத் தெரிவித்திருந்தார்: "இது ஒரு புத்திசாலி எதிரி. 'பாக்டீரிய எதிர்ப்பிகள்' போன்ற மருந்துகளை அவர்கள் கண்டுபிடிக்கிறார்கள். முன்பெல்லாம் பாக்டீரிய எதிர்ப்பிகள் எல்லா பிரச்சனைகளையும் தீர்த்து வைக்கும். இன்று உலகிலுள்ள மிகப் பெரிய பிரச்சனை, கிருமிகள் புத்திசாலிகளாகியுள்ளதுதான். அவற்றோடு பாக்டீரிய எதிர்ப்பிகளால் போட்டி போட முடியவில்லை." நானும் டிரம்பும் நியூயார்க் நகரவாசிகள். நான் ஓர் உயிரியலாளன். அவர் ஒரு தொழிலதிபர். அதனால், என்னளவுக்கு அவரும் உயிரியலைத் தெரிந்து வைத்திருக்க வேண்டும் என்று நான் எதிர்பார்க்கவில்லை. ஆனால், பாக்டீரிய எதிர்ப்பிகள், பாக்டீரியாக்களால் ஏற்படுகின்ற தொற்றுகளுக்கு எதிராக மட்டுமே வேலை செய்யும் என்பதையும், வைரஸ்கள் பாக்டீரியாக்கள் அல்ல என்பதையும் அவருக்குக் கற்றுக்

கொடுக்க முடியும் என்று நான் நம்புகிறேன். இதை ஒரு புறமாக ஒதுக்கி வைத்துவிடுவோம். உண்மையில் அவருடைய கூற்று பரிணாமரீதியானது. 'கிருமிகள் புத்திசாலிகளாகிவிட்டன' என்று அவர் கூறியிருந்தார். ஆமாம், பரிணாம வளர்ச்சியின் காரணமாகவும், இயற்கை தேர்ந்தெடுப்பின் காரணமாகவும், கிருமிகள், ஏற்கனவே இருக்கின்ற மருந்துகளுக்கு எதிரான எதிர்ப்புத்தன்மையை மேலும் மேலும் வளர்த்துக் கொள்கின்றன. வைரஸ்களுக்கு எதிராகத் தடுப்பூசிகள் கண்டுபிடிக்கப்பட்டாலும், அந்த வைரஸ்கள் தொடர்ந்து பரிணாம வளர்ச்சி அடைந்து கொண்டிருப்பதால், நாம் எப்போதும் எச்சரிக்கையாகவே இருக்க வேண்டியிருக்கிறது. தடுப்பூசிகளில் இருக்கின்ற மருந்துகளுக்குத் தாக்குப்பிடிக்க முடியாத வைரஸ்கள் செத்துவிடுகின்றன. ஆனால், மருந்துகளின் தாக்கத்திலிருந்து தப்பிப் பிழைக்கின்ற வைரஸ்கள் தம்மைப் பிரதியெடுத்துக் கொள்கின்றன. அவற்றின் பிரதிகளும் தம்மைப் பிரதியெடுத்துக் கொள்கின்றன. அதாவது, தப்பிப் பிழைக்கின்ற வைரஸ்கள் அந்த மருந்துக்கு எதிராகத் தாக்குப்பிடிக்கின்ற திறனை வளர்த்துக் கொள்கின்றன. சில இறப்பதற்கும், சில பிழைப்பதற்கும் அந்த வைரஸ்களின் மரபியல் குறியீடுகளில் இருக்கின்ற வேறுபாடுகள்தாம் காரணம்.

டிரம்புக்கு ஆலோசனை வழங்கிய சட்ட வல்லுநர் ரிச்சர்டு எப்ஸ்டீனுக்குக்கூட பாக்டீரியாவுக்கும் வைரஸுக்கும் இடையேயான வித்தியாசம் தெரியாது. 2020 ஆம் ஆண்டுவாக்கில் அவர் திடீரென்று கொரோனா வைரஸ் தொடர்பாக முரண்பாடான கருத்துகளைத் தெரிவிக்கத் துவங்கினார் (சட்ட வல்லுநர் ஏன் இதைப் பற்றிப் பேசினார் என்று என்னிடம் கேட்காதீர்கள்!). 2020 மார்ச் மாதம், கொரோனா வைரஸால் இறக்கக்கூடிய சாத்தியக்கூறுள்ள அமெரிக்கர்களின் எண்ணிக்கை ஐயாயிரத்தைத் தாண்டாது என்று அவர் கூறினார். அமெரிக்காவிலும் உலகெங்கும் எத்தனை கோடி மக்கள் இறந்தனர் என்பதை நாம் அறிவோம்.

அந்த வைரஸின் வருங்காலப் போக்கு குறித்துப் பல கணிப்புகள் நிகழ்ந்தன. அவற்றில் ஒன்று, காலப்போக்கில் கோவிட்-19 வைரஸின் வீரியம் குறையுமே அன்றி, அது அதிகரிக்காது என்று கணித்தது. ஒரு வைரஸ் தான்

புகுந்துள்ள 'விருந்தாளியின்' உடலைக் கொன்றுவிட்டால், அதற்குப் பயனில்லை, அதனால் மேலும் பரவ முடியாது என்ற காரணம் சொல்லப்பட்டது. அதன் போக்கை எவராலும் சரியாகக் கணிக்க முடியவில்லை என்பதுதான் உண்மை.

அதை எதிர்கொள்வதற்கு நாம் முகமூடிகளை அணிந்து கொண்டோம், கைகளைச் சுத்தமாக வைத்துக் கொண்டோம். ஏனெனில், குறைந்தபட்சம், கோவிட்-19 வைரஸ் எப்படிப் பரவியது என்பதை நாம் அறிந்து வைத்திருந்தோம். ஆனால், சிலர் இதை அலட்சியப்படுத்தி அதன் பலனையும் அனுபவித்தனர். அந்த வைரஸ் எப்படி மாறிக் கொண்டிருந்தது என்று அன்றாடம் அவதானிக்கப்பட்டுக் கொண்டிருந்தது. நியூயார்க் நகரில் வைரஸ் பரவியதற்குக் காரணம் ஆசியாவிலிருந்து வந்த மக்களைவிட ஐரோப்பாவிலிருந்து வந்த மக்கள்தாம் என்பது இதுபோன்ற அவதானிப்புகளால் கண்டுபிடிக்கப்பட்டது.

வைரஸுக்கும் பாக்டீரியாவுக்கும் இடையே ஒரு முக்கியமான வித்தியாசம் இருந்தது. வைரஸ்கள் பாக்டீரியா அளவுக்கு வேகமாகப் பரவுவதில்லை. அவை மெதுவாகத்தான் தம்மைத் தாமே பிரதியெடுத்துக் கொள்கின்றன. அதே சமயம், வைரஸ் வேகமாக மரபணுச் சடுதிமாற்றம் அடைகிறது. ஒரு விதமான வைரஸை எதிர்க்க நம் உடல் தயாராகி முடிப்பதற்குள், அதன் வேறொரு வடிவம் தயாராகிவிடுகிறது. அதனால் ஒருவர் ஒரே வைரஸின் வெவ்வேறு வடிவங்களால் மீண்டும் மீண்டும் பாதிப்படைவதற்கு வாய்ப்பிருக்கிறது. கொரோனா வைரஸ் (கோவிட்-19 அல்ல) மிக மிக நீண்டகாலத்திற்கு நம்முடன் இருக்கப் போகிறது. இன்னும் சொல்லப் போனால், கொரோனா வைரஸ் சர்வசாதாரணமாக இந்த உலகில் நடமாடிக் கொண்டுதான் இருக்கிறது. சாதாரணமான சளிகூட அந்த வகை வைரஸால் உருவாகின்ற ஒன்றுதான்.

கோவிட்-19 வேகமாகப் பரவிக் கொண்டிருந்த காலகட்டத்தில், தடுப்பு மருந்து போன்றவற்றைக் கொடுக்காமல், பொதுமுடக்கம் போன்றவற்றைப் போடாமல், நாடு முழுவதும் அந்த வைரஸ் பரவ அனுமதிக்க வேண்டும் என்ற யோசனையை ஒரு கோஷ்டி முன்வைத்தது. அதற்குப் பின்னாலுள்ள காரணம், 'வலுவானவர்கள்'

பிழைத்துக் கொள்வார்கள் என்பதுதான். பரிணாம உயிரியலாளர்கள் முன்மொழிந்த ‘வலுவானவர்கள்’ என்ற சொல், உடல்ரீதியாக வலுவானவர்கள் என்ற அர்த்தத்தில் சொல்லப்பட்டிருக்கவில்லை. இனப்பெருக்கக் கண்ணோட்டத்தில் வலுவானர்கள் என்ற கண்ணோட்டத்தில்தான் சொல்லப்பட்டிருந்தது. அதோடு, இங்கு ‘வலுவானவர்கள்’ யார் என்று தீர்மானிப்பவர்களும் ‘அவர்களாகத்தான்’ இருந்தனர். நோயெதிர்ப்பு சக்தி குறைவாக இருப்பவர்கள், சுகாதாரக் களப்பணியாளர்கள், ஏழைகள் போன்றோர் ‘வலுவானர்கள்’ என்ற கணக்கில் வர மாட்டார்கள். அப்படியானால், இங்கு உண்மையில் நடைபெறப் போவது செயற்கை தேர்ந்தெடுப்புதான். நிலக்கடலை ஒவ்வாமையால் அவதிப்பட்டுக் கொண்டிருக்கும் சிறுவர்கள்மீது நிலக்கடலையை எறிவது, செவிலியரின் முகத்திற்கு நேராகத் தும்முவது போன்ற காரியங்களில் ஈடுபடுவதும் இவர்கள்தாம்.

டிரம்ப், அமெரிக்காவின் மினசோட்டா மாநிலத்திலுள்ள ஓர் ஊரில், பெரும்பாலும் வெள்ளையர்கள் நிறைந்திருந்த ஒரு கூட்டத்தில் பேசியபோது, “உங்களுக்குள் நல்ல மரபணு இருக்கிறது,” என்று கூறி, ‘பந்தயக் குதிரைக் கோட்பாடு’ என்ற ஒன்றைக் குறிப்பிட்டார். அதோடு, ஹிட்லரின் கதாநாயகனும் அமெரிக்கத் தொழிலதிபருமான ஹென்றி ஃபோர்டிடம் ‘நல்ல வம்சாவளி’ இருந்தது என்றும் அவர் குறிப்பிட்டார். இந்த இரண்டுமே இனமேம்பாட்டுவாதத்திற்கும் யூத இனவெறுப்புக் கொள்கைக்கும் நெருக்கமானவையாக இருந்தன. இதேபோல வேறு சில நாடுகளிலும் அங்குள்ள வலதுசாரி ஆட்சியாளர்கள் இனமேம்பாட்டுவாதத்தைத் தூக்கிப்பிடித்துக் கொண்டிருக்கின்றனர், போலி அறிவியல் கருத்தாக்கங்களை உண்மையான அறிவியல் என்று பிரகடனம் செய்து கொண்டிருக்கின்றனர். இப்படிப்பட்டவர்கள், மனிதக் கருக்கள் விஷயத்தில் கிரிஸ்பர் போன்ற தொழில்நுட்பத்தை எப்படிப் பயன்படுத்துவார்கள் என்று நீங்கள் நினைக்கிறீர்கள்? அல்லது, உங்கள் மருத்துவக் காப்பீட்டுத் திட்டம் எவற்றுக்கெல்லாம் பொருந்தும் என்பதைத்தீர்மானிக்கின்ற உடல்நலப் பரிசோதனைகளிலோ அல்லது கல்வித் திறன் விஷயத்திலோ உங்கள் மரபணுத் தகவலை அவர்கள் எப்படிப் பயன்படுத்துவர்? அதனால், பரிணாம வளர்ச்சியைப் பற்றிய புரிதல் மிகவும் அவசியம்.

ஏனெனில், உங்கள் வாழ்க்கையும் எதிர்காலமும் அதைத்தான் நம்பி இருக்கின்றன.

நன்றியுரை

பெங்குயின் ரேன்டம் ஹவுஸ் இந்தியா நிர்வாக ஆசிரியர் பிரேமங்கா கோஸ்வாமிதான் இந்நூலைச் சாத்தியமாக்கினார். ஒரு பதிப்பாசிரியரிடமிருந்து எனக்குக் கிடைக்குமென்று நான் எப்போதும் நம்பி வந்திருந்த ஊக்குவிப்பு எனக்கு அவரிடமிருந்து கிடைத்தது. இந்நூலில் இடம்பெற்றுள்ள, டார்வினைப் பற்றிய காமிக் பகுதியை ஈத்தன் கோகாக் அழகாக வரைந்து கொடுத்துள்ளார். அவர் அற்புதமானவர். நான் நேசித்த விஷயங்கள் அனைத்தையும் செய்வதற்கு அனுமதிக்கின்ற ஒரு வேலையைக் கொடுத்தமைக்காகவும், நான் நினைக்கின்ற விஷயங்களை எழுத என்னை அனுமதித்தமைக்காகவும் லூயிசியானா அரசுப் பல்கலைக்கழகத்திற்கு நான் நன்றி தெரிவித்தாக வேண்டும்.

நான் இந்தத் தலைப்பில் பேசுவதற்கு எனக்குத் தன்னம்பிக்கையும் வாய்ப்பும் வழங்கிய ‘டெட்’ அமைப்பைச் சேர்ந்தவர்களுக்கு, குறிப்பாக, ஷோஹாம் அராட், பேட்ரிக் டி ஆர்சி, டாம் ரியலி ஆகியோருக்கும், அக்குழுவிலுள்ள மற்றவர்களுக்கும் நான் என் நன்றியைத் தெரிவித்துக் கொள்கிறேன். விக்கிபீடியா, கூகுள் ஸ்காலர் போன்ற, பொதுவெளியில் கிடைக்கின்ற தகவல்களுக்கு நான் நன்றி கூறிக் கொள்கிறேன். அதேபோல, பொது நூலகங்களின் ஊழியர்களுக்கும், லூயிசியானா அரசுப் பல்கலைக்கழக நூலக ஊழியர்களுக்கும் நான் நன்றி தெரிவித்துக் கொள்கிறேன். வசதி குறைவானர்களும் தரமான, அரிய அறிவியல் ஆய்வுக் கட்டுரைகளைப் படிக்க

அவர்களுக்கு உதவிக் கொண்டிருக்கின்ற அலெக்சான்ட்ரா எல்பாக்யானுக்கு என் நன்றி. பல கட்டங்களில் என் கையெழுத்துப் பிரதியைப் படித்துத் திருத்தி உதவிய மேரி ஜேன் வெஸ்ட்-எபர்ஹார்ட், டக் ஃபுடுய்மா, மோர்கன் கெல்லி, ஜெர்மி யோடர் ஆகியோருக்கு என் நன்றி. இவற்றையும் மீறி இப்புத்தகத்தில் ஏதேனும் தவறுகள் இடம்பெற்றிருந்தால், அதற்கு இவர்கள்தாம் பொறுப்பு (சும்மா ஜோக்குக்காக!). நோய்த் தொற்று, நோய்ப் பரவல், மற்றும் அவற்றின் திரிபுகள் பற்றி மக்களுக்குக் கிட்டத்தட்ட எதுவுமே தெரிந்திருக்கவில்லை என்பதை எனக்கு உணர வைத்தமைக்காக நான் கோவிட்-19க்கும் நன்றி செலுத்தியாக வேண்டும். ஆனாலும், இந்த கோவிட்-19 பாடாய்த்தான் படுத்திவிட்டது!

பெருந்தொற்றுக் காலமான 2020-21இன் பெரும்பகுதியை நான் என் குடும்பத்தாருடன் சேர்ந்து பாதுகாப்பாகக் கழிக்க என்னை அனுமதித்தமைக்கு லூயிசியானா அரசுப் பல்கலைக்கழகத்திற்கு என் நன்றி. தேசிய அறிவியல் அறக்கட்டளையைச் சேர்ந்த லெஸ்லி ரிஸ்லர், பரிணாம வளர்ச்சி பற்றி ஒரு புத்தகம் எழுதுமாறு என்னைக் கேட்டுக் கொண்டிருந்தார். அதை நானும் செய்து முடித்துள்ளேன். லெஸ்லி உங்களுக்கு என் நன்றி.

இறுதியாக, நான் என்னுடைய குடும்பத்தாருக்கு நன்றி தெரிவித்துக் கொள்ள வேண்டும்: என் உயிரணுவைப் பரப்ப உதவியமைக்காக என் மனைவிக்கும், அவற்றை சுமந்து திரிவதற்காக என் குழந்தைகளுக்கும் நான் நன்றி தெரிவித்துக் கொள்கிறேன். அதோடு சேர்த்து, அவர்களுடைய அன்புக்கும் ஆதரவுக்கும் என் நன்றிகள். என் குடும்பத்தாரின் ஆதரவு இல்லாமல் என்னால் பெரிதாக எதையும் சாதித்திருக்க முடியாது. இந்தப் பெருந்தொற்றுக் காலத்தில் நாங்கள் சில அநாதைக் குழந்தைகளை எங்களுடன் வைத்திருந்தோம். அதில் சில சிக்கல்கள் எழுந்தன என்றாலும், நான் இந்த உலகை வித்தியாசமாகப் பார்க்க அவர்கள் எனக்கு உதவினர். சிட்டா சக்கரவர்த்தியும், அனுரூபா சக்கரவர்த்தியும் எனக்கு உயிர் கொடுத்து, வாழ்க்கையை வாழக் கற்றுக் கொடுத்து, இப்புத்தகத்தை எழுதத் தேவையான முன்னோக்குகளையும் எனக்குக் கொடுத்தனர். அம்மா, அப்பா, பரிணாமத்தின் எதிர்பார்ப்பைவிட அதிகமாகவே நான் உங்களை நேசிக்கிறேன்.

புகைப்பட உதவி

Cover Art: Image by Akangksha Sarmah.

Figure 1: Image by Sumantra Mukherjee. DNA test results mine, from Vitagene.

Figure 2A and 2B: Images from Shutterstock and T. Michael Keesey (PhyloPic.org). Image by Prosanta Chakrabarty and John McCormack (with permission).

Figure 3: Image by Prosanta Chakrabarty with silhouettes from PhyloPic.org. Shark—No copyright http://phylopic.org/image/545d45f0-0dd1-4cfd-aad6-2b835223ea0d/; Fish—http://phylopic.org/image/f1f91d08-b850-4600-ad64-622ce87f0199/; Seahorse—http://phylopic.org/image/1ce0d9a9-c644-4cc6-b4b3-02e2e7aa2266/.

Figure 4: Image by Sumantra Mukherjee.

Figure 5: Modified from Hug, Laura A., Baker, Brett J., Anantharaman, Karthik, Brown, Christopher T., Probst, Alexander J., Castelle, Cindy J., Butterfield, Cristina N., Hernsdorf, Alex W., Amano, Yuki, Ise, Kotaro, Suzuki, Yohey, Dudek, Natasha, Relman, David A., Finstad, Kari M., Amundson, Ronald, Thomas, Brian C., and Banfield, Jillian F. 'A new view of the tree of life'. *Nature Microbiology* 1(16048) (11 April 2016). doi: 10.1038/nmicrobiol.2016.48.

Free to reprint - https://creativecommons.org/licenses/by/4.0/ (B) simplified tree from Wikipedia https://en.wikipedia.org/wiki/Phylogenetic_tree.

Figure 6: Image by Sumantra Mukherjee.

Figures 7A and 7B: Image by Prosanta Chakrabarty. Portions of silhouette images from T. Michael Keesey and PhyloPic.org.

Figure 8: Image by Sumantra Mukherjee.

Figure 9: Image by Sumantra Mukherjee.

Figure 10: Image by Sumantra Mukherjee.

Figure 11: Image by Sumantra Mukherjee.

Figure 12: Image by Prosanta Chakrabarty.

Figure 13: Image by Sumantra Mukherjee.

Figure 14: Creative Commons 3: Reprinted from Braasch, I., Gehrke, A., Smith, J. *et al.* 'The spotted gar genome illuminates vertebrate evolution and facilitates human-teleost comparisons'. *Nature Genetics* 48 (2016): 427–437. https://doi.org/10.1038/ng.3526.

Figure 15: Photo of Bessie; taken by the author. She has since quit smoking; which is not easy for Frenchies to do.

DARWIN MOVIE PANELS: *'From So Simple a Beginning'* All illustrations from Ethan Kocak, created by him for this book.

கலைச்சொல் பட்டியல்

(தமிழ் அகர வரிசைப்படி)

அசையா கரடி	Sloth
அருகி வரும் உயிரினங்கள்	Endangered species
அருங்காட்சியகக் காப்பாளர்	Museum curator
அழிவமைவுக் கோட்பாடு	Catastrophism
அற்றுவிட்ட உயிரினங்கள்	Extinct species
ஆந்த்ரோபொசீன்	Anthropocene
ஆர்க்கீயா	Archaea
இயற்கை தேர்ந்தெடுப்புக் கோட்பாடு	Natural selection theory
இராச்சியம்	Kingdom
இருபாலீர்ப்பு உடையவர்	Bisexual
இருபாலுயிரி	Hermaphrodite
இழைமணி	Mitochondrion
இனத்தோற்றம்	Speciation
இனமேம்பாட்டுவாதம்	Eugenics
இனம்	Species
உச்சவிரும்பி	Extremophile

உடலியங்கியல்	Physiology
உயிரணுப்பிரிவு	Cell division
உயிரியல் அமைப்புமுறையியல்	Systematics
உயிரியல் பல்வகைமை	Biodiversity
உயிரின வகைபிரிப்பியல்	Taxonomy
உயிர்புவியியல்	Biogeography
உள்ளினக் கிளைப்பு	Sympatric speciation
ஊடுபாலினம்	Intersex
எச்ச உறுப்புகள்	Vestigial
எலும்பு மீன்	Bony fish
எலும்புத் துடுப்பு மீன்	Ray-finned fish
ஒடுக்கற்பிரிவு	Meiosis
ஒற்றைத் தொகுதிக் குழு	Monophyly
ஒன்றிய வாழ்வு	Symbiosis
ஒன்றிய வாழ்வுத் தோற்றம்	Symbiogenesis
ஓட்டுடலி	Crustacean
கட்டுறாத மூலிகம்	Free Radical
கருவமிலக்கூறு	Nucleotide
கல் இறால்	Lobster
கவச உடலி	Armadillo
கிரிஸ்பர்-காஸ்	CRISPR-Cas
கிரெட்டேசியஸ்	Cretaceous
குடும்பம்	Family
குறுத்தெலும்பு மீன்	Cartilaginous fish
கூட்டுயிரி	Symbiont
கேம்ப்ரியன் வெடிப்பு	Cambrian explosion
கொறிணி	Rodent
கொன்றுண்ணி	Predator

கொன்றுண்ணிப் பறவை	Raptor
கோயலகாந்த்	Coelacanth
சீரொழுங்கமைவுவாதம்	Uniformitarianism
சேப்பியன்ஸ்	Sapiens
டெலியோஸ்ட்	Teleost
தசைநாண்	Tendon
தன்பாலின ஈர்ப்பு	Homosexuality
தன்பாலின ஈர்ப்புடையவர்மீதான வெறுப்பு	Homophobia
தன்பாலீர்ப்புடைய ஆண்	Gay
தன்பாலீர்ப்புடைய பெண்	Lesbian
திருக்கை மீன்	Ray fish
தொகுதி	Phylum
தொல்லுயிரியல்	Paleobiology
தோற்ற அமைப்பு	Phenotype
நான்குகாலிகள்	Tetrapods
நீர்நிலவாழி	Amphibian
நுண்ணறிவுசார் வடிவமைப்பு	Intelligent design
நுண்பரிணாம வளர்ச்சி	Microevolution
நுரையீரல்மீன்	Lungfish
நேரியல்	Linear
நொதி	Enzyme
பசுங்கனிகம்	Chloroplast
பசையம் ஒவ்வாமை நோய்	Celiac disease
படைப்புவாதம்	Creationism
பண்பு இடப்பெயர்ச்சி	Character Displacement
பயனுறு அறிவியல்	Applied science

பரம்பரையியல்	Genealogy
பரிணாம உயிரியல்	Evolutionary Biology
பரிணாம விருட்சம்	Tree of Life
பாக்டீரிய எதிர்ப்பி	Antibiotic
பாலணு	Sex cell or Gamete
பாலியல் தேர்ந்தெடுப்பு	Sexual selection
பாலியல்பு	Sexuality
பாலினம்	Gender
பாலூட்டி	Mammalia
பால் பிரிவு	Sex
பால்சர்க்கரை	Lactose
பால்சர்க்கரை ஏற்காமை	Lactose intolerance
பானொதி	Lactase
பின்-எதார்த்தவாதம்	Post-truthism
புதைபடிமங்கள்	Fossil
புதைபடிமவியல்	Paleontology
பெருநிலைப் பரிணாம வளர்ச்சி	Macroevolution
பேரினம்	Genus
பைம்மா இனம்	Marsupial
மடல் துடுப்பு மீன்	Lobe-finned fish
மரபணு மறுசீரமைப்பு	Genetic recombination
மரபணு விலகல் போக்கு	Genetic drift
மரபணுச் சடுதிமாற்றம்	Mutation
மரபணுச் சேமகம்	Gene pool
மரபணுத் தொகுதி	Genome
மரபணுத் தொற்றல் சவாரி	Genetic hitchhiking
மரபணுவமைப்பு	Genotype
மரபியல் பல்வகைமை	Genetic diversity

மரபுக் குறிப்பான்கள்	Genetic markers
மருவிய பாலினத்தவர்	Transgender
மருவிய பாலினத்தவர்மீதான வெறுப்பு	Transphobia
மானுடவியல்	Anthropology
மீனியல்	Ichthyology
முதனி	Primate
முதுகுநாணி	Chordata
முதுகெலும்பி	Vertebrate
முதுகெலும்பிலி	Invertebrate
மெய்க்கருவுயிரி	Eukaryote
மேல்மரபியல்	Epigenetics
மோனோட்ரீம்	Monotreme
வகுப்பு	Class
வம்சாவளி	Ancestry
வரிசை	Order
வளங்காப்பு உயிரியல்	Conservation biology
வாத்தலகி	Platypus
விலங்கு	Animalia
வேற்றுநில இனக்கிளைப்பு	Allopatric speciation
ஹிஸ்பானியர்	Hispanic
ஹோமினிடி	Hominidae
ஹோமோ	Homo

PSV குமாரசாமி

மொழிபெயர்ப்பாளர்

இவர் ஒரு கவிஞர். மொழிபெயர்ப்பாளர். சுற்றுச்சூழல் ஆர்வலர். மலையேற்றப் பயிற்றுவிப்பாளர். புகைப்படம் எடுப்பதில் அலாதி ஆர்வம் உடையவர். ஊர் சுற்றுவதில் ஏக விருப்பமுடையவர். இவரது பல்லாண்டுகால மொழிபெயர்ப்பு அனுபவத்தில் எண்பதுக்கும் மேற்பட்ட நூல்கள், எண்ணற்றக் கட்டுரைகள் மற்றும் கவிதைகள் வெளிவந்துள்ளன. இலக்கியம், சுயமுன்னேற்றம், சுற்றுச்சூழல், பொருளாதாரம், அறிவியல் போன்ற பல்வேறு துறைகள் தொடர்பான நூல்கள் அவற்றில் அடங்கும்.

ரோன்டா பைர்னின் உலகப் புகழ் பெற்ற நூலான 'இரகசியம்', டோனி ஜோசஃபின் 'ஆதி இந்தியர்கள்', ஸ்டீபன் ஹாக்கிங்கின் 'ஆழமான கேள்விகள் அறிவார்ந்த பதில்கள்' போன்றவை இவருடைய மொழியாக்கத்தில் வெளிவந்துள்ள நூல்களில் குறிப்பிடத்தக்கவை.

இவர் தன் மனைவி திருமதி நாகலட்சுமி சண்முகம் அவர்களுடனும் தன் மகன்கள் இருவருடனும் தற்போது மும்பையில் வசித்து வருகிறார்.

புரோசாந்தா சக்கரவர்த்தி

நூலாசிரியர்

முனைவர் புரோசாந்தா சக்கரவர்த்தி, அமெரிக்காவிலுள்ள லூயிசியானா அரசுப் பல்கலைக்கழகத்தில் ஒரு பேராசிரியராகவும், அதே பல்கலைக்கழகத்தின் இயற்கை அறிவியல் அருங்காட்சியகத்தின் காப்பாளராகவும் பணியாற்றி வருகிறார். நியூயார்க் நகரிலுள்ள அமெரிக்க இயற்கை வரலாற்று அருங்காட்சியகம், வாஷிங்டன் நகரிலுள்ள ஸ்மித்சோனியன் இயற்கை வரலாற்று அருங்காட்சியகம், ஒட்டாவா நகரிலுள்ள கனேடிய இயற்கை அருங்காட்சியகம் ஆகியவற்றில் உயர் ஆராய்ச்சியாளராகவும் அவர் பணியாற்றி வருகிறார். உயிரியல் அமைப்புமுறையியல் வல்லுநரான அவர், நன்னீர் மற்றும் உவர்நீர் மீன்களின் பரிணாமத்தைப் பற்றியும் உயிர்புவியியலைப் பற்றியும் ஆய்வுகள் செய்து கொண்டிருக்கின்ற ஒரு மீனியலாளரும் ஆவார். அவருடைய இந்த ஆராய்ச்சிகள் உலகெங்குமுள்ள முப்பதுக்கும் மேற்பட்ட நாடுகளுக்கு அவரை அழைத்துச் சென்றுள்ளன. கனடாவில் பிறந்த அவர் நியூயார்க் நகரில் தன் குழந்தைப்பருவத்தைக் கழித்திருந்தார். கனடாவின் மான்ட்ரியால் பல்கலைக்கழகத்தில் தன் இளங்கலைப் பட்டப்படிப்பை முடித்த அவர், அமெரிக்காவிலுள்ள மிச்சிகன் பல்கலைக்கழகத்தில் தன் முனைவர் பட்டத்தைப் பெற்றார். தேசிய அறிவியல் அறக்கட்டளையின் திட்ட இயக்குநராக முன்பு அவர் பணியாற்றியிருந்தார். ‘டெட்’ அமைப்பில் அவர் ஒரு ‘சீனியர் ஃபெல்லோவாக’

இருக்கிறார். லூயிசியானா அரசுப் பல்கலைக்கழகத்தில் அவர் பரிணாம வளர்ச்சியையும் மீனியலையும் மாணவர்களுக்கு போதித்து வருகிறார். அவர் அமெரிக்கா முழுவதிலும் மற்றும் உலகெங்குமுள்ள பல நாடுகளிலும் கருத்தரங்குகள் நடத்தியுள்ளார். சமீபத்தில் ஒட்டாவாவிலுள்ள கார்லட்டான் பல்கலைக்கழகத்தின் சுற்றுச்சூழல் அறிவியல் துறையின் சிறப்புத் தலைவராக அவர் நியமிக்கப்பட்டுள்ளார். அவருக்குத் திருமணமாகிப் பதினேழு ஆண்டுகள் ஆகியுள்ளன. அவருடைய மனைவியின் பெயர் அன்னேமேரி. அவர்களுக்குப் பத்து வயதில் இரட்டைக் குழந்தைகள் இருக்கின்றனர்.

அவரை நீங்கள் *@PREAUX_FISH* என்ற டுவிட்டர் பக்கத்திலும், *'Dr. Prosanta Chakrabarty'* என்ற ஃபேஸ்புக் பக்கத்திலும் தொடர்பு கொள்ளலாம்.